# યોગ અને સ્વાસ્થ્ય

સ્વામી અધ્યાત્માનંદ

પ્રાપ્તિસ્થાન

**ગૂર્જર સાહિત્ય ભવન**

રતનપોળનાકા સામે, ગાંધીમાર્ગ, અમદાવાદ 380001

ફોન : 079-22144663, 09227044777

e-mail : goorjar@yahoo.com Web : gurjarbooksonline.com

**સંસ્કાર સાહિત્ય મંદિર**

5, N.B.C.C. હાઉસ,
સહજાનંદ કૉલેજ પાસે,
પોલિટેકનિક, અમદાવાદ-380015
ફોન : 079-26304259

**ગૂર્જર સાહિત્ય પ્રકાશન**

102, લૅન્ડમાર્ક બીલ્ડીંગ, ટાઈટેનિયમ સિટીસેન્ટર મોલ
પાસે, સીમા હૉલની સામે, 100 ફૂટ રોડ, પ્રહ્લાદનગર,
અમદાવાદ-15 ફોન : 26934340, મો. 9825268759
ઈમેલ : gurjarprakashan@gmail.com

કિંમત : ₹ 150

સુધારેલી બીજી આવૃત્તિ : 2016

પહેલી આવૃત્તિ : મે 2004

પુનર્મુદ્રણ : જાન્યુઆરી 2005, જાન્યુઆરી 2006, એપ્રિલ 2009, સપ્ટેમ્બર 2012

YOGA ANE SWASTHYA
a collection of articles of yoga and health
by Swami Adhyatmananda
Published by Gurjar Grantharatna Karyalaya,
Gandhi Road, Ahmedabad 380 001 (India)


© સ્વામી અધ્યાત્માનંદ


પૃષ્ઠ : 8+180

ISBN : 978-93-5162-262-8

નકલ : 1250

: પ્રકાશક :

અમરભાઈ ઠાકોરલાલ શાહ : **ગૂર્જર ગ્રંથરત્ન કાર્યાલય**

રતનપોળનાકા સામે, ગાંધી માર્ગ, અમદાવાદ – 380 001

ફોન : 079-22144663. e-mail : goorjar@yahoo.com

ટાઈપસેટિંગ : **શારદા મુદ્રણાલય**

201, તિલકરાજ, પંચવટી પહેલી લેન, એલિસબ્રિજ, અમદાવાદ –6 : ફોન : 26564279

મુદ્રક : **ભગવતી ઑફસેટ**

સી/16, બંસીધર ઍસ્ટેટ, બારડોલપુરા, અમદાવાદ – 380 004

## સમર્પણ

પ્રભુ પરમ તેજે તું લઈ જા

# ॐ

# વિશ્વ પ્રાર્થના

ઓ સ્નેહ અને કરુણામૂર્તિ પૂજ્ય પ્રભુ !
તને નમસ્કાર હો ! નમસ્કાર હો !
તું સચ્ચિદાનંદઘન છે
તું સર્વવ્યાપક, સર્વજ્ઞ, સર્વશક્તિમાન છે.

તું સર્વાન્તર્યામી છે.
અમને ઉદારતા, સમદર્શિતા અને સમતા આપ.
શ્રદ્ધા, ભક્તિ અને ડહાપણ આપ.
અમને આધ્યાત્મિક અંતઃશક્તિ આપ, કે જેથી
અમે વાસનાઓનું દમન કરી મનોવિજેતા બનીએ.
અમને અહંકાર, કામ, ક્રોધ, લોભ અને દ્વેષથી મુક્ત કર.
અમારું હૃદય દિવ્ય ગુણોથી ભરી દે.

બધાં જ નામરૂપોમાં તારું જ દર્શન કરીએ.
બધાં જ નામરૂપોમાં તારી જ સેવા કરીએ.
હંમેશાં તારું જ રટણ કરીએ, તારું જ સ્મરણ રહે,
તારો જ મહિમા ગાઈએ.
કેવળ તારું જ પાપનાશક નામ અમારા હોઠ પર રહે.
અમે તુંમાં જ સ્થિર થઈએ.

હરિઃ ૐ તત્સત્

— સ્વામી શિવાનંદ

# પ્રાસ્તાવિક

આપણે જ્યારે આ પુસ્તક પ્રગટ કરીએ છીએ ત્યારે આપણી શિક્ષણયાત્રા અને યોગપ્રશિક્ષણ શિબિરોનાં ૩૦ વર્ષ પૂરાં થાય છે. આ દરમિયાન ૬૧૬ યોગશિબિરો દેશવિદેશમાં યોજાઈ છે. અહીં આ પુસ્તકમાં પ્રાપ્ત પાથેય તે અનુભવનો નિચોડ છે. પહેલાં આ બધું અમેરિકન ગુજરાતી પ્રજા માટે લખાયું. પછી તે લંડનના 'ગુજરાત સમાચાર'માં છપાયું. આ પૂર્વે આપણું આવા પ્રકારનું એક પુસ્તક 'યોગ અને આરોગ્ય' પ્રગટ થયું છે, તેની ગુજરાતીમાં સાત આવૃત્તિ થઈ ગઈ છે, તેમજ અંગ્રેજી, હિન્દી અને રશિયન ભાષામાં પણ છપાયેલ છે. ઇલીનોઇઝ ખાતે શિકાગો વિશ્વવિદ્યાલયના યોગાચાર્યે તેને પોતાના યોગપ્રેમ વિદ્યાર્થીઓના ભણતરમાં તે પુસ્તકનો સ્વીકાર કર્યો છે. ફરીથી તે જ શ્રેણીના ગ્રંથાકાર ન પામેલા લેખો અહીં પ્રસિદ્ધ થાય છે, તેનો આનંદ છે.

'પ્રસૂતિ પૂર્વે' અને 'પ્રસૂતિ પછી' આ બે લેખ તથા 'બાળકો માટે કંઈક આવશ્યક' આ ત્રણ લેખો આ પૂર્વે ક્યાંય છપાયા નહોતા. ગુજરાતી આલ્ફા ટી.વી. માટે આ મેટર તૈયાર કરેલું. તેને ખૂબ જ પ્રતિસાદ મળ્યો. એક દિવસમાં ત્રણ વાર અને ત્રણ દિવસ સુધી સતત આમ કુલ નવ વાર પ્રસારિત થયા પછી બે મહિને તેનું પુનઃ પ્રસારણ થયું, તેથી તે મેટર આ પુસ્તકમાં જોડી શકાયું છે, તેનો સંતોષ છે.

જીવનઝંઝાને ઓવારે રોજબરોજની જીવનઘટમાળમાં લોકો એક અથવા બીજા કારણે અઠવાડિયે - પંદર દિવસે, એક કે બીજા કારણે માંદા પડતા જ હોય છે. 'આ અમારા ફેમિલી ડૉક્ટર છે.' એવું કહેવાનું લોકોને ગૌરવવંતુ લાગતું હોય છે. તે એક મોટું દુર્ભાગ્ય છે.

ડૉક્ટર અને દવાઓ બંને સમાજનાં અવિભાજિત અને ખૂબ જ ઉપયોગી અંગ હોવા છતાં, અંગ્રેજી દવાઓ બકરું કાઢતાં ઊંટ પેસે તેવું કામ કરતી હોય છે, તેવે સમયે આ પુસ્તક આપને સુખદ સ્વાસ્થ્ય અને દીર્ઘ આયુષ્ય-સભર જીવન જીવવાનું ભાથું પૂરું પાડે છે.

પુસ્તક પ્રકાશન પૂર્વે મેન્યુસ્ક્રીપ્ટને સારી રીતે તપાસી જવા માટે ડૉ. શ્વેતાંગ પંચોલી (કાર્ડીયોલોજીસ્ટ) અને ડૉ. એમ. જે. પટણીસાહેબના આપણે આભારી રહીશું.

આ પુસ્તકના ફોટાઓ શ્રી રાજુભાઈ શાહ અને યોગાસનોનું મોડેલિંગ ન્યુઝીલેન્ડના શ્રી જિતેન્દ્ર રાય, જલંધરના યોગ પ્રચાર રત્ન શ્રી દેવેન્દ્ર અરોરા અને આપણા અમદાવાદ શિવાનંદ આશ્રમના યોગપ્રેમીઓ ચિ. ભાઈ મેહુલ શાહ, ઉમંગ, ભાવિક, હરિત અને હાર્દિકે કર્યું છે. તેમના સૌનાં જીવન અતિ પવિત્ર અને સમાજ ઉપયોગી છે. તે વધુ દિવ્ય અને ભવ્ય બને, એ જ પ્રાર્થના.

સુંદર અને સમયસરનું મુદ્રણ કરી આપવા બદલ ગૂર્જર ગ્રંથરત્ન કાર્યાલયના પણ ઋણી રહીશું જ.

શિવાનંદ આશ્રમ, અમદાવાદ સ્થિત શ્રી વિશ્વનાથ મહાદેવના દશમા સ્થાપના દિવસ - પાટોત્સવ પ્રસંગે ગુજરાત રાજ્યના મહામહિમ સન્માનનીય રાજ્યપાલ શ્રી કૈલાશપતિ મિશ્રજીની પ્રત્યક્ષ ઉપસ્થિતિમાં સુપ્રસિદ્ધ સંન્યાસ આશ્રમના આચાર્ય મહામંડલેશ્વર ૧૦૦૮ શ્રીમત સ્વામી વિશ્વદેવાનંદજી મહારાજશ્રીના વરદ હસ્તે આ પુસ્તકનું લોકાર્પણ થઈ રહ્યું છે, તે પણ આનંદદાયક ઘટના છે.

ફરીથી સર્વ મુમુક્ષુઓ અને યોગપ્રેમીઓની સેવામાં આ પુસ્તક સમર્પિત કરતા –

૨૦-૫-૨૦૦૪ — આપ સૌનો આત્મા,

શિવાનંદ આશ્રમ — શ્રી ગુરુચરણ આશ્રિત સેવક

અમદાવાદ — **સ્વામી અધ્યાત્માનંદ**

# અનુક્રમ

# યોગ અને સ્વાસ્થ્ય

•

### સ્વામી અધ્યાત્માનંદ

# ૧. તનાવ (Stress)

સુરેશને હવે ફાઈલો ઘેર લાવવાની ટેવ પડી ગઈ છે. કમ્પ્યૂટર છે. પરંતુ આખું ભરાઈ ગયું છે. ઓલ્ડ મોડેલ છે. હવે કેપેસિટી પૂરી થઈ ગઈ છે. નવું લાવી શકાય તો થોડી રાહત રહે પરંતુ પાછી તેટલી સગવડ પણ જોઈએને ? અને એ મોડી રાત સુધી ફાઈલો અને ઑફિસ વર્કમાં માથું ઘાલીને બેઠો જ રહે અને સવારે ઊઠતાંની સાથે ફરીથી... ફાઈલ મારો પરમેશ્વર ને હું ફાઈલોનો દાસ... કુક્કુ બધું સમજે છે, પણ દરેક વાતની હદ હોય. તેને પણ પોતાની નોકરી છે. છોકરાં છે. બાઈ અઠવાડિયે બે દિવસ તો લાંઘણ કરવાની જ, ગામ ઘૂંઘવાતાં હૈયાં ક્રમશઃ નંદવાતાં જાય છે. ભારેલા અગ્નિ જેવાં જીવન આજે ભભૂકી જ ઊઠ્યાં.

વાત કંઈ મોટી ન હતી. દરરોજની જેમ સુરેશ પાછો ફાઈલ મારો પરમાત્મા... તેમાં તેની પેનમાં શાહી કે કાર્બન ખલાસ થયાં હશે. એટલે Having all faith in Kukku... તેણે બૂમ મારી કુક્કુ... કોકીલા તો મૂળ તેનું નામ પણ સુરેશ વળી તેને ક્યારેક કક્કુ તો વળી ક્યારેક કુક્કુ કહીને બોલાવે. કુક્કુએ સાંભળ્યું કે કંઈક કહે છે. સુરેશે પેન માંગી હતી. હવે કુકરનો અવાજ, નળ નીચે બાઈ ધોકા મારતાં કપડાં ધોવે, છોકરાંઓનાં ટેલિવિઝનનો ઘોંઘાટ, બહારનાં વાહનોની કર્કશતા વચ્ચે સુરેશે પેન માંગી અને કુક્કુબહેન પેડ લઈને આવ્યાં. અકળાયેલા ચિત્ત વચ્ચે કશુંક અજુગતું થાય ત્યારે આક્રોશ વધે જ !!! એવું જરૂરી નથી પણ ન વધે તો જ આશ્ચર્ય, વધે તેમાં તો નહીં જ અને સુરેશ તાડુક્યો !... 'પેન માગું છું... ને તું પેડ લાવે છે ? બરોબર સંભળાતું નથી ?'... 'તે તારા પગમાં મહેંદી મૂકી છે ? ઊભા થઈને જે જોઈતું હોય તે લાવી ન શકાય ? મારે કંઈ બીજું કામ નથી ? આ પપ્પૂને નિશાળે

જવાનું... બકુડીને વાળ કોણ તું ઓળી આપીશ ! નળ ચાલ્યો જાય છે. કુકરની બે વ્હિસલ વાગી ગઈ...તું સાહેબ હોય તો તારી ઑફિસનો... સવારના પ્હોરમાં ચીસાચીસ કર્યા સિવાય બીજું કંઈ કામ છે કે નહીં ?...' વગેરે વગેરે... આ પરિસ્થિતિ એક દિવસમાં સર્જાતી નથી. સળિયો લાંબો હોય, તેને એક છેડેથી પકડીને બીજો છેડો આગમાં તપાવો તો ધીરે ધીરે બીજે છેડે પણ ગરમ થાય. પરંતુ એકાએક તો નહીં જ. પરંતુ એક પળ એવી આવે કે પછી બીજો છેડો પણ હાથથી પકડી શકાય નહીં. જવાબદાર કોણ ? આવું કેમ સંભવે ? સમસ્યા મારી, તમારી કે આપણી નથી. આ આંતરરાષ્ટ્રિય સમસ્યા છે. જનગણની છે. કારણ દરેક માણસને પોતાની પરિસ્થિતિ છે. ઇચ્છાઓ અનેક છે. કામનાઓનો પાર નથી. ક્ષમતાઓ ઓછી છે. યોગ્યતા અપૂરતી છે. છતાં ઊંચા આકાશના તારલા તોડવાની હામ છે. Nothing Wrong in that... પરંતુ આ અકળામણ ઊભી થાય તે બરોબર નહીં.

અહંકાર મંકોડાને પણ ક્યાં નથી હોતો ? ગોળની ભીલી ઉપર ફરે ત્યાં સુધી તો બરોબર છે, પરંતુ જ્યારે તે આપણા શરીર ઉપર ફરે અને તેને ફૂંક મારો તો ચામડી પર ચોંટી જશે અને પકડો તો કમરમાંથી તૂટી જશે પરંતુ સ્થાન છોડશે નહીં.

સુરેશ અને કુક્કુની સમસ્યા તેમની નથી, ઘરઘરની છે. તમો પેન માગો છો, પણ પેડ લાવી છે. હસી પડો આનંદે આવકારો, અને કહો, 'હાય ! કુક્કુ તને યાર કેમ ખબર પડી કે મારે પેડ જોઈએ છે... Thanks Kukku... By the way યાર પેન લાવી દઈશ...' અને તે ટહુકશે...of course... તું કહે... અને હું ન લાવું તેવું બને... ? અને તે મટકતી ચાલી જશે... આવશે.... પેનનું ઢાંકણું ખોલી આપશે... અદાથી પેન તારા હાથમાં પકડાવશે... દરરોજ તમો બે રોટલી જમો છો... ઘી ચોપડેલી... આજે ચાર જમશો... ઘીમાં બોળેલી... તમો ઑફિસે જશો, તો તમારી ગાડીની સીટ પોતાની સાડીના પાલવથી સાફ કરી આપશે. ગાલે વહાલ કરશે... બા..ય કહેશે.

તમો ઓફીસે જતાં સીસોટી વગાડતા જશો. દાદરાનાં પગથિયાં બબ્બે ચઢશો અને ખુરશી ત્રણ વાર આડી તો વળી ત્રણ વાર ઊંધી ફેરવશો. આઠ કલાકનું કામ બે કલાકમાં પૂરું કરી નાખશો... સાંજે ઑફિસેથી સીધા જ ઘરે. તે પણ ખાલી હાથે નહીં, પીઝ્ઝા હટમાંથી બે ચીઝ પીઝ્ઝા લઈને, અને ફ્લાવર્સનો મોટો બન્ચ હાથમાં પકડીને.. તેઓ તમારી રાહ જોઈને ઊભાં છે. તમારા હાથમાંથી બધું લઈ લેશે. મીઠો ઠપકો પણ આપશે... તને ખર્ચો

કર્યા વગર ચાલે જ નહીં... વગેરે... હવે આની વિરુદ્ધ તમો પેન માગો છો, તેણી પેડ લાવે છે. તમે ઢોલ વગાડ્યું તો તે નગારું જ વગાડશે. તમે ઊંચે અવાજે બોલ્યા, તો તે ઘર ઊંધું મેલશે. ને જો તમો ઘર ગજાવો તો તે શેરી જ ગજાવશે. આ વિશ્વ એક દર્પણ જેવું છે, તેની સામે ઊભા રહીએ તો જેવો ચહેરો કરીએ પ્રતિબિંબ તેવું જ પડે. તમો વગાડો તીરકીટ ઘા... તો સામે પડઘો મોટો પડશે ઘા ઘા તીરકીટ ઘા... માટે સાવધાન !!!

આ તનાવ આપણા જીવનનો રકાશ છે. કેન્સર પકડાય તનાવને ક્યાંથી પડકવો ! આરંભમાં નાનીમોટી વાતો અંગત જીવનની, પારિવારિક જીવનની, સામાજિક જીવનની, પછી ઑફિસ અને તેનાથી બહોળા સમાજ સાથે રહેવાનું તો છે જ પછી આકળા-ઉતાવળા થવાથી શું થવાનું ? ગુરુદેવ શ્રી સ્વામી શિવાનંદજી મહારાજ સદૈવ કહેતા... In all condition I am bliss bliss absolute... હર હાલમેં અલમસ્ત સચ્ચિદાનંદ હૂં... નિર્ભય... નિશ્ચિંત સચ્ચિદાનંદ હૂં... કૈવલ્ય કેવલ કૂટસ્થ આનંદ હૂં... વગેરે... પરંતુ આ બધાં સામે એક પ્રશ્ન છે. શું તનાવરહિત જીવન સંભવ છે ?

હા ! છે. અહંકાર જ્યાં સુધી છે, ત્યાં સુધી તનાવરહિત ન થવાય, તેવું કહેવાનો કોઈ પ્રશ્ન નથી. જ્યાં સુધી શરીર છે ત્યાં સુધી અહંકાર રહેવાનો જ, સૂક્ષ્મ અહંકાર વગર શરીર ટકી શકે જ નહીં.

આવશ્યક્તા છે પોતાની જાતને વ્યક્તિમાંથી સમષ્ટિમાં પરિણત કરવાની. અયમાત્મા શાંતઃ' 'શાંતોડયં આત્માની અનુભૂતિ અસંભવ નથી. શું એ સંભવી શકે ?'

હા ! થોડી પળો શાંત બેસો અને તમારી જાતને થોડા પ્રશ્નો પૂછો.

૧. શું હું નાની નાની વાતોમાં અકળાઈ જાઉં છું ?
૨. શું મને ઊંઘ બરોબર આવતી નથી ?
૩. શું હું ઊંઘમાંથી જાગું ત્યારે થાકેલો અને વ્યથિત હોઉં છું ?
૪. શું હું બહુ ચિંતાતુર છું ?
૫. શું હું વિસામણમાં ફસાયેલો છું ?
૬. શું મારે અનેક પ્રકારની ફરિયાદો છે ?
૭. શું હું જેને ચાહું છું તેની સાથે જ રોજબરોજ મારઝૂડ થઈ જાય છે ?
૮. શું મારું શરીર કથળતું જાય છે ?
૯. શું હું નિરાશા અને હતાશા અનુભવું છું ?
૧૦. શું હવે મને જિંદગી ઝેર લાગે છે, આત્મહત્યાના વિચારો આવે છે ?

જો આમાંથી એકનો જવાબ પણ 'હા' માં હોય તો તમો તનાવપૂર્ણ જીવન જીવો છો–

તનાવ કંઈ એક જ દિશામાંથી આવતો નથી. તનાવ અનેક પ્રકારના છે. તે અંદરથી ઊપજે છે કે બહારથી આવે, એક વાર તનાવનો જીવનમાં પ્રવેશ થયો, પછી તેનો સમૂળગે સમજણપૂર્વક નાશ-હ્રાસ કરવો જ રહ્યો. થોડીક પણ ગફલત રાખીએ તો તે તમારી ઉપર હાવી થઈ જશે. પછી દરરોજ તમારે બાળકો કે તેમની આયા અથવા તો નોકર-ચાકર સાથે ટંટો થશે. અજુગતી આશાઓ, કેટલા લોકોને આપણે રાજી રાખી શકીએ ? જીવનની નિષ્ઠાઓમાં પરિપૂર્ણતા ન હોય. ધ્યેય સ્પષ્ટ ન હોય અને આ બધું બધી જગ્યાએ એક સરખું નથી હોતું. જેને એક પરિસ્થિતિ આનંદદાયક હોય તો તે જ સ્થિતિ બીજા માટે દુઃખદાયક હોય. એક વ્યક્તિને રોજિંદા કામમાં થોડો પણ વધારો ખૂબ જ અકળાવી મૂકશે, જ્યારે બીજી વ્યક્તિ પોતાનું કામ પૂરું કરીને બીજાને પણ કામમાં મદદરૂપ થશે. કોઈ એક નાની વાતમાં છોકરાંઓ પરસ્પર બાખડી બેસે, તો સમજુ લોકો તેને હસી ને આંખ આડા કાન કરશે. A stress is natural, says Tubesing. Our reaction to it is based on personal beliefs and values–કે જેના કારણે જ આપણે આપણા જીવનમાં સકારાત્મક અથવા તો નકારાત્મક ભાવનાઓમાં જીવતા હોઈએ છીએ. દા.ત. ઊઠવામાં થોડું મોડું થાય અને કામ પર સમયસર પહોંચવાનું હોય તો તનાવ થઈ જાય, પરંતુ કામ પર ન જવાનું હોય અને કોઈ વહેલી સવારે જગાડે તો શા માટે અકારણે સવાર બગાડી એવો ભાસ થાય છે. ઘડિયાળમાં તો સાત વાગ્યા છે, પરંતુ ઊંઘમાં પાંચ સમજીને ફરીથી સૂઈ જવાથી સર્જાયેલો ગોટાળો કે ફ્લાઈટ અથવા ટ્રેન પકડવાની હોય ત્યારે રસ્તામાં થયેલ ટ્રાફિક જામ સમયે ભારતમાં સંભળાતાં ટીટી-ટૅટેં હોર્ન તો માત્ર હોર્ન બ્લૉઅર જ નથી, માનસિક તનાવના પડઘા જ છે.

લૉસ એન્જલસ કે શિકાગોમાં કારપુલર્સના ટ્રેકમાં અંદર જવા અને બહાર નીકળવાનો એક નક્કી કરેલો કાયદો છે, પરંતુ એક વાર આવા જ ટ્રાફિક જામ વચ્ચે ખાસ્સા પોણા બે કલાકના સમયમાં અમો ત્રણ માઈલ પણ ડ્રાઇવ કરી શકેલા નહીં ત્યારે શ્રીમતી શચી રાણા પણ આવું જ ટૅટે વગાડીને છેક ડાબા હાથેથી કારપુલર્સના ટ્રેકમાંથી બાકી ત્રણ ટ્રાફિક હારમાળા વચ્ચેથી ધીરે ધીરે નીકળી જઈને છેક ઇમરજન્સી શોલ્ડર્સમાં જમણા હાથે બહાર આવી જઈને બાકીના પંદર-સત્તર માઈલ એ શોલ્ડર્સ ટ્રેકમાં જ ગાડી

હંકારી ગયાં હતાં, જે કાયદા વિરુદ્ધ છે. ટિકિટ મળવાના પૂરા ચાન્સ છે. ૨૦૦ કે ૫૦૦ ડોલર્સનો ચાંદલો થાય તે સ્વાભાવિક છે, પરંતુ બહેન શચીએ જે બહાદુરી અને હિંમત કરી તેની પાછળ ઢગલાબંધ કાર એવી રીતે જ ગાડીઓ મારી મૂકી તે જ રફ્તારમાં હંકારી ગયા હતા. આ બધું સહેજે જે થાય તે બધું તનાવમાં જ છે.

વાત સુરેશ અને કુક્કુની નથી. You are the key. ચાવી તમારા હાથમાં છે. જમણે ફેરવવી કે ડાબે. તાળું ખૂલી પણ શકે અને બંધ પણ થઈ શકે. મોટા ભાગના લોકોના જીવનમાં ખરેખર તનાવ જેવું કશું હોતું જ નથી. તેમને એવું લાગતું હોય છે કે બસ આના સિવાય હવે જીવવા માટેનો બીજો માર્ગ છે જ નહીં. આત્મહત્યા જ એક રાજમાર્ગ હોઈ શકે. પરંતુ ખરેખર એવું હોતું જ નથી. હજુ થોડા દિવસ પહેલાં જ એક પ્રૌઢ વયના સજ્જન મળવા આવેલા. તેમણે મને કહ્યું કે, શ્રીરંગ અવધૂતજી મહારાજના ભક્તો શ્રીમતી અને શ્રી નાયકે વલસાડથી તેમને મોકલ્યા છે અને જીવનયાપનના મહત્ત્વના પ્રશ્ન સંબંધી તેઓ વાત કરવા માગે છે. તેમનો એક જ પ્રશ્ન હતો. જે કોઈ પણ પ્રકારની પૂર્વભૂમિકા બાંધ્યા વગર તેમણે તે પ્રશ્ન સીધો જ પૂછી નાખ્યો, "આત્મહત્યા કરવાથી શું પાપ થાય ? મનમાં ઇચ્છા થાય તો આત્મહત્યા કરવામાં વાંધો નહીં ને ?"...તેમને પાસે બેસાડીને આખી સમસ્યા શાંતિથી જાણવાનો પ્રયત્ન કર્યો. વાત એમ હતી કે તેઓ શિક્ષક હતા. આખુંયે જીવન પ્રામાણિકપણે જીવ્યા છતાં ગૃહસંસાર સદ્ધર થયો નહીં. બાળકો સુખી થાય તેવી ભાવનાથી બૅન્ક પાસેથી તથા ખાનગી પેઢીઓમાંથી લોન લઈને મકાન બાંધ્યું. છોકરાંઓને ભણાવ્યા. હવે મોટો છોકરો રૂ. ૩૫૦૦૦/- કમાય છે. સદ્ભાગ્યે બધા જ પૈસા પિતાશ્રીના હાથમાં આપી દે છે. પરંતુ તેમાંથી તેને પોતાના ધંધામાં દર મહિને રૂ. ૨૫૦૦૦/- ખર્ચો જોઈએ, તેથી બાપુજીના હાથમાં દસ હજાર રૂપિયા બચે. જેમાંથી ઘરખર્ચમાં છ હજાર વપરાય ત્યારે માત્ર ચાર હજાર જ લેણદારોને ચૂકવી શકાય. સમયસર પૈસા ચૂકવી શકાયા નથી તેથી હવે વ્યાજનું વ્યાજ વધતું ગયું છે. લેણદારો તકાદો કરે છે. બૅન્ક આ મકાન વેચી નાખશે તો અમો સડક ઉપર આવી જઈશું. આ બધું મારાથી કેમ જોવાશે ? વગેરે...

સમજાવટ પછી સમાધાન એવું આવ્યું કે બૅન્ક બંગલો વેચે તે પૂર્વે આપણે જ વેચી નાખવો. તેમાંથી દશ લાખ રૂપિયા મળશે. આઠ લાખમાં દેવું ચુકવાઈ જશે. બે લાખ ફિક્સમાં રાખવા. પછી ભાડાના મકાનમાં રહેવું.

ભાડાનું મકાન ત્રણ કે સાડાત્રણ હજારવાળું લેવું. તેથી દર મહિને ૫૦૦/- રૂપિયા ચોખ્ખી આવક હાથમાં રહેશે. ત્યારબાદ ધીરેધીરે બીજા છોકરાઓ કમાતા થાય ત્યારે તેઓ તેમની સગવડે સૌ સૌનાં મકાન બાંધી શકે તો બાંધે બાકી તમારા હાથમાં તો રૂપિયા બે લાખ જમા છે જ ! તેમાંથી તેના વ્યાજમાંથી તમો કોઈ પણ પ્રકારે ઓશિયાળા થયા વગર શાંતિનું આનંદભર્યું ભર્યુંભાદર્યું જીવન જીવી શકો છો. આત્મહત્યા નિવારી શકાઈ. સૌ ભાડાના મકાનમાં તનાવરહિત આનંદપૂર્ણ જીવન જીવે છે.

તનાવ એ કેન્સર નથી, જીવનસમજણ છે. આપણે આપણી જાતને ઓળખતાં શીખીએ તે આવશ્યક છે. આપણી આંખ સામે જે પરિસ્થિતિ ઊભી થઈ છે તે પરિસ્થિતિનું મૂલ્યાંકન એકને બદલે બીજી રીતે પણ કરી શકાય. તે માત્ર સાધુસંતો જ કરી શકે તેવું માનવાનું કોઈ કારણ નથી. મારે શિકાગોથી ભારત આવવાનું હતું. ભારતથી ત્રણેક દિવસ પૂર્વે ફોન આવેલો કે ફ્લાઈટ શીડ્યુલ ચેઇન્જ થયું છે. તે એક કલાક વહેલું ઊપડશે. Some how અમારો લોકલ ટ્રાવેલ એજન્ટ કહે 'No it's in time as in the ticket...અને અમો ફ્લાઇટ ચૂકી ગયા. હવે શું કરવાનું ? હાય હાય કરવાની. No. Not at all ! અમે એરપોર્ટ પર જ બીજા દિવસની બધી ફ્લાઈટ કનેક્શન સાથે કન્ફર્મ કરી. ઘેર આવ્યા. પીઝ્ઝા હટમાંથી પીઝ્ઝા માણ્યા. રાત્રે સૂતાં પૂર્વે ઝોરેસિકપાર્ક મુવી જોયું. સવારે લાંબું ચાલવા ગયા. જે કંઈ કામ પેન્ડિંગ હતું તે બધું પૂરું કર્યું. લાગ્યું કે શિકાગોમાં એક દિવસ બોનસનો મળ્યો. આવી રાહત અમોએ તથા અમારા યજમાનોએ બંને પક્ષે અનુભવી. એટલું જ માત્ર નહીં, તનાવ નથી ને ? બહાર તો રૂપાળા દેખાઈએ છીએ, ભલા અંદરનું કેમનું છે ? જોવા B.P. પણ મપાવડાવ્યું. બસ ૮૦°-૧૨૦° જ હતું. આપણી સામે જે સમયે જે પરિસ્થિતિ ઊભી થાય તે સમયે તે પરિસ્થિતિને સ્વીકારી શકીએ એટલે જંગ જીત્યા.

આમ આ પરિસ્થિતિને સ્વીકારવા માટે મનને પણ તાલીમ આપવી પડશે. શ્રીરામને રાજ્ય મળવાનું હતું. અભિષેક ન થયો. જંગલ મળ્યું. ત્યારે તેમણે કહ્યું, 'તાત દિન મોહે કાનન રાજુ.' પિતાશ્રીએ મને જંગલનું રાજ્ય આપ્યું. What a wonderful attitude ! આટલું કરવા માટે આપણે દવાખાને દાખલ થવાની આવશ્યકતા નથી જ.

અમારા એક મિત્ર ઇલેક્ટ્રિક કંપનીના ચીફ એન્જિનિયર હતા. તેઓ અનુશાસન પ્રિય હતા. તેથી લોકોને બહુ જ મુશ્કેલી લાગતી. લોકો કામ

પૂરું ન કરે અને પૂરો પગાર લઈને રાજી રહે તેવું તો સંભવ હતું જ નહીં. એક દિવસ સાહેબને ઉતારી પાડવા તેમની ઑફિસનો બધો જ સ્ટાફ નાના-મોટા સૌ મળીને જાણે સાહેબના બાપુજી મરી ગયા છે તેથી સ્મશાને જવા માટે જેવું ભારતમાં પૂર્વે બનતું હતું તેમ માથે ફાળિયાં, પછેડી, ટુવાલ ઓઢીને ગલીને નાકેથી પોક મૂકતા આવ્યા. સાહેબનું કમ્પાઉન્ડ ખાસું મોટું હતું. છેક તેમાં આવીને છૂટે મોંએ મન મોકળું કરીને રોવાનો લાંબો ઢોંગ કર્યો. સાહેબ તો ક્ષણવારમાં જ પરિસ્થિતિ કળી ગયા. તેમણે એક ટેબલ-ખુરશી મંગાવી તેના ઉપર શાંતિથી બેસીને કહ્યું કે, ''બહુ લાંબા સમયથી તમો સૌને ભેગા કરીને ખૂબ જ અગત્યની વાત ચર્ચવા માગતો હતો, પરંતુ કોઈ એક અથવા બીજા કારણોસર તમો સૌ ભેગા થવા માગતા જ ન હતા. પરંતુ આજે રજાના દિવસે તમે સૌ ખુશીથી મારે ત્યાં આવ્યા તેનો મને આનંદ છે. અને પછી તેમણે ઑફિસવર્ક, કામની ફાળવણી, નવા નીતિ-નિયમો, અનુશાસનની આવશ્યકતા અને તેનો ભંગ કરનારને અમુક પ્રકારનો દંડ મળશે તે બધી વાત ત્યાં જ કહી દીધી. What a great achievement ! માટે જ બાઇબલમાં કહ્યું છે કે, તમારી ઉપર જે પથરા ફેંકવામાં આવે તેને ભેગા કરીને તેમાંથી ઘર બાંધી લો. તે જ જીવન જીવવાની કળા છે.

પ્રામાણિક પ્રયત્નોથી, સતત જાગૃતિ અને અભ્યાસથી આપણે આપણા દૈનિક જીવનમાં નાની-નાની બાબતો વિષે જે અકળામણ થાય છે તે જૂની ટેવને સમૂળગું ખંખેરીને નવેસરથી, નવીન વિચાર પદ્ધતિ સભર જીવન જીવી જ શકાય છે. દુર્ભાગ્યે આપણા જીવનની મોટી સમસ્યા આપણે કોઈને પણ માટે બાંધેલા પૂર્વગ્રહો છે. સમય પરિવર્તનની સાથે આપણે આપણા દુરાગ્રહો, હઠ અને જૂની વિચાર ઘટમાળા તોડવી જ પડશે. મૂલ્યાંકનો અને નિષ્ઠા બદલવાની નથી. અભ્યાસ કરી તનાવ ઊભો થાય ત્યારે તેને હસી કાઢતાં શીખો. દૈનિક જીવનની દિનચર્યાનું શાંતિથી અંતરાવલોકન કરો. તનાવ ઉત્પન્ન કરનારાં બધાં પરિબળો ઉપર પહેરો મૂકો. તમારી શક્તિ, ક્ષમતા અને માનસિક શક્તિને વધુ સક્ષમ કરો. તમારી જાતને ઓળખો. પરિસ્થિતિને બદલતાં શીખો. ક્રમશઃ ધીરે ધીરે સમય જતાં તમો વધુ સબળ મનોબળવાળા અને તનાવરહિત વધુ સ્વસ્થ, વધુ પ્રસન્ન અને તનાવને સ્થાને આંતરિક આત્મસામ્રાજ્યનો આનંદ ઉપલબ્ધ કરી શકશો.

આ બધાંને માટે થોડાં આસનો, પ્રાણાયામ કરો. ખુલ્લી હવામાં ફરવાનું કે વહેલી સવારે ઊઠીને દૂર સુધી ફેલાયેલાં લીલાછમ ઘાસનાં મેદાનોમાં ચાલો.

શવાસન કરો, ધ્યાન કરો. સૂર્યોદય પૂર્વે પાછલી રાતની ટાઢકમાં શાંત ખુલ્લાં નીલા આકાશમાં તારાઓને નિહાળો. દૂર સુધી લહેરાતા ઊછળતા કાળા ડિબાંગ પાણીવાળા સમુદ્રને ખૂબ લાંબા સમય સુધી જોતા રહો. દરિયાકિનારે લાંબે સુધી ચાલો. મેઘધનુષના રંગો, કોમળ પાંખડીઓવાળાં પુષ્પો, પમરાટ કરતા ભ્રમરસમૂહ, ગુંજન કરતાં પક્ષીઓ અને કળા કરતા મોરને નીરખો. ટેક્ષાસ અને શિકાગોમાં તો અઢળક હરણો છે, તેમને જોયા જ કરો. તનાવમુક્ત જીવન મળશે.

શાંત બનીને દીવાઓની સામે સ્થિર થઈને બેસો. દીવાઓને જોયા જ કરો. આંખો થાકી જઈને બંધ થઈ જાય તો બંધ આંખોએ પણ તે દીવાઓની જ્યોતને જ જુઓ. આ પ્રયોગ સતત કર્યા જ કરો.

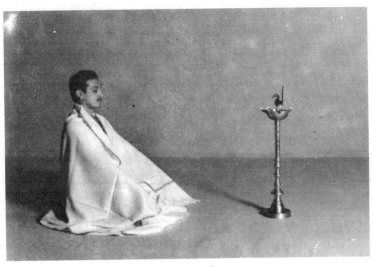

**ત્રાટક (આકૃતિ ૧)**

ત્યાર બાદ મનને તમારા બાળપણમાં લઈ જાઓ. બાલ્યાવસ્થાનો આનંદ ઊછળ-કૂદ, તેનો હર્ષ, મુક્તમને ખડખડાટ હસવું વગેરે યાદ કરો અને હસવાનું મન થાય તો ત્યાં બેઠાં બેઠાં જ હસો. ખૂબ હસો. નાચવાનું મન થાય તો નાચો. ગાઓ-આનંદો...ક્રમે ક્રમે બાળપણની સ્મૃતિઓને ફંફોસ્યા પછી યૌવનકાળને યાદ કરો. તમારું મઘમઘતું યૌવન, ઉલ્લાસ, ઉમંગ, આનંદ, વિનોદ, રોમાન્સ, જય-વિજય-પરાજય અને જો રડવાનું મન થાય તો જૂની

વાતોને વાગોળીને મન મોકળું મૂકીને રડી લો. ધ્રુસકે ધ્રુસકે. આંખોનાં આંસુ સાથે અંદરનો તનાવ પણ વહી જશે. જોરદાર વર્ષા પછીનું સવાર શાંત, સુંદર અને આલ્હાદક હોય છે તેવા તમો હવે હળવાફૂલ થઈ જશો. ત્યાર બાદ ખૂબ જ સ્વસ્થતાથી બેસો. તમારી અંદર શુભ, પ્રસન્ન તથા આનંદ પ્રદાયક જીવનને ઝંકૃત કરનારા પોઝિટિવ વિચારો ભરી દો. વિશ્વની ભવ્યતા, જીવનસૌંદર્ય, પ્રકૃતિની મહત્તા અને પળેપળના સદુપયોગના પ્રયત્નોમાં ગરકાવ થઈ જાઓ. તમારું જીવન નવપલ્લવીત થશે. તમો એક નૂતન માનવ, નૂતન મનન, ચિંતન અને નિદિધ્યાસન તમોને ખૂબ જ સ્વસ્થ, તન-મનથી દુરસ્ત અને જીવનની વાસ્તવિકતાના ઠોસ પાયા ઉપર સ્થાપિત કરશે. તમોને વરેલું હવે પછીનું જીવન આડંબરરહિત, કામના કે વાસનાથી પૃથક્, મોહ અને માયાથી રહિત, આત્માના આનંદનું સાચું જીવન, દિવ્ય જીવન હશે. ભવ્ય જીવન હશે. નક્કર જીવન હશે. તનાવરહિત જીવન હશે. ૐ શાંતિ.

❒

# ૨. તન-દુરસ્તી (Physical Fitness)

સાધારણ રીતે મોટા ભાગના લોકોની હકીકતથી ક્યાંય દૂરની એવી ભ્રામક સમજણ હોય છે કે તેમની તંદુરસ્તીનું સ્તર શું છે ? અને આમાંનો એક સમાજ કોઈ પણ પ્રકારની સ્પષ્ટ સમજણ વગર આડેધડ કંઈક ને કંઈક કોઈ પણ પ્રકારના વિચાર કે સ્વાસ્થ્ય સંબંધી જ્ઞાન વગર કસરતો કર્યા જ કરે; જ્યારે એક બીજો બહોળો સમાજ ગણતરીનો ખોરાક ખાય. જેમાં શારીરિક ક્ષમતા માટેની પૂરતી અને આવશ્યક કેલરીઝ ભાગ્યે જ હોય અને કસરતના નામમાં મીંડુ !! આ બંને વર્ગના લોકો દુર્ભાગ્યે પોતાની જાતને અલ્ટ્રાફીટ માનતા હોય છે. તે વળી નફામાં ખોટ ! તંદુરસ્તી એ હૃદયની કાર્યક્ષમતા અને માંસપેશીઓના બંધારણ તથા સૌષ્ઠવ આ બધું મળીને તેઓ શક્તિ ઉપાર્જન માટે કેટલો પ્રાણવાયુ વાપરે છે તેના ઉપર આધાર રાખે છે.

ટેક્ષાસ ખાતે વાકોમાં આપણા એક શુભેચ્છક શ્રી વામનરાય પંડ્યા ઉંમર ૭૨ વર્ષ, શાકાહારી, રાત્રે મોટેલના ડેસ્ક ઉપર કામ પર રહ્યા. સવારે જાતે જ ડ્રાઇવ કરીને બૅન્કમાં ગયા. પોતાને ઘેર આવીને પુત્રવધૂને કહ્યું, ‘લાગે છે કે મારું સ્વાસ્થ્ય આજ કંઈ જોઈએ તેવું બ્રાઇટ નથી.’ તેમની પુત્રવધૂએ કહ્યું, ‘પપ્પા ! રાતનો ઉજાગરો છે ને...તમારે થોડા આરામની જરૂર છે. થોભો ! હું ચા બનાવી લાવું.’ પરંતુ તે બહેન પાછી આવે તે પૂર્વે જ વામનરાય સોફામાં ઢળી પડ્યા હતા. આપણે આને મેસીવ હાર્ટએટેક કહી શકીએ. પરંતુ વધારે વજન વગરના, સપ્રમાણ દેહવાળા, સદા પ્રવૃત્તિશીલ, નિત્ય આસનો કે ધ્યાન કરવાના અભ્યાસી જીવનું હૃદય આકસ્મિક કેમ બંધ થયું ?

માનવજીવનમાં જેમનું શરીર છે, તેનો વિનાશ પણ છે. જે ઘડાનું નિર્માણ થયું તે ફૂટવાનો જ ! પરંતુ આપણે આપણા સ્વાસ્થ્ય સંબંધી કેટલા જાગ્રત છીએ તે તો આપણે વિચારવું જ પડે અને તે પ્રમાણે સભાનપણે શરીરની

કાળજી કરવી જ પડે આ સાથેનો આપણી તંદુરસ્તી સંબંધી વિગતવાર પ્રશ્નો લખી જણાવ્યા છે. આવો, શાંતિથી પોતાની જાતને આ નિજી જીવનચર્યાની છણાવટના ત્રાજવે મૂકો અને જુઓ કે આપણે ખરેખર દુરસ્ત છીએ ?

**પરીક્ષા-૧ : આરામદેહ અવસ્થામાં તમારી નાડીની પરિસ્થિતિ શું ?**

આરામદેહ અવસ્થામાં કરવામાં આવેલી નાડીપરીક્ષા તમારા હૃદયની કાર્યક્ષમતા જોવા-જાણવા માટે યોગ્ય માપદંડ છે. જેમ જેમ તમો વધુ તંદુરસ્ત થતા જાઓ કે થતા જશો તેમ તેમ તમારી નાડીની ગતિ વધુ ને વધુ ઓછી, સ્પષ્ટ અને નિયમિત થતી જશે. જ્યારે સવારે તમે ઊંઘમાંથી ઊઠો ત્યારે તમારી નાડી કેમ ચાલે છે તેની તપાસ કરવી જોઈએ, કારણ કે જેમ જેમ સૂરજ માથે આવતો જશે, તેમ તેમ શારીરિક અને માનસિક વિટંબણાઓ તમારા મનોરાજ્ય ઉપર ઘેરો ઘાલતાં જશે. અને તેની અસર તમારા હૃદયનાં સ્પંદનો ઉપર અવશ્ય થવાની જ. દરેક વ્યક્તિની નાડીની ગતિક્ષમતા ભિન્ન ભિન્ન જ હોય છે. તે છતાં પુરુષોના પ્રમાણમાં મહિલાઓના હૃદયના ધબકારા સહેજે થોડા વધુ જ હોય છે. હાથના કાંડાં ઉપર એટલે કે અંગૂઠાની નીચે નાડી અથવા તો કાનની નીચે, ગળા ઉપર કે જડબાંનાં હાડકાં તરફ પણ નાડીની ગતિ જાણી શકાય અને ત્યારબાદ પરીક્ષાપત્રકના પ્રશ્નોનો જવાબ આપો.

**આવશ્યક સૂચના :** જો તમો આ પરીક્ષાપત્રકના અયોગ્ય વિભાગમાંના ક્રમમાં આવતા હો તો સત્વરે તમારા ડૉક્ટરની સલાહ લો.

| પરિણામ | આરામદાયક સ્થિતિમાં નાડીધબકારની ગણતરી | | | | | | | |
|---|---|---|---|---|---|---|---|---|
| | પુરુષ | | | | સ્ત્રી | | | |
| ઉંમર | ખૂબ સરસ | સારું | યોગ્ય | અયોગ્ય | ખૂબ સરસ | સારું | યોગ્ય | અયોગ્ય |
| ૨૦-૨૯ | ૫૯ કે ઓછી | ૬૦-૬૯ | ૭૦-૮૫ | ૮૬+ | ૬૧ કે ઓછી | ૭૨-૭૭ | ૭૮-૯૫ | ૯૬+ |
| ૩૦-૩૯ | ૬૩ કે ઓછી | ૬૪-૭૧ | ૭૨-૮૫ | ૮૬+ | ૭૧ કે ઓછી | ૭૨-૭૯ | ૮૦-૯૭ | ૯૮+ |
| ૪૦-૪૯ | ૬૫ કે ઓછી | ૬૬-૭૩ | ૭૪-૮૯ | ૯૦+ | ૭૩ કે ઓછી | ૭૫-૭૯ | ૮૦-૯૮ | ૯૯+ |
| ૫૦+ | ૬૭ કે ઓછી | ૬૮-૭૫ | ૭૬-૮૯ | ૯૦+ | ૭૫ કે ઓછી | ૭૭-૮૬ | ૮૪-૧૦૨ | ૧૦૩+ |

**પરીક્ષા-૨ : તમારા હૃદયના ધબકાર કેટલી વારમાં ફરીથી સાધારણ સ્થિતિમાં આવે છે.**

આ ખૂબ જ સહેલો ઉપાય છે કે જેના વડે આપણે આપણા હૃદયની કાર્યક્ષમતા અને ધબકારને ભારે કામ કર્યા પછી ફરીથી સાધારણ સ્થિતિમાં કેટલી વારમાં મેળવી શકીએ, તે જાણી શકાય. આ પરીક્ષણથી એટલું સત્વરે જાણી શકાય કે તમારાં હૃદય અને ફેફસાં દ્વારા કેટલી ઝડપથી શરીરમાં પુન: આવશ્યક પ્રમાણમાં પ્રાણવાયુ પ્રાપ્ત થાય છે અને શરીરમાં પ્રાપ્ત આ પ્રાણવાયુ દ્વારા હૃદયની વધી ગયેલી ગતિ ફરીથી ધીમી પડી જઈને કસરત દરમિયાન વધી ગયેલી ગતિમાંથી કેટલી વારમાં સાધારણ થઈ જાય છે. આરામ પછીના તમારી નાડીના ધબકારા જો પહેલા પરીક્ષણમાં અયોગ્ય વિભાગમાં આવેલા હોય તો આ બીજી પરીક્ષા માટે પ્રયત્ન ન જ કરવો જોઈએ.

આઠેક ઇંચ ઊંચા પગથિયા ઉપર ચઢો. પાછા નીચે ઊતરી જાઓ. બંને પગ પગથિયાં ઉપર એક પછી એક મૂકવા આમ એક મિનિટના ચોવીસ વખતના હિસાબે ત્રણ મિનિટ સુધી કરો. ત્યાર બાદ તમારી નાડીના ધબકારની ગણના કરો. ત્યાર બાદ ત્રીસ સેકંડની વિશ્રાંતિ બાદ પાછી નાડીપરીક્ષા કરો અને ચાર્ટમાં આપણી યોગ્યતા કેટલી છે તે જુઓ. થોડાં અઠવાડિયાં યોગાભ્યાસ કર્યા પછી આ પરીક્ષા ફરીથી કરો. અને જુઓ કે નાડીધબકારની પુન: સાધારણ સ્થિતિ કેટલી વારમાં થઈ જાય છે. હૃદયની સાધારણ કાર્યક્ષમતા ઉંમરની સાથે સાથે નિમ્નસ્તરીય થતી જાય છે. માટે જેમ જેમ ઉંમર વધતી જાય તેમ તેમ ઝપાટાબંધ ચડ-ઊતર કે કામ કરવાની ગતિમાં થોડું ધીરે કરવાની ટેવ પાડવી જોઈએ.

**આવશ્યક સૂચના :** જો આવી કસરત કરતાં જો કોઈ પણ સંજોગોમાં તમોને થોડુંક પણ ગભરામણ કે ચક્કર જેવું લાગે, છાતીમાં દુ:ખાવો અથવા શ્વાસ અનિયંત્રિત થતો લાગે તો તાત્કાલિક કસરત બંધ કરી દો. શવાસનમાં વિશ્રાંતિ કરો. તબીબની સત્વરે સલાહ લો.

| પરિણામ | ૩૦ સેકંડમાં નાડીધબકારની પુન: સાધારણ સ્થિતિ | | | | | | | |
|---|---|---|---|---|---|---|---|---|
| | પુરુષ | | | | સ્ત્રી | | | |
| ઉંમર | ખૂબ સરસ | સારું | યોગ્ય | અયોગ્ય | ખૂબ સરસ | સારું | યોગ્ય | અયોગ્ય |
| ૨૦-૨૯ | ૭૪ | ૭૬-૮૪ | ૮૬-૧૦૦ | ૧૦૨+ | ૮૬ | ૮૮-૯૨ | ૯૩-૧૧૦ | ૧૧૨+ |
| ૩૦-૩૯ | ૭૮ | ૮૦-૮૬ | ૮૮-૧૦૦ | ૧૦૨+ | ૮૬ | ૮૮-૯૪ | ૯૫-૧૧૨ | ૧૧૪+ |
| ૪૦-૪૯ | ૮૦ | ૮૨-૮૮ | ૯૦-૧૦૪ | ૧૦૬+ | ૮૮ | ૯૦-૯૪ | ૯૬-૧૧૪ | ૧૧૬+ |
| ૫૦+ | ૮૩ | ૮૪-૯૦ | ૯૨-૧૦૪ | ૧૦૬+ | ૯૦ | ૯૨-૯૮ | ૧૦૦-૧૧૬ | ૧૧૮ |

**પરીક્ષા-૩ : વધુમાં વધુ તમારી સ્વસ્થતાપૂર્ણ સ્થિતિમાં નાડીધબકાર કેટલા ?**

જ્યારે તમે કસરત કરો છો ત્યારે તમારા હૃદયે વધુ ગતિથી લોહી શરીરમાં પહોંચાડવું પડે છે. આવી અવસ્થામાં જ્યારે તમે કસરત કરતા હો ત્યારે વચ્ચે વચ્ચે આ નાડીપરીક્ષણ કરતા રહો અને તમારી ક્ષમતાના આંકથી વધુ ધબકાર ન થાય તેનું ધ્યાન રાખો.

| પરિણામ | સ્વસ્થતાપૂર્ણ વધુમાં વધુ-ઉચ્ચતમ નાડી ધબકાર | | | |
|---|---|---|---|---|
| ઉંમર | ૨૦-૨૯ | ૩૦-૩૯ | ૪૦-૪૯ | ૫૦+ |
| પુરુષ | ૧૭૦ | ૧૬૦ | ૧૫૦ | ૧૪૦ |
| સ્ત્રી | ૧૭૦ | ૧૬૦ | ૧૫૦ | ૧૪૦ |

**પરીક્ષા-૪ : તમે કેટલા પ્રવૃત્તિશીલ છો ?**

આ પરીક્ષણથી તમો જાણી શકશો કે ખરેખર તમો કેટલા પ્રવૃત્તિશીલ છો ? તમોને ફાળવવામાં આવેલી સેવાઓ તમારી ક્ષમતા પ્રમાણે પર્યાપ્ત છે ? કે થોડું વધુ કામ કરી શકશો ?

૧. શારીરિક પ્રવૃત્તિ તમો કેટલે ગાળે કરો છો ? (શું એમાં અંગકસરત કે વ્યાયામ, યોગ, એરોબીક વગેરે પણ શામેલ છે ?) અને જો હોય તો તેવી અવસ્થામાં તમોને શ્વાસ ચઢી જાય છે ?

અ. અઠવાડિયામાં ચાર કે વધુ વખત.

બ. અઠવાડિયામાં બેથી ત્રણ વખત

ક. અઠવાડિયે એક વાર

ડ. અઠવાડિયે એકથી પણ ઓછું.

૨. તમે દરરોજ કેટલું ચાલો છો ?

અ. ત્રણ માઈલથી વધુ

બ. ત્રણેક માઈલ જેટલું

ક. એક માઈલથી પણ ઓછું

ડ. અડધા માઈલથી પણ ઓછું

૩. તમે કામ પર જતી વખતે કેવી રીતે જાઓ છો ?

અ. આખોય રસ્તો પગે ચાલીને/સાઇકલ ઉપર

બ. થોડું પગે ચાલીને/સાઇકલ ઉપર

ક. ક્યારેક પગે ચાલીને/સાઇકલ પર

ડ. જાહેર કે ખાનગી વાહનોમાં/કાર દ્વારા

૪. જ્યારે નિર્ણય કરવાનો આવે ત્યારે આપને આમાંથી શું પસંદ છે ?

અ. હંમેશાં દાદરા ચઢવા-ઊતરવાનું ગમે.

બ. કંઈક ઉપાડવાનું ન હોય તો જ દાદરાનો ઉપયોગ

ક. ક્યારેક જ દાદરાનો ઉપયોગ કરો છો.

ડ. લિફ્ટ બંધ હોય તો જ દાદરાનો ઉપયોગ

૫. સાપ્તાહિક શનિ, રવિની રજાઓમાં સાધારણ રીતે તમો શું કરો છો ?

અ. બગીચાકામ, ઘરની સાફ-સફાઈ કે વ્યવસ્થિત કરવું તે, નાનું-મોટું સાજુંસમું કરવું કે રમતગમત વગેરેમાં મોટા ભાગનો સમય.

બ. બે વખતમાં ભોજન સિવાય બાકી બેઠાં જ રહીએ એવું નહીં, કશુંક કરીએ.

ક. થોડુંક ફરી આવીએ.

ડ. આખો દિવસ પથારીમાં પડ્યા રહીએ, છાપાં-મેગેઝિન વાંચીએ કે ટી.વી. જોઈએ.

૬. કોઈ પણ પ્રકારનો બીજો વિચાર કર્યા વગર આમાંથી તમો શું કરો છો ?

અ. આખા દિવસના કામના અંતે ઘરકામ તો ચોક્કસ કરીએ.

બ. કંઈક ભૂલી ગયા હો તો તુરત ભાગો છો ?

ક. કંઈક ભૂલી ગયા હો તો સત્વરે બીજા કોઈને દોડાવો છો ?

ડ. જાતે ક્યાંય જવાનું હોય તો બેસીને ફોન કરો છો ?

**પરિણામ :**

તમારા પરિણામનો સરવાળો કરો.

અ માટે ૪ માર્ક્સ; બ માટે ત્રણ, ક માટે બે અને ડ માટે એક માર્ક.

જો તમોને ૨૦ કે વધારે માર્ક મળ્યા હોય તો તમે કુદરતી રીતે જ પ્રવૃત્તિશીલ છો અને સંપૂર્ણપણે દુરસ્ત છો.

પંદરથી વીસ માર્ક્સ મળે તો તમે પ્રવૃત્તિશીલ તો છો જ અને તંદુરસ્તી માટે તમે જાગૃત છો.

દશથી પંદર માર્ક મળ્યા હોય તો તમારી પ્રકૃતિ સુસ્ત છે. તમારે થોડી પ્રવૃત્તિ વધારવી જોઈએ.

દશથી ઓછા ગુણાંક મળ્યા હોય તો તેનો અર્થ એવો થયો કે તમો વધુ પડતા આળસુ છો. તમારે તમારાં જીવન અને પ્રવૃત્તિ સંબંધી જાગ્રત થવું જોઈએ. થોડીઘણી કસરત માટે દૈનિક જીવનમાં થોડો સમય અવશ્ય ફાળવો.

**પરીક્ષા-૫ : કોઈ પણ પ્રકારના માનસિક તનાવ વગર તમે શું કરી શકો ?**

નીચેના પ્રશ્નોમાંથી કોઈ એકનો જવાબ આપો અને તમારી તંદુરસ્તીનો સાચો ખ્યાલ મેળવો. તમારી જાતને તનાવમાં લાવ્યા વગર તમોને નીચેનાં કાર્યો કરતાં કેટલો સમય લાગે છે ?

૧. સમતલ ભૂમિ ઉપર ત્રણ માઈલ ચાલો.

અ. ૭૫ કે વધુ મિનિટ. બ. ૫૦ થી ૭૫ મિનિટ. ક. ૫૦ થી ઓછી મિનિટ.

૨. પાંચસો વાર તરો. (Swim)

અ. ૨૫ મિનિટ કે વધુ. બ. ૨૦ મિનિટ. ક. દશ મિનિટથી પણ ઓછું

૩. સમતલ ભૂમિ ઉપર એક માઈલ દોડો.

અ. પંદર મિનિટ કે વધારે. બ. નવથી પંદર મિનિટ. ક. નવ મિનિટથી પણ ઓછો સમય

**પરિણામ :**

જો તમો કોઈ પણ પ્રશ્નના જવાબમાં 'અ' ન લાવી શકો તો તમારે સત્વરે જ યોગાભ્યાસ, અંગકસરત કે ચાલવાની ટેવ પાડવી જ જોઈએ.

અ. જો તમે ગણતરીના સમયમાં ચોક્કસ કામ કર્યું હોય તો સારી જ વાત છે. છતાં 'KINDLY KEEP IT UP' આ જ સ્ફૂર્તિ જાળવી રાખો કે તમોને સ્વાસ્થ્ય સંબંધી કોઈ પરીક્ષા અઘરી લાગે જ નહીં.

બ. તમો સ્વસ્થ તો છો જ પરંતુ તમારે વધુ સારા થવા માટે પ્રયત્નશીલ તો રહેવું જ જોઈએ. ધીરે ધીરે વધુ લાંબું ચાલવાની અને ગતિ વધારવાનો પ્રયત્ન કરો.

ક. તમો તંદુરસ્તીની સારી ક્ષમતાનું ઉપાર્જન કર્યું છે. વધુ વિશિષ્ટ ક્ષમતા મેળવવા સતર્ક બનો.

બેઠાડુ જીવન કે ઊભાં ઊભાં જ કામ કરવાનું હોય તો ચરબી વધતી

જાય છે. પછી વજન ઉતારવા માટે લોકો અંધાધૂંધ ચાલે કે દોડે છે. આમ થવાથી ભૂખ વધુ લાગે છે અને ભૂખ વધુ લાગવાથી ખવાઈ તો વધારે જવાય જ છે. પછી લોકો હંમેશાં એવું કહેતા સંભળાય છે કે ચાલવા તો ખૂબ જઈએ છીએ પરંતુ વજનનો કાંટો ત્રણ મહિનામાં પણ કંઈ ફર્ક દેખાડતો નથી. આવી પરિસ્થિતિ રહી તો છએક મહિના પછી કાંટો વધુ વજન દેખાડશે, ઓછું નહીં અને આમ થવાથી આવેલી હતાશામાં માણસ વધુ ખાઉધરો અને વધુ શારીરિક અક્ષમ થઈ જાય છે. શરીરમાં ચરબી વધવાથી થતા વિકારો સંબંધી તો આપણે આ પૂર્વે વિગતથી વાતો કરી છે. છતાં પોતાની જાતનું સ્વ-પરીક્ષણ તો સ્વ-અધ્યયન તો કરતાં જ રહેવું જોઈએ. પોતાના સ્વાસ્થ્ય સંબંધી બાંધેલી ભ્રમણાઓ અને ભ્રાન્તિથી ભાગ્યે જ આપણે આપણું કલ્યાણ કરી શકીએ. માટે વાસ્તવિક જીવન જીવવું. સાચુકલા બનવું. દંભ અને આડંબરમાં પોતે કંઈક છે, તેવી ભ્રાન્તિમાં ધીરે ધીરે ચાલવું, ધીરે ધીરે બોલવું. જાહેરમાં માત્ર એકાદ બ્રેડની સ્લાઇસ કે થોડું સલાડ ખાઈ લેવું. પરંતુ અંગત રીતે દિવસ-રાતનો ભેદ જોયા વગર ખૂબ ઠાંસી ઠાંસીને જે સામે મળ્યું તે ખાવા કે પીવાની ટેવથી દાંત ખરાબ થવાના જ, પેટ પણ ખરાબ થશે. શરીરમાં સુસ્તી આવશે. ચરબી વધશે. શારીરિક સ્થૂળતા, માનસિક ઉદાસી અને જીવન પ્રત્યે નિરસતા ઉત્પન્ન થશે.

**વિપરિતકરણી મુદ્રા**
**(આકૃતિ-૨)**

આ વિટંબણા માનસિક તનાવ, બ્લડપ્રેશર અને ચિંતા તથા જીવનની સિક્યોરિટી વગરની અવસ્થાથી આત્મહત્યાના વિચારો કે પેપ્ટીક અલ્સર, ડાયાબિટીસ, અસ્થમા, લીવરમાં એબ્સેસ વગેરે કંઈ પણ થઈ શકે.

માટે સવારે સૂર્ય ઉદય પૂર્વે ઊઠવાની ટેવ પાડો. વિશ્વની શાંતિ અને સમૃદ્ધિ માટે પ્રાર્થના કરો. થોડું ચાલી આવો. તે પૂર્વે ચારેક ગ્લાસ સાદું પાણી પીઓ. કુદરતી હાજત આવે તો સારું, અન્યથા દાંત સાફ કરી થોડું દશથી પંદર મિનિટ શાંતિથી ધ્યાનમાં બેસો. વીસથી

**શિવાનંદ પ્રાણાયામ (આકૃતિ-3)**

ચાળીશ ૐકારના દીર્ઘ ઉચ્ચારણ, થોડી ફ્લેક્સિબિલિટીસ, ચારથી છ સૂર્યનમસ્કાર, આવડતાં હોય તો શીર્ષ અને સર્વાંગ તથા મત્સ્યાસન; કશુંયે ન આવડતું હોય તો વિપરીત કરણી મુદ્રા તો સહેજે કોઈ પણ કરી શકે. આ બધાના અંતે પાંચેક મિનિટ શિવાનંદ પ્રાણાયામ અને પાંચેક મિનિટનું શવાસન કરો.

સ્વસ્થતા તમોને શોધતી આવશે. યોગનું જીવન સંતુલિત જીવન છે. કસરત કરો તો કર્યા જ કરો. ન કરો તો ન જ કરો. ખાય તો અકરાંતિયાની જેમ ખાય. જાણે ટીડ પડ્યાં કે ભૂંડ છૂટ્યાં. અને ન ખાય તો ન જ ખાય. આવું અસંતુલિત જીવન સ્વાસ્થ્ય માટે હિતકારક નથી. પોતે જ પોતાના વ્યાપાર-ધંધાને ધ્યાનમાં રાખીને જીવન સંતુલન માટેનું સમયપત્રક બનાવવું જોઈએ.

તમારા જીવનના તમો શિલ્પી છો.

તમારા જીવનના મિત્ર કે શત્રુ તમો જ છો. પહેલાં નાનીનાની ભૂલો થાય તો પાછળના જીવનમાં પહાડ જેવી ભૂલ થઈને આવતી હોય છે. માટે આપણે જ આપણા જીવનના ભોમિયા બનીએ. તંદુરસ્તી તમારો જન્મસિદ્ધ અધિકાર છે. તન-મન દુરસ્ત રાખો. તમારા જીવનમાં પામેલી પ્રસન્નતા નિકટના જીવનને પણ પ્રેરણા આપશે જ. સુગંધિત કરશે જ. ૐ શાંતિ.

❏

# ૩. આપણી આંખો (Our Eyes)

આપણાં શરીરમાં આપણી આંખો જ સૂક્ષ્મતત્વસભર પરમ વિકસિત ઇન્દ્રિય છે. આપણી ચોપાસના વાતાવરણની નાનામાં નાની વાતોને, વસ્તુઓને બારીકાઈથી નિહાળીને મન સુધી પહોંચાડવાનું કામ તથા દશ્યને જોયા પછી મનની અનુભૂતિને બહાર પ્રદર્શિત કરવાનું કામ આપણી આ આંખો કરે છે. આપણી આંખો, સારસંભાળ, સુરક્ષા તથા જ્યારે સૂરજ આકરો ઉતાવળો બળબળતો હોય કે આંખો લાંબાગાળા સુધી કોઈ એક જ કામમાં રોકાયેલી હોય ત્યારે ખૂબ જ આવશ્યક સાવધાની અને સાવચેતી માગે છે. આ બધાંથી વધારે ખાસ કરીને દર ચાર-છ મહિને ઓછામાં ઓછું દર વર્ષે તો તેની જોવાની ક્ષમતા સંબંધી તપાસ તો થવી જ જોઈએ. ખાસ કરીને બાળકો માટે આ અત્યંત અગત્યની વાત છે.

માથાની ખોપરીનાં હાડકાંઓથી આંખો સદા સુરક્ષિત રહે છે. આંખોની પલક અને પાંપણોથી બહારથી આવતી ગંદકી અથવા તો અવાંછનીય તત્ત્વોથી આંખો રક્ષાયેલી રહે છે. બંને આંખોની પાંપણોના ઉપરના ભાગમાં અંદરને ખૂણે લેક્રીમલ ગ્રંથિ રહેલી હોય છે. આમાંથી જ આંસુ સરતાં હોય છે, જે ખારાં હોય છે અને જંતુરહિત તથા જંતુનાશક હોય છે. જ્યારે આપણે પાંપણ ઉઘાડ બંધ કરીએ ત્યારે આ આંસુ આંખોને એક છેડેથી બીજે છેડે ફરી વળે છે અને આંખોને ચોખ્ખી રાખે છે. ભીની રાખે અને ચેપી રોગોથી મુક્ત રાખે છે. જ્યારે આપણે રડી પડતાં હોઈએ અને હૃદયવેદના પછી આંખોમાંથી જે આંસુ સરતાં હોય છે તેની નીક નાકમાં થઈને પણ નીકળતી હોય છે.

આંખો ગોળાકાર છે. ત્રણ જોડી સ્નાયુઓ કે જેઓ એકમેકના સુમેળમાં કામ કરે છે તેના વડે આ આંખો ચકળવકળ ચકળવકળ ગોળ ગોળ ફરી શકે છે. આ ગોળ ડોળાની વચ્ચે એક છિદ્ર છે તેને પ્યુપીલ કહેવામાં આવે

છે. તેની મદદથી આપણે જોઈએ છીએ. આઈરીસના મસલ્સ દ્વારા જ આ પ્યુપીલની સાઇઝ નાનીમોટી થાય છે કે જેથી રેટીના ઉપર આવતાં પ્રકાશ-કિરણોનું નિયંત્રણ કરી શકાય. આ રેટીના આંખોમાં પાછળની તરફ છે. પ્રકાશસ્પંદનોના અણુઓ રેટીના ઉપર પરાવર્ત થઈને બ્રેઇન સાથે જોડાયેલ ઑપ્ટીક નર્વ પર પ્રતિબિંબિત થાય છે કે ત્યાં આપણે તેને દષ્ટિના નામથી ઓળખીએ છીએ. આઈરીસ અને પ્યુપીલની બરોબર પાછળ એક પારદર્શક અને સ્થિતિસ્થાપક ઇલાસ્ટિક લેન્સ જેવું સીલીયરી બોડી સાથે જોડાયેલું હોય છે. આ સીલીયરી બોડીમાં રહેલ મસલ્સ દ્વારા જ આંખોને દશ્યના પદાર્થ ઉપર એક કેન્દ્રિત કે ફોક્સ કરવા માટે જે લેન્સ છે તેને જાડો કે પાતળો કરવામાં સહાય મળે છે.

**આંખોની તપાસ**

મારા સંન્યાસને હવે ચોંત્રીસ વર્ષ થઈ ગયાં; પણ બાળપણ હજુ સ્પષ્ટપણે યાદ છે. મોસાળમાં બધાંની આંખો બહુ કાચી. તેમનાં જીન્સ મને પણ ઓછેવત્તે અંશે મળેલ જ છે. નાની ઉંમરમાં ભાગદોડ, રમતગમત કરતાં પગમાં ઠેબાં બહુ આવતાં. પૂજ્ય બાપુજીના મોટા ભાઈ (કાકાના દીકરા) ડૉક્ટર હતા. તેમના ફઈ-મામાના કઝીન્સ બધા જ ડૉક્ટરો–આંખના, દાંતના બધા જ. તેઓ ડૉ. મહેન્દ્રભાઈ મંકોડી (હાલ ઉ.વ. ૯૪, ફ્લોરિડામાં છે.) સાહેબ પાસે જામનગરની ઈરવીન હૉસ્પિટલ (હાલ ગુરુનાનક હૉસ્પિટલ)માં અમારી આંખોની સૌથી પહેલી તપાસ કરવામાં આવેલી. મારી ઉંમર સાત વર્ષની હતી. મારી સાથે મારા ફર્સ્ટ કઝીન (ફોઈનો દીકરો) મયૂર દેસાઈની આંખો પણ જોવાની હતી. ડૉક્ટરના કંપાઉન્ડર બાબુલાલ હતા. તેમણે અમારી આંખોમાં દવાનાં ટીપાં નાખીને એક કલાક સુધી આંખો બંધ રાખીને બેસવાનું કહેલું. આવું તો ક્યાંથી થાય ? 'એક બ્રહ્મચારી – સો વાંદરા બરોબર'. અમોએ કેટલી વાર આંખો ખોલ-બંધ કરી હશે તે યાદ નથી, પરંતુ આંખોની તપાસ માટે દૂર જે પાટિયું વંચાવવામાં આવતું તે અમોએ ગોખી કાઢેલું. હજુ પણ તે યાદ છે. કાબા કા ભટ્ટજી. જાયફળનો દરવાજો. ફણસનું ઝાડ, તલવારની મૂઠ... કલાક પછી ડૉક્ટર સાહેબે અમોને ચશ્માં પહેરાવેલાં. જમણી આંખ ઉપર કાળો કાચ મૂકીને તે આંખ બંધ કરીને ડાબી આંખથી વાંચવા કહેલું અને અમે કડકડાટ બોલી ગયેલા...'કાબા કા ભટ્ટજી' વગેરે તેઓ રાજી

થયેલા. પછી ડાબી આંખ ઉપર કાળો કાચ મૂકીને તે આંખથી જોવાનું બંધ કરીને જમણી આંખથી વાંચવાનું કહેલું...'કાબા કા ભટ્ટજી' તુરંત જ દોહરાવાયું. ડૉક્ટર પામી ગયેલા. તેમણે બંને આંખો ઉપર કાળા કાચ મૂકીને પાટિયું ફેરવી નાખ્યું. બીજું વાંચન મૂકેલું. પછી કહ્યું, 'હવે વાંચો...' અને અમારા 'કાબા કા ભટ્ટજી' સાંભળીને તેમણે કાન આમળીને માથામાં ધોલ મારેલી કે જેને માટે અમારી લાયકાત હતી જ !

આપણી આંખો સારી હોય તોપણ વર્ષે-દોઢ વર્ષે આંખોની પૂરેપૂરી તપાસ થવી જ જોઈએ. અને વચ્ચે કંઈ અણઘટતું થાય તો સત્વરે જ આંખોની તપાસ થવી જ જોઈએ કે જેથી દૃષ્ટિમાં કંઈ પણ ફેરફાર થયો હોય તો તેની તાત્કાલિક સારવાર થઈ શકે.

જોકે મોટા ભાગના લોકો આંખોની કોઈ પણ પ્રકારની તકલીફ તપાસ, બીમારી કે ચશ્માં વગર સાધારણ પણ સુરેખ જીવન જીવી જાય છે. પરંતુ બધાંની આંખો એકસરખી ન હોય. સમાજના એક વિશાળ ભાગને પોતાની આંખો તપાસીને સરખું જોઈ શકાય માટે ચશ્માં પહેરવાં જરૂરી હોય છે. આંખોની વિટંબણા વિકસે કે વકરે તે પૂર્વે યોગ્ય સમયે તપાસ થાય તો માણસની દૃષ્ટિનું જતન કરી શકાય તો આંખોને અંધાપો આવતાં બચાવી શકાય.

આંખોના ડૉક્ટર આંખોની તપાસ વખતે બંને આંખો એકમેકની પૂરક છે કે નહીં તેની તપાસ કરે છે (બાઈનોક્યુલર વીઝન). ત્યાર બાદ આંખોને અંદર અને બહારથી જુએ છે કે તપાસે છે. આંખોની અંદરના દબાણનું માપ પણ કાઢે છે. ખાસ કરીને ચાળીસ વર્ષની ઉંમર પછી તો આ તપાસ કરાવતાં જ રહેવું જોઈએ અને પરિવારમાં કોઈ પણ આંખોમાં જાળાં, પરવાળાં હોય તો તેમના પરિવારના નાની ઉંમરના લોકોને પણ ગ્લુકોમા (glaucoma) થઈ શકે છે. આનાથી આંખોમાં ખૂબ જ ભયજનક દબાણ ઊભું થાય છે. આ સિવાય આંખોના ડૉક્ટર, આંખોની પહોળાઈ, દૃષ્ટિક્ષમતા અને રંગ પરખવાનું પરીક્ષણ પણ કરે છે. અનેક બાળકો સાત કે આઠ વર્ષની ઉંમરનાં હોય ત્યારથી જ તેઓ કલર બ્લાઇન્ડ હોય છે. ભારતમાં તો રતાંધળાં (રાત્રે ન જોઈ શકે તેવાં) બાળકોની ટકાવારીનો પાર નથી, માટે બાળપણથી જ આંખોની તપાસ અને સારસંભાળ ખૂબ જ આવશ્યક છે.

સાધારણ દૃષ્ટિથી સ્વસ્થતાનું માપ ૨૦/૨૦થી કાઢવામાં આવે છે. તેનો અર્થ એ થયો કે ૨૦ ફૂટના અંતરેથી તમો નક્કી કરેલા ચાર્ટને વાંચી શકો

છો. ૨૦/૩૨ના માપનો અર્થ એ થયો કે ૩૨ ફૂટના અંતરે રહેલ ચાર્ટને કે જેને બીજા લોકો વાંચી શકે છે, કદાચ તમો ૨૦ ફૂટના અંતર સુધી જ વાંચી શકતા હો.

**આંખોનો તનાવ**

આંખોની ચોપાસ રહેલ મસલ્સ જ્યારે થાકી જાય ત્યારે આંખો ખૂબ જ શ્રમિત અને લાલ થઈ જતી હોય છે. સૂર્યના આકરા તાપ, બરફ કે ટેલિવિઝન જોઈને પણ આંખો ખૂબ જ શ્રમિત થતી હોય છે. આછાપાતળા કે ઝાંખા પ્રકાશમાં વાંચવાથી પણ આંખો થાકી જાય તેવું બની શકે. માટે આંખોના રક્ષણ માટે આવશ્યક પ્રકાશ હોવો ખૂબ જ આવશ્યક છે. સૂતાં સૂતાં વાંચીએ, ચાલુ ટ્રેન કે પ્લેન અથવા કાર-બસ વગેરે ચાલતાં હોય ત્યારે વાંચીએ કે લખીએ તેથી આંખો ઉપર તનાવ વધતો હોય છે. આનાથી આંખો ઉપર કાયમી સમસ્યા ઊભી થાય તેવું નથી, પરંતુ લાંબા કાળ સુધી લખતાં, વાંચતાં, ટેલિવિઝન જોતાં આંખો થાકી જાય ત્યારે થોડા હલકા-નવસેકા મીઠાવાળા ગરમ પાણીથી આંખો ઉપર જાલક મારો. આઈવૉશ કરો. આંખોને રાહત રહેશે. આંખો લાલ નહીં થઈ જાય. આંખો થાકી નહીં જાય. આંખોને તનાવ નહીં આવે. (ભારતમાં ખાસ કરીને વલસાડ, નવસારી બેલ્ટમાં આંખો ધોવા માટે સ્વમુત્ર ચિકિત્સાનો પ્રયોગ પ્રચલિત છે. મેં જાતે આ પ્રયોગ કરેલો છે. તેનાથી આંખોની કાર્યક્ષમતા વધે છે. ભારતના દિવંગત વડાપ્રધાન સ્વ. મોરારજીભાઈ સ્વમુત્ર ચિકિત્સાના હિમાયતી હતા. વલસાડના સુપ્રસિદ્ધ નેત્ર વિશેષજ્ઞ ડૉ. પરાગજી દેસાઈ દ્વારા તથા પરદેશમાં પણ યુરીન થેરાપી ઉપર અનેક પુસ્તકો લખાયેલાં છે. મોડર્ન વિજ્ઞાન અને માણસો આ બાબત હાંસી કરે તેવું બને; પરંતુ જે લોકો નિયમિત સ્વમુત્ર ચિકિત્સાનો અભ્યાસ કરે છે તેઓની આંખોની જાળવણી દીર્ઘકાળ પર્યંત વધુ સારી રહ્યાના દાખલા છે.)

**આંખોની સમસ્યા**

જ્યારે પ્રકાશ રેટીના ઉપર આવવાને બદલે તેની અંદર પ્રવેશ કરી જાય ત્યારે દૂરનું દશ્ય ધૂંધળું દેખાય તેને માયોપીયા કે 'Nearsight-tedness'ના નામે ઓળખવામાં આવે છે. આ પરિસ્થિતિ મોટો હાઉ નથી. આને કોન્કેવ લેન્સ દ્વારા સુધારી લેવામાં આવે છે અને આ પ્રકારનાં ચશ્માં પહેરવાથી વિશાળ ફલક ઉપર જોવાનું સરળ બને છે.

પરંતુ જ્યારે પ્રકાશ કિરણો રેટીનાની પાછળ પડે ત્યારે દૂરનું દશ્ય ખૂબ જ સ્પષ્ટ દેખાય પરંતુ નિકટના દશ્યને જોવું હોય તો એકદમ વિચિત્ર એટલે કે બે-ચાર ધૂંધળાં દશ્યો ઉપરાઉપરી પ્રકટે તો કેવો તાલ થાય તેવી સ્થિતિ સર્જાય, તેને હાયપર મેટ્રોપીયા અથવા તો 'Farsightedness' કહેવામાં આવે છે. આંખોની આ પરિસ્થિતિને કોન્વેક્ષ લેન્સ મૂકીને સુધારી શકાય છે. તેના ઉપયોગથી નજદીકનું કામ કરવાનું કે જોવાનું સરળ બને છે, તેથી મોટા ભાગના લોકો ચશમાંનો ઉપયોગ કાયમી ધોરણે કરે છે. જેમ જેમ ઉંમર વધતી જાય તેમ તેમ આંખોની કાર્યક્ષમતામાં ઓટ આવે છે. ફોક્સીંગ પાવરની ન્યૂનતાને કારણે ૪૨-૪૫ની ઉંમરમાં બેતાલાં આવ્યાં એવું આપણે કહેતા હોઈએ છીએ અને ચશમાં કાયમી આવશ્યક થઈ જાય છે.

જો કોર્નીઆ સંતુલિત ન હોય તોપણ જોવામાં થોડીઘણી મુશ્કેલી તો પડે જ છે અને તેને disorted vision કે એસ્ટીગ્મેટીઝમના નામે ઓળખવામાં આવે છે. તેને માટે કાયમી ધોરણે ચશમાં પહેરવાં જરૂરી છે.

અમારા એક મિત્રની આંખો કમળ જેવી સુંદર અને સંપૂર્ણ વિકસિત એવી સુંદર છે, પરંતુ તેઓ ડાબી આંખથી જ લખી-વાંચી શકે છે. જમણી આંખથી નિકટ કે દૂરનું બધું દેખાય ખરું પરંતુ સ્પષ્ટ નહીં. તેમની ઉંમર નાની હતી ત્યારે ડૉક્ટરે તેમને સલાહ આપેલી કે તમારી ડાબી આંખ બંધ રાખીને તમારું બધું જ દૈનિક કાર્ય ડોમેસ્ટીક વર્ક જમણી આંખથી કરવું. નહીં તો તમારી જમણી આંખ આળસુ થઈ જશે અને તે પ્રમાણે જ થયું. તેમની જમણી આંખ તદ્દન આળસુ થઈ ગઈ. આ પરિસ્થિતિને એમ્બ્લાયોપીઆ કહેવામાં આવે છે. આ થાય ત્યારે આંખો long કે short સાઇટેડ થઈ જાય અને જો આંખો ત્રાંસી ''squint'' હોય તો આંખોની ખોડ-ખાપણને કારણે જે દશ્ય દેખાય છે, તે સ્પષ્ટ ન હોય ત્યારે તેને જોવા માટે જ્ઞાનતંતુઓ કે મગજે બહુ જ દબાણ કરવું પડતું હોય છે. આ વારંવાર કરવામાં આવતા દબાણને કારણે પણ આંખો ત્રાંસી થઈ જતી હોય છે. આનું પ્રમુખ કારણ પણ પેલી આળસુ આંખ જ છે. આવી પરિસ્થિતિમાં નાનપણથી જ યોગ્ય અને આવશ્યક તબીબી સારવાર કરાવવી જોઈએ. થોડી આંખોની કસરત, ડૉક્ટરી સહાય, યોગ્ય ચશમાં વગેરેથી આંખોની સારસંભાળ થઈ શકે છે. અહીં આવશ્યક હોય તો ઑપરેશન પણ જરૂરી બની રહે છે.

આંખોની અંદરના લેન્સ વાદળછાયા બની જાય ત્યારે રેટીનામાં જેટલા પ્રમાણમાં પ્રકાશ પહોંચવો જોઈએ તે ન પહોંચે કે ક્રમશઃ ઓછો થતો જાય

ત્યારે ૬૫ વર્ષથી મોટી ઉંમરના ૯૦% લોકોને આ મુશ્કેલી ઊભી થતી હોય છે. ત્યારે ઑપરેશન કરીને આ રોગી લેન્સને કાઢી નાખવા પડે છે. તેને આપણે મોતિયો ઊતરાવ્યો તેવું કહીએ છીએ.

આ બધા ઉપરાંત સૌથી વધુ આંખોનો કોઈ ચેપી રોગ હોય તો તે કન્જક્ટીવાઇટીસ (conjunctivities or Pink eye) છે. એક વ્યક્તિને આ સમસ્યા હોય તો હવાના સ્પર્શમાં નિકટની વ્યક્તિને આ બીમારી થવાની પૂરી સંભાવના ખરી. આંખોની પાંપણ અને પલકમાં થતી કોઈ ચેપી રોગની અસરથી આ રોગ ફેલાય છે. મોટે ભાગે બીમારી, બેક્ટેરિયા અથવા વાઇરસના ઇન્ફેક્શનથી જ થવાની સંભાવના હોય છે.

જે લોકો VDT અથવા તો કમ્પ્યૂટર સ્ક્રીન ઉપર જ કામ કરે છે. તેમણે સૌને આંખો થાકી ગયાની અનુભૂતિ થાય છે. આંખોની જે માંસપેશીઓ જોવા માટે સતત ઉપયોગમાં આવે છે તેમના થાકી જવાથી આમ થવાની સંભાવના ખરી. તેથી જો ખરેખર ૨૦ મિનિટ સુધી સળંગ કમ્પ્યૂટરના પડદા ઉપર કામ કરવામાં આવે પછી પાંચેક મિનિટ સુધી આ પડદા પરના જોવાના સિવાયનું તદ્દન જુદું જ કાર્ય કરવાથી આંખોને વિશ્રાન્તિ મળે છે. સતત સળંગ બે-ત્રણ કલાક આ પ્રકારે કામ કર્યા પછી કામનો પ્રકાર બદલી નાખવાથી આંખો થાકી નહીં જાય. મસલ્સ ટેન્સમાં નહીં આવે અને આંખોની જાળવણી થશે તે નફામાં. તેમ છતાં પણ જો VDT અથવા કમ્પ્યૂટર પર કામ કરતાં માથું દુ:ખે, આંખો બળે, આંખોમાં બહુ પાણી પડે, ચીપડા આવે, લાલ થઈ જાય તેવું થાય તો તબીબી સલાહ મુજબ આઈવૉશ કે આંખોમાં દવા કે જરૂર હોય તો આંખો દેખાડીને આવશ્યકતા મુજબના નંબરનાં ચશ્માં પહેરવાં જોઈએ.

**આંખો પર ચશ્માં પહેરતાં નીચેની વાતો ધ્યાનમાં લેવી :**

- Lightweight પ્લાસ્ટિકની ફ્રેમનાં ચશ્માં પહેરવાં. તેની ફ્રેમ તૂટે નહીં તેવી કે આપણે ભૂલથી તેના ઉપર બેસી જઈએ તોપણ પાછી મૂળ સ્વરૂપમાં આવી જાય તેવી લેવી.

**તડકાનાં ચશ્માં**

- પોલોરાઇડ ગ્લાસથી આંખો ઉપર ગ્લેર તો ઓછો થાય છે, પરંતુ કારનું Wind Shield બહુ જ Blotchy દેખાશે.
- ફોટો સેન્સિટીવ લેન્સ પ્રકાશની સાથે બંધબેસતાં થઈ જતાં હોવા છતાં તે પહેરીને ડ્રાઇવ કરવાનું દુષ્કર છે. જો બ્રાઇટ સનલાઇટમાં તમો ડ્રાઇવ

કરો ત્યારે તે ગ્લાસ કાળા પડી જવાના અને તે સમયે જો તમારે અંધકારવાળાં ગરનાળાં કે ટનેલમાં ડ્રાઇવ કરવાનું હોય તો અકસ્માતે જ અંધારામાં વધુ અંધારું તમોને આંધળાભીત કરી મૂકશે. આવી પરિસ્થિતિમાં ડ્રાઇવ કરવાનું સહેજે ઉચિત નથી જ.

**અરીસા જેવાં ચશ્માં**

- પરાવર્તિત પ્રકાશ વિકિરણોથી આંખોની રક્ષા કરે છે અને બરફમાં સ્કીઇંગ કરતાં તથા પાણી પરની પોલોવૉટર રમતગમતમાં વધુ ઉપયોગી તથા સહાયપ્રદ છે.
- રમતગમત માટેનાં ચશ્માંની ડિઝાઇન એવા પ્રકારની બનાવવામાં આવેલ છે કે તેઓ Shatterproof લેન્સનાં છે અને રમતગમત સમયે આંખોની જાળવણી કરે છે.
- વેલ્ડિંગ કરતી વખતે કે આગની સાથે કામ કરતી વખતે પહેરવાનાં રક્ષણ કરનારાં ગોગલ્સ જુદા જ પ્રકારનાં હોય છે અને જે-તે કામ કરતી વખતે પહેરવાને માટે ખૂબ જ જરૂરી છે કે જેથી ધાતુનું વેલ્ડિંગ કરતાં તણખા કે ધાતુ આમતેમ ઊડે નહીં અને અલ્ટ્રાવાયોલેટ કિરણોથી પણ રક્ષણ કરે.

**યોગ દ્વારા સુરક્ષા**

૧. આંખોની સુરક્ષા માટે યોગાભ્યાસમાં સૂક્ષ્મ વ્યાયામમાં આંખોનો વ્યાયામ સૂચવવામાં આવેલો છે. તેમાં આંખોને સીધી લાઇનમાં નીચે, આડી લાઇનમાં જમણે ડાબે, ગુણાકારની જેમ ત્રાંસે જમણે ઉપર ડાબે નીચે, પછી ડાબે ઉપર જમણે નીચે. ત્યાર બાદ અડધું વર્તુળ ડાબેથી ઉપરથી જમણી નીચે, જમણેથી ઉપર લઈ જઈને ડાબે નીચે. ત્યાર બાદ અડધું વર્તુળ નીચે, જમણેથી ડાબે, ડાબેથી

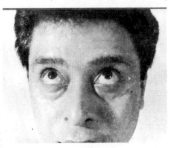

**(આકૃતિ-૪A)**

જમણે અને અંતે આખું વર્તુળ ક્લોકવાઇસ અને એન્ટીક્લોક વાઇસ. ત્યાર બાદ જમણો હાથ જમીનથી સમાંતર રાખીને પહેલી આંગળી

Index finger ને જ માત્ર એકીટસ જોવી. ધીરે ધીરે આ આંગળીને નાક સુધી લાવવી. આમ થવાથી આંખોની એક્સેન્ટ્રીક કસરત થશે.

હવે આંખોને દસ-બાર વખત ઉઘાડ-બંધ કરો. ત્યાર બાદ બંને હાથોની હથેળી સામસામે ઘસીને આંખો ઉપર ઉષ્મા આપો. પામીંગ કરો.

આ તમામ પ્રક્રિયાની વચ્ચે વચ્ચે દશબાર સેકંડ સુધી આંખોને બંધ રાખી વિશ્રાન્તિ આપવી.

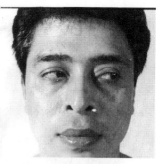

(આકૃતિ-૪B)

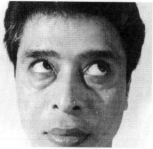

(આકૃતિ-૪C)

૨. શીર્ષાસનના અભ્યાસથી આંખોને જબરી શક્તિ મળે છે. જો સર્વાઇકલ સ્પોન્ડીલોસીસ કે હાઇમાયોપીઆ ન હોય અથવા તો હાયપર ટેન્શન ન હોય કે સ્ત્રીને ગર્ભમાં બાળક ન હોય તો

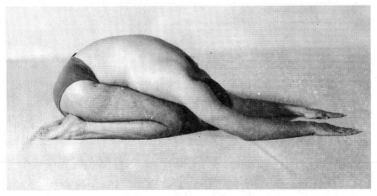

શશાંક આસન (આકૃતિ - ૫)

શીર્ષાસનનો અભ્યાસ અવશ્ય કરવો.

શીર્ષાસનના અભ્યાસ પછી તુરત જ બેઠા કે ઊભા ન થઈ જવું. થોડી વાર સુધી શશક આસનમાં વિશ્રાન્તિ અવશ્ય કરવી.

૩. જે લોકો શીર્ષાસન ન કરી શકે તેઓ સર્વાંગ આસન કે વિપરીત કરણી મુદ્રાનો અભ્યાસ કરે. તેમને પણ આંખોના રક્ષણ અને કાર્યક્ષમતામાં વૃદ્ધિનો વિશાળ ફાયદો થાય છે.

૪. પેટમાં કબજિયાત રહેતી હોય તેવા લોકોની આંખો વધુ ખરાબ થાય છે. માટે પેટ હંમેશ દરરોજ ખુલાસા બંધ સાફ આવે તે જરૂરી છે. તે માટે યોગમુદ્રા, જમ્યા પછી વજ્રાસન, સવાર-સાંજ શીતલી પ્રાણાયામનો અભ્યાસ અવશ્ય કરવો.

૫. ભ્રમરી તથા ૐકારનો નિયમિત અભ્યાસ પણ આંખો પ્રત્યે વિપુલ પ્રમાણમાં રક્તસંચાર લાવે છે.

૬. જલનેતી ક્રિયાના અભ્યાસથી નાકના શ્વસનતંત્રની સફાઈ થાય છે. તેની સાથે સાથે આંખોની નેત્રજ્યોતિનો પણ ખૂબ જ ફાયદો થાય છે.

જલનેતી ક્રિયા (આકૃતિ - ૬)

૭. Deep breathing-ઊંડા શ્વાસોચ્છ્વાસનો અભ્યાસ અને ધ્યાનનો અભ્યાસ પણ આંખોને વિશ્રાન્તિ અને તેની કાર્યક્ષમતામાં વધારો કરે છે.

૮. દીપશિખા સમક્ષ બેસીને એકાગ્રતા કે ત્રાટકનો અભ્યાસ પણ આંખોની કાર્યપ્રણાલીમાં વિશિષ્ટ ક્ષમતા અર્પીત કરે છે.

આંખો જીવનનું રતન છે, તેનું જતન કરવું એ આપણું પરમ કર્તવ્ય છે. તેનો ઉપયોગ કરો, દુરુપયોગ નહીં અને જીવન સાર્થક્ય કરો એ જ શુભેચ્છા. હરિ ૐ તત્સત્.

❏

# ૪. માસિક પૂર્વેનો તનાવ
## (Premenstrual Tension)

માસિક આવતાં પૂર્વે જો કોઈ બહેન એવું કહે કે 'હું મૂંઝાઉં છું. મને ખબર નથી પડતી કે હું ગુસ્સે શા માટે થાઉં છું ? મને બહુ જ છટપટાહટ થાય છે. ક્યારેક વગર કારણે રડવું પણ આવે છે.' વગેરે તો આમાં કંઈ નવાઈની વાત નથી અને જ્યારે માસિક આવે ત્યારે તેને આશ્ચર્ય થાય છે કે મને શું થઈ ગયું હતું ? આટલું જ હોય તો બરોબર પણ અનેક વાર તો પતિદેવોની પણ ફરિયાદ હોય છે કે તેમની પત્નીના સ્વભાવમાં આ આકસ્મિક પરિવર્તન કેમ આવ્યું ? બાળકો આવી પરિસ્થિતિમાં એવું કહેતાં સંભળાય છે કે, 'બસ ! Mother is just impossible !!! આવી અવસ્થાને માસિક પૂર્વેના તનાવની પરિસ્થિતિ કહેવાય છે.

આવું કંઈ હમણાં હમણાં જ લોકોને થવા લાગ્યું તેવું નથી. પહેલાં પણ થતું જ હશે, પરંતુ લાજ, મર્યાદા, લજ્જા, શરમ વગેરેનાં દબાણમાં લોકો કહેતા નહીં હોય. છતાં છેલ્લાં પચાસેક વર્ષથી પ્રસૂતિશાસ્ત્રજ્ઞો અને સ્ત્રીરોગ ચિકિત્સકો દ્વારા તેનું સંશોધન કરવામાં આવ્યું. તોપણ તેની સ્પષ્ટ સમજણ કે વ્યાખ્યા તો જગજાહેર ન જ હતી. આને બસ કંઈક છે તેવી અસ્પષ્ટ સમજણ કે વધુ પડતી ભાવુકતા અથવા શારીરિક સંવેદનામાં જ ખપાવવામાં આવતું હતું. આ પરિસ્થિતિ માસિક આવતાં પૂર્વે હોય છે અને માસિક આવતાંની સાથે જ બધું બરોબર થઈ જાય છે.

અલગ અલગ સ્તરના લોકોએ અલગ અલગ વાતો કરી છે. જો આ બધી વાતોને ભેગી કરીએ તો આશરે ૧૫૦ જેટલાં કારણો અને અસરો ભેગાં કરી શકાય. પરંતુ આ બધું જ એક જ વ્યક્તિના જીવનમાં બને તેવું

નથી. દરેક જુદી જુદી વ્યક્તિના જીવનમાં ઊપજતી કે આવતી આ માસિકની ભિન્ન ભિન્ન પરિસ્થિતિ અને ભિન્ન ભિન્ન સમસ્યાઓ હોય છે.

આશરે ૪૦થી ૮૦ ટકા બહેનો ત્રીસેક વર્ષની ઉંમર થતાંની સાથે જ કંઈક વિચિત્ર અનુભવો થતા હોય તેવું અનુભવે છે. બાકી ખરેખર તો ૫થી ૧૦ ટકા બહેનોને જ માસિક પૂર્વે ખરેખર અસહ્ય અને ગંભીર પરિસ્થિતિમાંથી ગુજરવું પડતું હોય છે.

માસિક પૂર્વેના તનાવને વૈજ્ઞાનિકોએ જે રીતે વર્ણવેલ છે તે પ્રમાણે ચર્ચા કરીએ તો તે બધું ખૂબ જ વધુ પડતું પ્રાયોગિક અને આંટીઘૂંટીભર્યું થઈ જશે. છતાં તે બધાનાં તારણ રૂપે જે કંઈ સહજ અને સ્વાભાવિક છે તેને સમજવાનો પ્રયત્ન કરીએ તો સંવેદનાત્મક અંતઃસ્રાવ ગ્રંથિ અથવા સામાજિક કે મનોવૈજ્ઞાનિક કારણોનું તારણ કાઢી શકાય. આ બધાંમાં સર્વત્ર જગજાહેર કારણો કે પરિસ્થિતિ જે છે તે આ છે કે આ તરલ પ્રવાહી રોકાઈ જવાથી બહેનો નિમ્નસ્તરીય અનુભવો કરે છે :

૧. શરીરનું ભારીપણું
૨. સ્તન ઉપર સોજો અને સ્તનનું નરમ પડી જવું
૩. માથાનો દુઃખાવો અને આળસ કે શરીરની અક્કડતા
૪. સ્વભાવમાં ચીડ
૫. અકળામણ
૬. ગુસ્સો કે ક્રોધ
૭. નિરાશા, હતાશા અને જીવનમાં નિરસતા

અને આના સિવાય બીજી અનેક સંવેદનાત્મક-મનોવૈજ્ઞાનિક સમસ્યાઓ કે અસરો પણ ઊભી થતી હોય છે.

આ બધી પરિસ્થિતિમાં સર્વત્ર એક વાત તો ખૂબ જ સ્પષ્ટ છે કે માસિક પૂર્વેના તનાવની સ્થિતિ વધુ સ્પષ્ટપણે વધુ દખલ કરે તેવી લાગણીસભર માનસિક અસ્થિરતા અકળવિકળ સ્થિતિ સર્જે છે.

અમેરિકામાં બધું જ જગજાહેર છે. ખાસ કરીને કોઈને કંઈ ખબર ન હોય તો તે તુરત જ તેનો જાહેરમાં સ્વીકાર કરે છે. આવું ભારતમાં નથી. લોકો મનોચિકિત્સક પાસે જતા નથી, જવા માગતા નથી. તેમને સદૈવ એવો ભય છે કે કદાચ ડૉક્ટર મારી સમસ્યા જાણે છે તે જગજાહેર થઈ જાય તો ! આમ થવાથી તેમને ખરા અર્થમાં જ્યારે જેટલી અને જે પ્રકારની તબીબી

સહાય જોઈએ તે મળી શકતી નથી અને તેઓ તબીબી સલાહથી વંચિત રહે છે.

આવી અવસ્થામાં દરેક મહિને અથવા દરેક માસિક પૂર્વે જે સમસ્યા સર્જાય છે તેની કાળજી ન લેવામાં આવે, તેની વેદના અને વ્યથા ક્રમશ: વધતી જ જાય છે અને માસિક આવતાં તે વેદના વિલીન થઈ જતી હોય છે અને ફરીથી આગામી મહિને વધુ દુ:ખ અને પીડા સાથે ઉત્પન્ન થાય છે.

માસિક પૂર્વેની યાતના કે પીડાની લેબોરેટરી તપાસ કે બીજાં સંશોધનો કંઈ વિશેષ પરિણામ આપતાં નથી છતાં વિશ્વના પ્રસૂતિ વિજ્ઞાન અને સ્ત્રીરોગના વિશેષજ્ઞો નિમ્નલિખિત સલાહ આપે છે, જે આ પ્રમાણે છે.

૧.  Patho-Physiologyનું વ્યવહારિક જ્ઞાન

૨.  Psychotherapy અર્થાત્ માસિક પૂર્વેની તનાવપૂર્ણ પરિસ્થિતિ માટે માર્ગદર્શન અને તે સમય દરમિયાનની વ્યવહારુ તાલીમ.

૩.  ખોરાક સંબંધી સાવચેતી - મીઠું (salt) અને ખાંડ કે ગળપણ ઉપર નિયંત્રણ.

૪.  યોગિક કસરત કે તબીબી સલાહ અનુસાર આવશ્યક વ્યાયામ

૫.  દવાઓ -    અ. તરલ પ્રવાહી (fluid)ના ઝવવાને ઓછો કરવો.

બ. જ્ઞાનતંતુઓના બળવાના શમન માટે આવશ્યક ઔષધિઓ (Tranquilizers to calm down the neurological symptoms.

ક. B6 જીવક કે પોષક તત્ત્વો.

ડ. આવશ્યકતા હોય તો હોરમોન્સ આપવાં વગેરે.

૬.  છેલ્લે પણ ખૂબ જ આવશ્યક વાત એ કે જે વ્યક્તિને માસિક પૂર્વે તનાવની પરિસ્થિતિ સર્જાય છે તેના પરિવારના સર્વે સદસ્યોનો પૂર્ણ સહકાર અને સુલેહ.

જેમ જેમ માસિક પૂર્વેના તનાવને નિવારી શકાય છે તે વાત બહેનો સમજતાં થયાં છે તેમ તેમ તેમનાં દામ્પત્યજીવનના વિખવાદ ઓછા થતા જાય છે. આટલું જ માત્ર નથી પરંતુ માસિક પૂર્વેનો તનાવ નિવારી શકાય તો આત્મહત્યાઓ કે આપઘાત એટલા ઓછા થશે અને ગુનેગારોની સંખ્યા પણ ઓછી થશે.

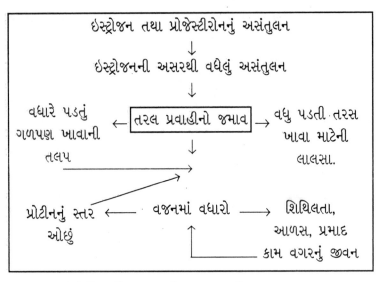

આ સંબંધી પ્રશ્નો પણ અનેક પુછાયા છે :

○ મારી ૧૬ વર્ષની દીકરીને જ્યારે પરીક્ષા આપવાની હોય ત્યારે જ તેને માસિક આવે છે. શું કરું ?

તમારા ડૉક્ટર તેને સિન્થેટીક હોરમોનની ગોળી આપી શકે. દા.ત. પ્રોજેસ્ટીરોન અથવા તો પરીક્ષા સમયે માસિક ન આવે તે માટેની ખાસ ગોળી – તમારા તબીબની સલાહ લો. જ્યારે પરીક્ષા આવવાની હોય તેના ત્રણથી ચાર મહિના પૂર્વે જ તબીબી સારવાર લો. પરંતુ ધ્યાન એટલું રહે કે તેની વિપરીત અસર ન થાય તેની કાળજી લેવી આવશ્યક છે.

○ મને માસિક આવવાનું હોય છે તેના પહેલાં મને કબજિયાત થઈ જાય છે. આવું શા માટે થાય છે ?

આ સમયે પ્રોજેસ્ટીરોનનું સ્તર ખૂબ જ ઊંચું આવી જતું હોય છે અને તેથી લોહીમાં વધેલા આ સ્તરને કારણે રક્તપ્રવાહની મળને આગળ ધપાવવાની ક્ષમતા ઓછી થઈ જાય છે અને તે કારણે તમોને કબજિયાતનો અનુભવ કે શિકાયત થાય છે. આવી પરિસ્થિતિમાં રેસાદાર ફળો ખાવાં, ખૂબ પ્રમાણમાં પ્રવાહી પીવું અને તે છતાં પણ પરિસ્થિતિ નિયંત્રણ ન થાય તો હળવો જુલાબ લેવો.

○ શું હું મારા માસિક દરમિયાન ગર્ભધારણ કરી શકું ?

માસિકની ગણતરીના દિવસોનો સૌથી ઓછો ફળદ્રુપ સમય આ છે. તેથી આ સમયમાં ભાગ્યે જ ગર્ભધારણ થઈ શકે, પરંતુ અપવાદરૂપે ક્યારેક થઈ પણ શકે.

❍ મને થોડા દિવસો પૂર્વે જ બાળક આવ્યું છે. મારે ફરીથી માસિક આવે તે પહેલાં શું હું ફરી ગર્ભ ધારણ કરી શકું ?

જી હા, કરી શકો. ગર્ભ ધારણ કરવા માટે તમારી ઓવરીઝમાંથી આવશ્યક ઈંડું જો સમયસર છૂટું પડે અને ત્યારે તેની પરિપક્વતા માટે સંજોગો સર્જાય તો સંભવી શકે. નારી સમાજના ૭૮% બહેનો તેમની પ્રસૂતિ પછી આવી રીતે ગર્ભ ધારણ કરતી હોય છે. ખાસ કરીને ભારત, ફ્રાન્સ અને ઈટલીમાં આ વાત સર્વસાધારણ છે.

❍ હું મોઢેથી ગળવાની ગોળીઓ લઉં છું. આ પૂર્વે માસિક પૂર્વેના તનાવથી હું દુઃખી થઈ ચૂકી છું. શું ગોળી ગળ્યા વગર આ તકલીફથી મુક્ત થઈ શકું ?

અનેક બહેનો આ સમસ્યાનું સમાધાન વિટામિન B6 (Pyridoxine) લઈને જ કરી લેતાં હોય છે. છતાં તમારે તમારા ડૉક્ટરની સલાહ લેવી. આ સંબંધી આસનો પ્રાણાયમ વગેરેની ચર્ચા અત્રે આગળ ઉપર કરેલ છે તેને ધ્યાનપૂર્વક સમજી અને તેના નિયમિત અભ્યાસથી ક્રમશઃ ધીરે ધીરે તમો ગોળી ગળ્યા વગર પણ આ સમસ્યામાંથી અવશ્ય મુક્ત થઈ શકો છો.

❍ મેં હમણાં હમણાં જ મોઢેથી ગોળીઓ ગળવાનું બંધ કર્યું છે. ફરીથી હું મારું પારિવારિક જીવન આરંભ કરવા માગું છું, પરંતુ મારું માસિક ખૂબ જ દુઃખભર્યું Painful છે. શું આ ફરીથી ગોળીઓ આરંભ કર્યા વગર નિવારણ થઈ શકે ?

જી હા, ચોક્કસ થઈ શકે. જ્યાં સુધી Painful માસિકનો પ્રશ્ન છે તે ગર્ભાશય (Womb)ની અંદરથી નિઃસૃત લાઇનિંગને કારણે હોય છે. જે ગોળી તમે ગળો છો તેનાથી આ લાઇનિંગનું નીકળવાનું રોકી શકાય છે, પરંતુ ગર્ભધારણ કરવાનું રોકી શકાય નહીં.

વિજ્ઞાન કૂદકે અને ભૂસકે વધતું જાય છે. ગર્ભનિરોધને માટે અનેક પ્રકારની દવાઓ, સાધનો, પ્રસાધનો ઉપલબ્ધ છે છતાં આત્મસંયમનું જીવન શ્રેષ્ઠ સાધન છે કે જેના વડે સ્ત્રૈણ શરીરમાં ઉત્પન્ન થતી અનેક પળોજણો

રોકી શકાય છે.

યોગાસન, પ્રાણાયામ, ધ્યાન, આંતરનિરીક્ષણ અને આત્મપરીક્ષણ વડે મનોજયી બની શકાય છે. સ્ત્રીશરીરમાં ઉત્પન્ન થતા રોગો માટે સ્ત્રી એકલી જ માત્ર જવાબદાર નથી, તે માટે પતિનો પૂરેપૂરો સહકાર અને સાહચર્ય સંબંધી વિવેકપૂર્ણ વ્યવહાર હોવો અત્યંત આવશ્યક છે.

બાકી શરીરમાં પાણીનો જમાવ પછી તે વધુ પડતો હોય કે પ્રમાણસર હોય તે લાગણીસભર કે શારીરિક પ્રતિક્રિયા કરે જ છે. અનેક બહેનો મેનોપોઝના કાળમાં પાણીના જમાવ (Water Retention)ની ફરિયાદ કરતી હોય છે. ખાસ કરીને મેનોપોઝ પહેલાં અને મેનોપોઝ દરમિયાન. ખરેખર થોડાં લોકો માટે પાણીનો જમાવ એટલે હોરમોન્સમાં થતી ફેરબદલને કારણે તેમને ઉકળાટ, ગભરામણ અને ખૂબ જ માનસિક અસ્વસ્થતા (Hot flushes)નો અનુભવ થાય છે. પરંતુ એક સારા સમાચાર તો સૌને આપી શકાય કે બહેનો પ્રયત્નપૂર્વક યોગિક કસરતો વડે પાણીના જમાવ ઉપર તો નિયંત્રણ લાવી જ શકે છે. આવું મંતવ્ય સુપ્રસિદ્ધ સીને અભિનેત્રી જેન ફોન્ડાનું છે.

જેન ફોન્ડાના પિતાને Om Golden Pondમાં શ્રેષ્ઠ અભિનય કરવા માટે ઓસ્કાર એવોર્ડ મળ્યો હતો. મહાન અભિનેતાની અદ્‌ભુત અને પારદર્શક ચારિત્ર્ય ધરાવતી બે બાળકોની માતા જેનનું પારિવારિક જીવન ખૂબ જ ભર્યું ભાદર્યું હતું. તે છતાં રૂપેરી પડદા પરની તેની પોતાની આગવી પ્રતિભા જાળવી રાખવા તેઓ સદૈવ જાગૃત રહ્યાં. તેમણે પોતાના જીવન અનુભવના નીચોડમાંથી લખેલ જ્ઞાનવૈભવના ગ્રંથોમાં તેમણે કસરતની વિશિષ્ટ ક્ષમતાનો એકરાર કર્યો છે. વિવિધ યોગાસનોને ગતિશીલ પ્રક્રિયામાં ઢાળી આરંભેલ એરોબીક એક્સરસાઇઝને આજે જેન ફોન્ડા નામથી સૌ જાણે કે ઓળખે છે. તે બધું તેણીના નામથી જ જાણીતું થયું છે.

જેન એક અસાધારણ અભિનેત્રી રહી છે. તેણે શારીરિક વિજ્ઞાન અને તેમાં થતી ઉંમર પરિવર્તન સાથેની રાસાયણિક પ્રક્રિયાઓનો વિગતવાર છણાવટથી અભ્યાસ કર્યો છે તેથી તે સ્પષ્ટ છે અને લખે છે કે પાણીની જમાવટ જો બ્રેઇનમાં થઈ જાય તો ડિપ્રેશન, એન્ક્ઝાઇટી અને નરવસનેસ ઊપજાવી શકે.

જ્યારે શરીરમાં સોડિયમ વધે તેની સાથે સંકળાયેલાં પરિવર્તનો સત્વરે પ્રબળ બને છે. આપણું મીઠાનું પ્રમાણ વધી જાય તો પોટેશિયમ આપોઆપ

જ દ્રવિત થાય છે. ખનીજ પોટેશિયમનું સ્તર વધવાથી પાણી જમાવનું પ્રમાણ સાધારણ રીતે જ વધે છે, પરંતુ તે સમયે ઇસ્ટ્રોજન હોરમોનની પ્રખરતા હોય તો શરીરમાંના પાણીનું સંતુલન જાળવી શકે અને વધારામાં પોટેશિયમ અને સોડિયમ બંને મળીને કામ કરે તો તેની અસર સંવેદનતંત્ર ઉપર ખૂબ જ થાય છે અને જાગૃત સંવેદનતંત્ર માટે બંને ખનિજ ખૂબ જ આવશ્યક છે. પરંતુ જો સોડિયમનું પ્રમાણ વધી જાય તો તેના વડે પોટેશિયમની હાનિ થાય છે. આમ થવાથી પોટેશિયમની ઉપસ્થિતિ વડે પ્રાપ્ત પાણીના જમાવને સંતુલિત કરવાનો જે લાભ છે તે મળતો નથી, પરંતુ તે સિવાય માનસિક અસંતુલન, ઉકળાટ, ક્રોધ અને બીજી ન્યુરોલોજિકલ દુવિધાઓ પણ ઊપજે છે.

યોગવિજ્ઞાનની સૂક્ષ્મ વ્યાયામની પ્રક્રિયા, ત્રિકોણ આસન, સૂર્યનમસ્કાર, વજ્રાસન, શશક આસન, યોગમુદ્રાના વિવિધ પ્રકારો, પશ્ચિમોત્તાનાસનના વિવિધ પ્રકારો, હલાસન, કર્ણપીડાસન, ભુજંગ, શલભ, નૌકાસન, દ્રોણાસન, ઉષ્ટ્રાસન, ૐકાર, ભ્રમરી અને ભસ્ત્રિકા પ્રાણાયામ સાથે શવાસન અને ધ્યાનનો અભ્યાસ સમૂળગાં શારીરિક, માનસિક અને સંવેદનાત્મક જીવન પર પ્રભાવ પાડે છે.

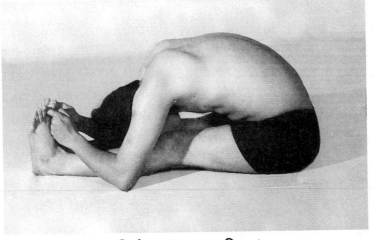

**પશ્ચિમોત્તાનાસન (આકૃતિ - ૭)**

સ્ત્રી એક વ્યક્તિ નથી તે સંસ્થા છે. તે કદીયે એકાકી નથી, પારિવારિક અને કૌટુંબિક શૃંખલાની એક મજબૂત કડી છે. સ્ત્રીના સ્વાસ્થ્યની સુખાકારીમાં જ સમગ્ર પરિવારનાં સુખ અને સમૃદ્ધિ સમાયેલાં છે. સ્ત્રીના શીલ અને જ્ઞાનની

સમૃદ્ધિમાં પરિવાર સમૃદ્ધ રહી શકે.

ઋતુકાળ, રજોદર્શન પૂર્વેનો તનાવ એક સ્ત્રીસહજ પ્રક્રિયા છે. તેને શાંત અને સ્વસ્થ મનોવૈજ્ઞાનિક પૃથક્કરણ સાથે સમજવામાં આવે. નિયમિત થોડાં આસનો અને પ્રાણાયામ તથા ધ્યાનનો અભ્યાસ કરવામાં આવે તો સાધારણ ગૃહિણીના જીવનની મોટા ભાગની સમસ્યાઓનું સમાધાન થઈ શકે છે. આ વિષય માત્ર અંધશ્રદ્ધા કે અંધવિશ્વાસનો નથી. આ અનુભવજન્ય જ્ઞાન છે. તજ્જ્ઞો દ્વારા આ અનુભવના નિચોડનું સત્ત્વ જેણે સ્વકીય જીવનમાં આત્મસાત્ કર્યું છે, તેઓ ધન્ય થયા છે - જે પોતાના જીવનમાં થોડુંઘણું પણ પ્રામાણિકપણે આચરે છે તેઓ પણ ધન્ય થઈ શકે છે. ૐ તત્સત્.

# ૫. માસિક ધર્મ (Menstruation)

શ્રીમદ્ ભાગવત મહાપુરાણમાં છઠ્ઠા સ્કંધમાં ઇન્દ્ર દ્વારા શ્રીવિશ્વરૂપની હત્યાનું વર્ણન છે.

કથાનક એમ છે કે એક દિવસ દેવસભામાં દેવગુરુ બૃહસ્પતિ આવ્યા. દેવો આનંદ-વિનોદમાં હતા. ગુરુના આગમન સંબંધી બેધ્યાન હતા. આ જોઈને કશું જ કહ્યા વગર દેવગુરુ ચાલ્યા ગયા. તત્કાળ ઇન્દ્રનું ધ્યાન ગયું કે કશુંક ખોટું થયું છે. તેથી તેઓ તથા સમગ્ર દેવવૃંદ દેવગુરુને મનાવવા ચાલ્યું. પરંતુ તેમને બૃહસ્પતિ ક્યાંય પણ મળ્યા નહીં.

હવે જ્યારે અસુરોના ગુરુ શુક્રાચાર્યને ખબર પડી કે દેવો ગુરુ વગરના છે, તેમણે અસુર સેનાને દેવતાઓ ઉપર હુમલો કરવાનું કહ્યું. દેવો માટે ગુરુના રક્ષણ વગર યુદ્ધમાં ટકી રહેવું દુષ્કર હતું. તેથી તેઓએ શ્રી બ્રહ્માજીના આદેશ પ્રમાણે ત્વસ્તાના પુત્ર વિશ્વરૂપનું શરણ લીધું અને તેમની પાસેથી નારાયણ કવચનો વિધિ જાણી અજેય બની જઈને અસુરોનો સંહાર કરી દિગ્વિજય કર્યો.

પરંતુ આ વિશ્વરૂપને ત્રણ માથાં હતાં. એક મોઢાથી તે યજ્ઞમાં અર્પણ થતો દેવતાઓનો પાનક સોમરસ પીતો હતો. બીજે મોઢેથી રાક્ષસોને વહાલી-વારૂણી કે મૈરેપક પીતો હતો અને ત્રીજે મોઢેથી સાધારણ અન્ન ગ્રહણ કરતો હતો. આ કાર્ય કરવામાં તેનું છળ હતું કારણ કે ત્વસ્તાના પુત્ર તરીકે તે દેવતાઓનો સગો થાય, પરંતુ તેની માતા અને ત્વસ્તાની પત્ની રચના અસુરકુળની હતી. એટલે માતા તરફની લાગણીને કારણે યજ્ઞની આહુતિઓનો એક ભાગ અસુરોને પણ આપતો હતો. જ્યારે દેવોએ આ જાણ્યું કે તરત જ ઇન્દ્રે આવેશમાં આવીને નારાયણ કવચના પ્રભાવથી સક્ષમ સશક્ત થઈને વિશ્વરૂપનું માથું કાપી નાખ્યું. આમ થવાથી તેને બ્રહ્મહત્યાનું

પાપ લાગ્યું.

હવે તે દેવશ્રેષ્ઠ છે. પાપ સાથે રાજ્ય કરી શકે નહીં. તેથી પ્રકૃતિનાં ચાર વિભિન્ન પરિબળોએ આ બ્રહ્મહત્યાના પાપને સમાન રૂપે વહેંચી લીધાં.

આ પાપ પૃથ્વી, વૃક્ષો, સ્ત્રી અને પાણીમાં સરખે ભાગે વહેંચાયું.

ભૂમિસ્તુરીયં જગ્રાહ ખાતપૂરવરેણ વૈ

ઈરિણં બ્રહ્મહત્યાયા રૂપં ભૂમૌ પ્રદશ્યતે । ભાગવત ૬-૯-૭

તુર્યં છેદવિરોહેણ વરેણ જગૃહુર્દ્રુમાઃ ।

તેષાં નિર્યાસરૂપેણ બ્રહ્મહત્યા પ્રદશ્યતે । ભાગવત ૬-૯-૮

શશ્વત્કામવરેણાંહસ્તુરીયં જગૃહુઃ સ્ત્રિયઃ

રજોરૂપેણ ત્વાંસ્વહો માસિ પ્રદશ્યતે । ભાગવત ૬-૯-૯

દ્રવ્યભૂયોવરેણાપસ્તુરીયં જગૃહુર્મલમ્ ।

તાસુ બુદબુદફેનાભ્યાં દષ્ટં તદ્ધરતિ ક્ષિપન્ । ભાગવત ૬-૯-૧૦

પૃથ્વીએ જે ચોથા ભાગની બ્રહ્મહત્યા સ્વીકારી તેથી તેમાં ઉબડખાબડ ખાડા થયા અને ગંદા પાણીનાં ખાબોચિયાંથી ભરાયાં. વૃક્ષોની પાપ સ્વીકૃતિને કારણે તેમાંથી ગુંદરનો રસ ઝરે છે. સ્ત્રીઓ એ ચોથા ભાગની બ્રહ્મહત્યા સ્વીકારતાં તેઓને દર મહિને રજોદર્શન થાય છે તથા પાણી-જળ દ્વારા શેષ પાપ સ્વીકારવાથી તેમાં પાણીના પરપોટા અને ફીણ દેખાય છે.

આ કથાનક પ્રમાણે ઇન્દ્રની સેવાર્થે સ્વીકારેલાં પાપને કારણે હોય કે પ્રકૃતિની રચનાને કારણે પરંતુ સ્ત્રીઓની ઉંમર કૌમાર્ય વયમાં ૧૦થી ૧૧ કે ૧૨ વર્ષ થતાં જ રજોદર્શનનો અનુભવ કરવા માંડે છે. સાધારણ રીતે ૧૦થી ૧૬ વર્ષની વયમાં સ્ત્રીઓના યુટેરસ (UTERUS)ની અંદરની બાજુથી અથવા તો એન્ડોમેટ્રીયમ (ENDOMETRIUM)માંથી લોહીનો થોડો ભાગ તથા તરલ પદાર્થ (CELLS SHED) વહેતો થાય છે. (અહીં લાખોમાં એકાદ વ્યક્તિ એવી પણ હોય કે જન્મથી જ તેમને યુટેરસ હોતું જ નથી. આવું ભાગ્યે જ બને છે. પરંતુ બને ત્યારે તે દીકરી છેક ૧૬ કે ૧૮ વર્ષની થઈ જાય ત્યારે જ. માતાપિતા મેડિકલ તપાસ કરાવતાં હોય છે અને ખબર પડે ત્યારે વડીલો આ કૌમાર્યમાં પ્રવેશ કરતી કન્યાને આ વાત કહેવા માગતાં નથી. પરંતુ તેમાં કશું અજૂગતું નથી. યુટેરસ વગર માસિક ન આવે તેથી ભવિષ્યમાં તે સ્ત્રી ગર્ભ ધારણ કરી શકે નહીં. બાકી તે સિવાય તેના શરીરમાં કે જીવનમાં કોઈ પણ પ્રકારની ઊણપ હોતી નથી. તે તેજસ્વિની બ્રહ્મવર્ચસ્

ધારિણી અખંડ કૌમાર્ય ધારિણી કન્યા બની રહે છે.) આમ પુખ્ત વયમાં આવતાંની સાથે આરંભાયેલું આ માસિક આવવાનું છેક ૪૫ કે ૫૦ વર્ષની વયે પરિપક્વ વય થતાં મેનોપોઝનો કાળ આવે ત્યાં સુધી આવ્યા કરે છે. જો સ્ત્રી ગર્ભ ધારણ કરે તો તેટલા સમય પૂરતું પ્રસૂતિ સુધી માસિક આવતું નથી. આ માસિકધર્મ સ્ત્રીઓને ગર્ભ ધારણ કરી શકવાની ક્ષમતાનું ચિહ્ન છે અને તેને માટે સ્ત્રીઓને તૈયાર કરે છે. દર મહિને યુટરસની અંદરની બાજુમાં ભરાયેલો ભરાવો ફાટે છે અને તે માસિકરૂપે વહી જાય છે. સ્ત્રીઓની યોનિમાંથી બહાર આવતું આ રક્તમિશ્રિત પ્રજનન ક્ષમતાવાળું પ્રવાહી ત્રણથી સાત દિવસ સુધી વહે છે. તેને માસિક ધર્મનો સમય એમ કહેવામાં આવે છે.

સાધારણ રીતે સ્ત્રીઓને આ માસિક ૨૮ દિવસે આવતું હોય છે. પરંતુ આ માસિકનો સમય અનિયમિત પણ થઈ શકે. સ્ત્રીઓના રક્તમાં રહેલાં હોરમોન્સ (જીવન પોષકતત્ત્વો)માં ઉત્પન્ન થતાં ઈંડાં (OVA from the OVARIES)ના પ્રમાણ અને ક્રમ ઉપર આ માસિક આવવાનો પ્રમુખ આધાર છે. આ બંનેમાંથી એક ઓવરીઝમાંથી ઉત્પન્ન થતાં ઈંડાં ક્રમે કરીને ગર્ભ(FETUS)માં પરિણિત થવાને સક્ષમ થતાં હોય છે. આ ઓવરીઝ બે હોય છે. આ ઓવરીઝમાં પોતાના ઇસ્ટ્રોજન (ESTROGEN) નામનાં હોરમોન ઉત્પન્ન થાય છે. તેના વડે એન્ડોમેટ્રીયમ (ENDOMETRIUM)ની જાડાઈ વધે છે. આવું માસિક ધર્મના કાળની વચ્ચેના સમયે લગભગ બને છે. માસિક આવવાના ૧૪ કે ૧૫ દિવસ પહેલાં ઓવરીઝમાંથી પરિપક્વ થયેલાં ઈંડાં મુકાય છે, તેને ઓવ્યુલેશન (Ovulation) કહેવામાં આવે છે. આ ઈંડાં યુટેરસ તરફ જતી ફેલોપીઅન (Fallopian) ટ્યૂબમાંથી પસાર થાય છે. યુટેરસ ભણી યાત્રા દરમિયાન જો આ ઈંડાં પુરુષ વીર્યના સંસર્ગમાં આવે તો તે ઈંડાં પ્રજનનને યોગ્ય બને છે અને ત્યારે સ્ત્રી ગર્ભ ધારણ કરે છે.

ઓવરીઝમાંથી ઈંડાં મુકાયા બાદ યુટરસ સુધી પહોંચતાં આ ઈંડાંઓને ત્રણથી પાંચ દિવસનો સમય લાગે છે. આ સમયને સ્ત્રીઓ માટેનો ગર્ભધારણનો સમય માનવામાં આવે છે. જો ઈંડાં ફળે તો તેઓ પરિપક્વ થયેલ યુટરાઇન સત્ત્વ (Uterine Lining)ની સાથે જોડાઈ રહેતાં ગર્ભ બની રહે છે. ગર્ભ હોય ત્યારે માસિક આવતું નથી અને જ્યારે માસિક નિયમિત આવતું હોય અને આકસ્મિક બંધ થઈ જાય ત્યારે બહેનો પોતે ગર્ભ ધારણ

કર્યો છે તેવું માને છે અથવા તો અનુભવે છે પરંતુ ઈંડાં અને પુરુષવીર્ય ન મળે કે મળ્યાં હોય પણ ફળે નહીં તો યુટરસનું અંતસ્ત્વ હોરમોન્સ મેળવતું નથી અને તેની અંદર જાડાઈ વધતી જાય છે અને સમય આવતાં તે ફાટે ત્યારે નિયમિત રીતે જેમ માસિક આવતું હોય તેમ શરીરમાંથી રજોદર્શન થાય છે.

પરંતુ બધી જ બહેનોને માસિક ધર્મ નિયમિત રીતે આવી જ જાય તેવું જરૂરી નથી. ઘણી બહેનોને માસિક પહેલાં બહુ જ અસુવિધા (Discomfort) થાય છે. દરેક માસિક પહેલાં અઠવાડિયાં સુધી છાતી કૂણી પડી જાય તથા તરલ પ્રવાહી પ્રવાહિત રહેવાની શક્યતા સંભવી શકે. અનેક બહેનોને માસિક આવતાં પૂર્વે ખૂબ જ માનસિક તનાવ, માથાનો દુઃખાવો, સ્વભાવમાં ચીડિયાપણું, ખૂબ જ ઉદાસી, વધુ પડતો થાક લાગવો, મનને બસ રડ્યા જ કરવાનું મન થાય અને રડી પણ પડાય, સહનશક્તિ સંપૂર્ણપણે ચાલી જાય. આ બધામાંથી ડિપ્રેશન શૂન્યમનસ્કતા પણ આવી શકે, જેનું કોઈ ખાસ કારણ ન પણ હોય છતાં તે માસિક આવતાં પૂર્વેની એક ખાસ પ્રકારની તંગદીલી (Premenstrual Stress or PMS) પણ સંભવી શકે. અનેક બહેનોને માસિક આવતી વખતે એક ખાસ પ્રકારની આંટી કે વળ પડી જતા હોય (Menstrual Cramps – Dysmenorrhoea) તેવું પણ અનુભવાય, પરંતુ આ બધું માસિકના પહેલા કે બીજા દિવસ સુધી થાય. પછી ગાડી સરાળે ચઢી જાય. પરંતુ આ પહેલા બે દિવસ બહુ જ દુઃખદાયક બની રહેતા હોય છે.

પહેલાં એવું માનવામાં આવતું હતું કે આ બધું માસિક ધર્મનું કષ્ટ મનોવૈજ્ઞાનિક સમસ્યા છે, માનસિક વિટંબણા છે. પરંતુ ક્રમે કરીને સંશોધનો દ્વારા સમજાયું કે જે કંઇ દુવિધા ઉત્પન્ન થાય છે તેનું પ્રમુખ કારણ માસિક પૂર્વે તથા હોરમોન્સમાંના પરિવર્તનથી સંભવે છે. આ પરિવર્તનથી થતા રાસાયણિક ફેરફારોને કારણે બહેનો આ બધી શારીરિક અને માનસિક પીડા ભોગવે છે અને તેથી જ ખનિજ વિજ્ઞાન અને આરોગ્ય વિજ્ઞાને હાથ મિલાવીને બહેનોની આ નિત્ય ઊપજતી અસહ્ય પરિસ્થિતિને પહોંચી વળવા અનેક પ્રકારની અંગ્રેજી ઔષધિઓ શોધી કાઢી છે, નિર્માણ કરી છે. પરંતુ અહીં એક વાતનો આ તબીબી વિજ્ઞાન સ્વીકાર કરે છે કે આડેધડ ખવાતી આવી દવાઓથી અનેક કેસમાં એવું પણ બનતું હોય છે કે સ્ત્રી કદી માતા ન

પણ બને.

પરંતુ યોગવિજ્ઞાન આવી પરિસ્થિતિમાં ખૂબ જ પરોપકારક પુરવાર થયું છે. ખૂબ જ સરળ પણ અત્યંત ઉપયોગી એવાં આસનોનો એક મોટો સમૂહ છે. સાધારણ રીતે જે બહેનો તાડાસન, ત્રિકોણાસન, સૂર્યનમસ્કાર, સર્વાંગ, મત્સ્ય, હલ, પશ્ચિમોત્તાન, ભુજંગ, શલભ, ધનુર, ચક્ર, અર્ધ મત્સ્યેન્દ્ર, યોગમુદ્રા અને મયૂર તથા અંતે શવાસનનો નિયમિત અભ્યાસ કરે છે તેઓનો ઋતુકાળ ખૂબ જ નિયમિત અને ફળદ્રુપ જ હોય છે. માસિક ધર્મ સંબંધી કોઈ પણ પ્રકારની પીડા તેઓ ભોગવતાં હોય તેવું ભાગ્યે જ જાણવા કે સાંભળવા મળ્યું હોય છે.

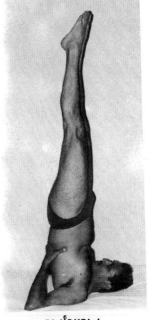

**સર્વાંગાસન**

**(આકૃતિ - ૮)**

છતાં પલાંઠી વાળીને બેસવાની ટેવ, સુખાસન, વજ્રાસનમાં બેસવાનો અભ્યાસ પેલવીક (કમરમાં થાપાના હાડકાં)ના ભાગમાં વધુ પ્રમાણમાં રક્ત સંચાર ઊપજાવી શકે છે.

શશક આસન અને યોગમુદ્રાનો અભ્યાસ, મહામુદ્રા તથા જાન્હુશીરાસનના ફાયદાઓ ખૂબ જ છે.

કશુંયે ન થાય તો જમીન ઉપર બે પગ પહોળા કરીને બેસવું ફ્લેક્સિબિલિટીમાંની બે કસરતો છે. પહેલી છે : ચકલાં ઉડાડવાં અને બીજી છે ઘંટી દળવી. બંને પગ પહોળા કરીને બેઠાં પછી જમણા હાથથી ડાબા પગનો અંગૂઠો પકડવો, ડાબા હાથને કમરની પાછળથી છેક જમણા સાથળ સુધી લાવવો. ત્યાર બાદ માથાને ડાબા ઘૂંટણને અડકાવવું. તે જ પ્રમાણે બીજી તરફ ડાબા હાથથી જમણા પગનો અંગૂઠો પકડવો, જમણા હાથને કમરની પાછળથી લાવીને ડાબા સાથળ સુધી લાવવો. માથાને જમણા ઘૂંટણ પર મૂકવું. આ પ્રક્રિયા દસથી બાર વખત કરવી. દેખાવે પેટની અંદરના અવયવોને ઉપયોગી આ પ્રક્રિયા બહેનોને ઓવરીઝનો મોટો ફાયદો આપે છે.

બીજી કસરતમાં બંને પગ પહોળા કરીને બેસવાનું. બંને હાથને એકમેકમાં ભેરવવા. હથેળીઓને સામેની દિશામાં ફેરવી કાઢવી. હવે જેમ ઘંટી દળતાં હોઈએ તેમ બંને ભુજાઓને બંને પગના અંગૂઠાને સ્પર્શતા હોઈએ તેટલે સુધી ગોળ ગોળ–જમીનને સમાંતર રહે તેમ ફેરવવી.

આના સિવાય જમીન ઉપર લાંબા પગ કરીને બેસીને બંને હાથ નિતંબની પાછળ, હથેળી જમીન ઉપર અને આંગળાં નિતંબ તરફ રહે તેમ રાખી કોણીઓને એક પછી એક જમીન ઉપર મૂકવી. ખભા અને માથું ઊંચકાયેલાં રહે તેમ શરીર રાખવું. હવે નાભિથી પગના અંગૂઠા સુધીનું શરીર ૪૫° ઊંચું કરીને અવળું તથા સવળું બને તેટલું મોટું ચક્કર થાય તેમ ગોળ ગોળ ફેરવવાથી પણ બહેનોને ઓવરીઝનો મોટો ફાયદો થાય છે.

ઓવરીઝ અને યુટેરસને વધુ સક્ષમ અને કાર્યક્ષમ કામ કરતાં કરવા માટે શલભ આસન ખૂબ જ ઉપયોગી માનવામાં આવ્યું છે.

શલભાસનના અભ્યાસ માટે સમતલ જમીન ઉપર ચોવડો કરેલો લાંબા સ્તરનો ધાબળો પાથરવો.

પેટના બળે જમીન ઉપર બંને પગ જોડાયેલા રાખીને સૂઈ જવું. બંને હાથ શરીરની બંને બાજુએ શરીરથી સમાંતર રાખવા. હાથની હથેળી ઉંધી રાખવી.

શલભાસનના અભ્યાસ પૂર્વે અર્ધ શલભાસન કરવું. તે જમણે અને ડાબે બંને તરફ કરી શકાય છે.

**અર્ધ શલભાસન (આકૃતિ - ૯)**

ચહેરાને જમણી બાજુ ફેરવીને રાખવો. એટલે ડાબો ગાલ જમીનને અડકશે. હવે ઊંડો શ્વાસ લો. તેની સાથે સાથે જમણા પગને જમીનથી ઉપર ૪૫° થી ૬૦° સુધી ઊંચો કરો. આમ કરતી વખતે પગને ઘૂંટણમાંથી વાળવો નહીં. બની શકે ત્યાં સુધી કોઈ પણ પ્રકારના શ્રમ વગર જ્યાં સુધી પગ ઊંચો રહી શકે તેટલી વાર રાખવો. પછી ધીરે ધીરે શ્વાસ છોડતા જવું અને પગને નીચે જમીન ઉપર લાવ્યા પછી મકરાસનમાં થોડી પળો વિશ્રાન્તિ કરવી.

હવે આ જ પ્રક્રિયા બીજી તરફ પણ કરવી.

પહેલાં ચહેરાને ડાબી બાજુ ફેરવવો. એટલે જમણો ગાલ જમીનને અડકશે. ત્યાર બાદ ઊંડો શ્વાસ લો. તેની સાથે સાથે ડાબા પગને જમીનમાંથી ઉપર ૪૫° થી ૬૦° સુધી ઊંચો કરો. આમ કરતી વખતે પગને ઘૂંટણમાંથી વાળવો નહીં. બની શકે ત્યાં સુધી કોઈ પણ પ્રકારના શ્રમ વગર જ્યાં સુધી પગ ઊંચો રહી શકે તેટલી વાર રાખવો. પછી ધીરે ધીરે શ્વાસ છોડતા જવું અને પગને નીચે જમીન ઉપર લાવ્યા બાદ મકરાસનમાં થોડી પળો વિશ્રાન્તિ કરવી.

દરેક આસન ત્રણ, પાંચ કે સાત વાર કરવાને બદલે પ્રત્યેક આસનમાં વધુ સમય રહી શકાય તે વધુ હિતાવહ છે.

મકરાસન માટે પેટના બળે સૂઈને બંને પગ પહોળા કરવા. બંને પગ વચ્ચે બેથી ત્રણ ફૂટનું અંતર ઉચિત છે. પગના પંજા બહારની દિશામાં અને એડીઓ અંદરની દિશામાં જમીનને અડકેલી રહે તે જરૂરી છે. ત્યાર બાદ જમણા હાથને ડાબે ખભે અને ડાબા હાથને જમણે ખભે રાખી બંને હાથની બંને કોણીઓ માથાની આગળ ઉપર રહે તેમ અને બંને હાથનાં જોડાણ ઉપર માથું જમણે અથવા ડાબે જેમ વ્યક્તિગત સગવડ રહે તેમ રાખવું.

ઘણી બહેનોનાં શરીર ખૂબ જ સ્થૂળ હોય છે. ખાસ કરીને બિનકાળજીવાળાં શરીર પ્રસૂતિ પછી કમરમાંથી વધી જતાં હોય છે. સીઝેરિયન કરાવ્યા પછી તરત જ બગીચામાં બેસવાની ટેવ યોગ્ય નથી. તેનાથી પવન ભરાઈ સેપ્ટીક થવાની સંભાવના પણ ખરી. અનેક પ્રકારની એન્ટિબાયોટીક ગોળી ખાઈને શરીરની પ્રકૃતિમાં વિકૃતિ કરવાનું યોગ્ય નથી. અંગ્રેજી દવાઓનું પોતાનું એક આગવું મહત્ત્વ છે. તેને આવશ્યકતા પ્રમાણે જો અડધી ગોળીથી કામ ચાલતું હોય તો દોઢ ગોળી લેવી નહીં.

આપણાં દુર્ભાગ્ય છે કે આપણામાં ધૈર્ય એક ટકો પણ રહ્યું નથી.

લેબરપેઇન–પ્રસૂતિ પૂર્વેની પીડાનો અણસાર આવતાં બહેનોને તેમના પતિદેવ હૉસ્પિટલમાં, નર્સિંગ હોમમાં દાખલ કરી દેતા હોય છે એટલેથી તેમને સંતોષ નથી. ડૉક્ટરે પણ સામે ઊભા જ રહેવું જોઈએ. પરંતુ આમાંનું કશું નહીં. મારી પત્નીને કંઈ થવું જોઈએ નહીં. ભાવ તો એવો હોય કે આ પહેલાં કોઈ સ્ત્રીની પ્રસૂતી થઈ જ નથી અને હવે તેમનાં શ્રીમતીજી કંઈક પરાક્રમ કરવાનાં છે. પરંતુ તે બરોબર નથી.

ખાવા-પીવાની કાળજી, નિયમિત ખોરાક, સંતુલિત ખોરાક કે જેમાં લોહતત્ત્વ અને પૂરતાં પ્રોટીન મળે તેવો ખોરાક, સવારસાંજ મલાઈ વગરનું દૂધ, બપોરના ભોજનમાં તાજું ખાટું ન હોય તેવું, ફ્રીજમાંનું ઠંડું ન હોય તેવું દહીં, કાચાં અને તાજાં શાકભાજીનાં સલાડ તથા સૌથી વધુ તો પ્રસન્ન વાતાવરણમાં ચોખ્ખાં હવાપાણી વચ્ચે, પારિવારિક આનંદિત જીવન વચ્ચે જો મોકળું જીવન જીવી શકાય તો સ્ત્રીઓ પોતાની નિજી સમસ્યાઓનું સમાધાન જલદી કરી શકે છે.

સુખપૂર્વક પ્રાણાયામ, શિવાનંદ પ્રાણાયામ, શવાસન તથા એક પાદ ઉત્તાનપાદાસન, ઉત્તાનપાદાસન, નૌકાસન, ઊર્ધ્વનૌકાસન, દ્રોણાસન વગેરે આસનોના અભ્યાસ તથા આવશ્યકતા પ્રમાણે થોડી તબીબી સારવાર અને ઇલાજ બધું મળીને બહેનો પોતાના આંતરિક નિજી જીવનની સમસ્યાનું સમાધાન ખૂબ જ સરળતાથી લાવી શકે છે.

જેટલી વાર અર્થાત્ જેટલો સમય આપણે એક આસનમાં રહ્યા તેનો અડધો સમય ઓછામાં ઓછો આ પ્રકારની વિશ્રાન્તિ માટે આપવો જ જોઈએ.

આરંભમાં અર્ધશલભાસનનો અભ્યાસ કર્યા પછી હવે શલભાસનનો અભ્યાસ કરવો.

શલભાસન માટે પેટ જમીન ઉપર રહે તેમ ઊંધા સૂવું. બંને પગ ભેગા કરવા. બંને જોડાયેલા પગના અંગૂઠા અને એડીઓ જોડાયેલાં રહે તે આવશ્યક છે. હવે પેટને તથા સાથળને થોડાં ઊંચાં કરીને એક પછી એક બંને હાથ શરીરની નીચે લાવવા. હાથની મુઠ્ઠી બંધ રાખવી. કોણી પેટની નીચે અને હાથની મુઠ્ઠી જમીન તરફ રહે તે પ્રમાણે રાખવી. બંને ભુજાઓ શરીરની નીચે આવશે. કોણીઓ બહાર દેખાય નહીં તે જરૂરી છે. માથાને ઠુડ્ડી ઉપર (દાઢી ઉપર-હડપચી) રાખવું. આટલું થયા પછી ફરી પાછું પેટને ઊંચું કરીને શ્વાસ ઊંડો અને અંદર લેવો. કોણીને અંદરની તરફ વધુ

બંને પગને સાથે જ ઊંચા લાવવા. પગ ઊંચા થાય ત્યારે ઘૂંટણમાંથી વળી ન જાય તેનું ધ્યાન રાખવું.

આ સ્થિતિમાં આરંભમાં ૧૫થી ૨૦ સેકંડ રહેવાશે. ત્યાર બાદ ધીરે ધીરે સમય વધારવો. કોઈ પણ પ્રકારના શ્રમ વગર જેટલો વધુ સમય શલભાસનમાં સ્થિર રહી શકાય તેટલું રહેવું. ત્યાર બાદ ધીરે ધીરે નીચે આવીને મકરાસનમાં વિશ્રાન્તિ કરવી.

**શલભ આસન (આકૃતિ - ૧૦)**

શલભાસનના અભ્યાસ વડે માસિક ધર્મની અનિયમિતતા અને જે પ્રકારે હોરમોન્સ પરિવર્તન થવાથી કે હોરમોન્સની ફેરબદલી થવાથી બહેનોને જે માનસિક પીડા અને શારીરિક વેદનામાંથી પસાર થવું પડે છે તે આ આસનોના અભ્યાસથી ઘણા જ મોટા ભાગની રાહત મળી રહે છે. ૐ શાંતિઃ

**ખાસ નોંધ :** ફાસ્ટ ફુડ, પીઝ્ઝા, મેગી, ન્યુડલ્સ, પાસ્તા, સમોસાં કે બ્રેડ અથવા મેંદાની બનાવટની ચીજો તથા 'કોક' નિયમિત રીતે ખાવાથી માસિક અનિયમિત, દુઃખાવા સાથે, વધુ પડતાં બ્લિડિંગ સાથે આવે છે તથા લાંબે ગાળે પુરુષ કે સ્ત્રીઓ સૌની કિડનીમાં સડો ઉત્પન્ન કરે છે, માટે ખાસ કરીને એકલા રહેતા યુવા-યુવતીઓએ આ બાબત ખૂબ જ સાવધાની રાખવી.

❐

# ૬. અવાજમાં ભારેપણું
## (Hoarseness of Voice)

મધુર કંઠમાંથી ગવાતા સુરીલા સંગીત અને તેની સ્વરાવલીઓમાંથી ઊઠતાં આંદોલનોની આહ્‌લાદકતા માત્ર માનવમનને જ નહીં પરંતુ ખુંખાર વન્ય પશુઓ, જીવજંતુઓ અને વૃક્ષાવનપુંજોને પણ મોહ પમાડતી હોય છે. ગળામાંથી અવાજ ઉત્પન્ન કરી તેમાંથી આરોહ-અવરોહ, વાદી-સંવાદી, શુદ્ધ-વર્જીત આદિ વિવિધ સ્વરો કે વ્યંજનો ઉત્પન્ન કરવાનું મહત્ વરદાન કુદરતે કેવળ માનવને જ આપેલું છે. કોયલનો ટહુકો, મયૂરનો કેકારવ અને પ્રાતઃકાળે થતો પક્ષીઓનો કલરવ પણ તેમના કંઠમાંથી ઉત્પન્ન થતી સ્વરાવલીઓ જ હોવા છતાં કે જીવનની વિવિધ ઘટમાળ પ્રસંગે ઊપજતા વિવિધ અવાજો દ્વારા પ્રાણીઓ પણ પોતાની જ ભાવના વ્યક્ત કરતાં હોય છે. ભૂખી બિલાડીનું મ્યાઉં અને આનંદી બિલાડીનું મ્યાઉં જુદું જ હોય છે. પુલકિત થયેલા પોપટનો મધુરવ વાણીકલાપ અને ભય પામેલા પોપટની ચિચિયારી વચ્ચે જબરો ભેદ હોય છે. સવારના ઠંડા પહોરે ખુલ્લા નીલા આસમાનમાં ચહલદારી કરતાં પક્ષીઓનો કલરવ જીવન ઝંકૃતતાનો સંદેશ લઈ આવતો હોય છે, જ્યારે ભયભીત પ્રાણી કે શિકારીને જોઈને કલબલાટ કરતાં પક્ષીઓની હૃદય વિદારક વેદનાનો સ્વર ભિન્ન હોય છે. આ બધા જ અવાજ જ છે. કંઠમાંથી આવેલા છતાં માનવજીવનને મળેલી કુદરતી સંપદાનું અમૂલ્ય વરદાન એ માનવજીવનની વિશિષ્ટ ક્ષમતા છે.

આપણે આપણા વિચારોનું આદાન-પ્રદાન વાણીથી કરીએ છીએ અને બોલીને સમજાવીને આપણે આપણાં કામ સરળતા તથા મનને બોજ આપ્યા વગર કરી શકીએ છીએ. પશુ-પક્ષીઓ પણ વિવિધ પ્રકારના અવાજો કરે

છે, પરંતુ જીવનવિદ્યાની કવિતાનો અર્થ જે રીતે માનવ પોતાના વાણીવિલાસ કે વાતોના ઉચ્ચારણથી કરવાને સક્ષમ છે, તેટલું સૌષ્ઠવ અને જીવનમાં નથી. આપણે જે પ્રકારનો અવાજ ઉત્પન્ન કરીએ છીએ તેમાંની સક્ષમતાનો આધાર આપણે આપણા કંઠમાંથી કેટલો અને કેવો અવાજ ઉત્પન્ન કરી શકીએ તેના ઉપર આધારિત છે.

જ્યારે સાધારણ શરદી કે સળેખમ થયું હોય તોપણ આપણે આપણા કંઠનું માધુર્ય ખોઈ બેસતાં હોઈએ છીએ ત્યારે આપણો અવાજ ઘોઘરો થઈ જાય છે કે ફાટી જાય છે. આપણને બોલવામાં થોડી તકલીફ પડે છે. બીજા શબ્દોમાં કહીએ તો અવાજમાંનું ભારેપણું સર્વસાધારણ સમસ્યા છે, જે ખૂબ જ સાધારણ વાત હોવા છતાં ક્રમશ: ખૂબ જ અસાધારણ અને ગંભીર પરિણામો પણ ઉત્પન્ન કરી શકે છે. આવી પરિસ્થિતિનો આરંભ પહેલાં અવાજમાં ભારેપણું, પછી અવાજમાં ફાટી જવું કે તરડાવું ત્યાર બાદ થોડી થોડી વારે અવાજ ઉત્પન્ન કરવા ગળું વરડવું અને ક્રમશ: ગળામાં રહેલા અવાજ ઉત્પન્ન કરવાના લેરીંગ્સ બોક્ષમાં ક્ષતિ ઉત્પન્ન થઈ શકે ત્યાં સુધીની પરિસ્થિતિ પણ સર્જાવે છે. આમાંની કોઈ પણ પરિસ્થિતિની અવગણના કર્યાથી તે કેન્સર પણ ઉત્પન્ન કરી શકે તો નવાઈ નહીં. માટે અવાજમાં ઉત્પન્ન થયેલી વિકૃતિ વણસી જાય તે પૂર્વે જ તેની યોગ્ય તપાસ, નિદાન અને સારવાર થવાં જોઈએ તે અત્યંત આવશ્યક છે.

ગળામાંથી અવાજ ઉત્પન્ન થાય છે તે સ્થાનને અવાજ ઉત્પન્ન કરનારા લેરીંગ્સના નામથી ઓળખવામાં આવે છે. આ લેરીંગ્સ કંઠમાં હોય છે. ગળામાં બહારની તરફ ઊંટના ઢેકા જેવો જે ભાગ છે તે આપણે ભોજન કરીએ ત્યારે ઉપર નીચે થાય છે, તે લેરીંગ્સનું સ્થાન છે. આ લેરીંગ્સ એ હાડકાંની ખૂબ નાની પેટી જેવું છે. તેમાં ખૂબ જ સુંદર બે નાનાં ડાયાફ્રામ છે કે જે અવાજ ઉત્પન્ન કરે છે. તેને આપણે વોકલ કોર્ડના નામે ઓળખીએ છીએ. આ વોકલ કોર્ડની લંબાઈ અને કાર્યક્ષમતા વચ્ચે કેટલું ખેંચાવું વગેરેનું નિયંત્રણ તેમાંથી ઉત્પન્ન થતા અવાજો અને નક્કી કરેલો એક મસલ્સ સમૂહ નિર્ણય લે છે. અવાજ ઉત્પન્ન કરવાના (phonation) કાર્ય સિવાય આ લેરીંગ્સનું બીજું મહત્ત્વનું કાર્ય શ્વસનતંત્રમાં શ્વાસ-પ્રશ્વાસ લેવામાં તથા નિમ્નસ્તરીય શ્વસનતંત્રને (lower respiration)ને શરદી કે ઠંડીથી રક્ષણ આપવાનું છે. અવાજના લંબાણ, ખેંચાણ, શબ્દના સ્વરની ઊંચાઈ કે નીચાણ વગેરેનું

સમગ્રનું નિયમન આ લેરીંગ્સથી જ થાય છે.

અવાજમાં ઉત્પન્ન થયેલ ભારેપણું એ કંઈ બીમારી નથી. તે એક તાત્કાલિક પરિસ્થિતિ છે. આવી સ્થિતિ અવાજ કે લેરીંગ્સના થાકી જવાથી પણ થઈ શકે. ઇન્ફેક્શનથી પણ થઈ શકે. ગળામાં સોજો આવ્યો હોય તોપણ થઈ શકે. ગળાની પોતાની સર્વસાધારણ અવાજ ઉત્પન્ન કરવાની ક્ષમતા છે. ત્યાર બાદ તેને કેળવેલી ઊંચાઈ સુધી આપણે ખેંચીને બોલી કે ગાઈ શકીએ. પરંતુ તેથી વધુ ખેંચાવાથી જ સ્વર ફાટી કે ઘરડાઈ જતો હોય છે.

લેરીંગ્સમાં થોડું પણ ઇન્ફ્લેમેશન (સોજો) થાય તોપણ અવાજ ફરી જતો હોય છે. વધુ પડતું બોલવાથી, અવાજ ઘરડીને બોલવાથી, ખૂબ વધારે પડતા બૂમબરાડા પાડીને બોલવાથી આ બધું સંભવી શકે. મોટા ભાગના લોકોની સાયકોલોજિકલ ભૂલ એ જ હોય છે કે તેઓ સાધારણ ફોનમાં વાત કરતા હોય તોપણ શિકાગોથી ઇન્ડિયા  વાત કરતી વખતે જે ટોનમાં વાત કરે તેનાથી વધારે ઊંચો ટોન મીશીગન માટે અને ફ્લોરીડા વાત કરવાની હોય તો તેમનો ઘાંટો વધુ લાંબો અને પહોળો. તેમની માનસિક સમજણ એ છે કે ટેલિફોનિક ઇન્સ્ટ્રુમેન્ટ ભલેને એ જ હોય પરંતુ વાત તો વધુ લાંબે કરવાની છે ને ? માટે જ લંડનનો માણસ ઇન્ડિયા વાત કરે તો ચિત્કાર જ કરે...હોંભ...યું...!!! અને આવું જ નેતા લોકો કે જાહેર પ્રવક્તાઓના જીવનમાં પણ જોવા મળશે કે ભીડ જેટલી મોટી હોય તેટલા જોરથી તેઓ બોલતા હોય છે. આમાં છેલ્લી સદીમાં જો કોઈ પણ એક વ્યક્તિ અપવાદરૂપ હોય તો તે ઓશો રજનીશ જ હતા કે તેઓ ખૂબ જ શાંતિથી બોલતા, શાંતિથી ચાલતા અને આમાંનું મહદ્ અંશે હવે આપણે વરજીનિયાના સુપ્રસિદ્ધ યોગવિલેના સંસ્થાપક અને વિશ્વવિખ્યાત યોગાચાર્ય બ્રહ્મલીન શ્રીમત્ સ્વામી સચ્ચિદાનંદજી મહારાજમાં પણ આ જ સદ્ગુણ જોઈ શકાય છે અને તે છે અવેરનેસ ! ભીડ ભલેને ભારે હોય તમે માઇક પરથી બોલો છો તે કેમ ભૂલી જાઓ છો ? પરંતુ લાગણી અને ભાવનાના પૂરમાં તણાઈ જતાં બચવા માટેનો આત્મસંયમ કેળવવો તે ખૂબ જ અસાધારણ ઉપલબ્ધિ છે.

આ સિવાય જો ખૂબ વધારે વાતો કરવામાં આવે, લાંબાં લાંબાં પ્રવચનો કરવામાં આવે, અવાજ થાકી જાય ત્યાં સુધી બોલવામાં આવે, ખૂબ જ ઝપાટાબંધ અને ખૂબ જ ઊંચા સ્વરમાં બોલવામાં આવે તોપણ અવાજમાં ઘોઘરાપણું કે ભારેપણું ઊપજી શકે છે. બ્રહ્મલીન પૂજ્યશ્રી ડોંગરેજી

મહારાજશ્રી દરરોજ સાતથી આઠ કલાક કથા કરતા. ધીરે ધીરે તેમનો અવાજ તરડાઈ ગયો અને અંતે ગળાનું કેન્સર પણ થયું. આમ ગળામાંથી અવાજ ઉત્પન્ન કરતી વખતે કુદરતી રીતે ઉત્પન્ન થતા અવાજ ઉપર બળાત્કાર કરવામાં આવે તો તે ફાટી ગયેલો અવાજ તેના મૂળમાં રહેલા લેરીંગ્સ અને વોકલ કોર્ડમાં પહેલાં ઇન્ફેક્શન અને પછી તેને પેરેલાઇઝ્ડ પણ કરી શકે છે અને આમ થવાથી અવાજની જે સર્વસાધારણ સ્થિતિ છે તે નાશ પામે, ગળામાં સોજો ઉત્પન્ન કરે ત્યારે વણસતી પરિસ્થિતિને નાથવા યોગ્ય નાક, કાન, ગળાના તબીબ પાસે પૂરી તપાસ કરાવવી જ જોઈએ.

આરંભમાં જ અવાજની આ અકળામણને અવગણના કર્યા વગર તેને ખૂબ જ સારી રીતે તપાસ કરાવવાથી વિપદાના સ્વરૂપને નાનું અથવા તો નિવારી શકાય છે અને તપાસમાં નાનામાં નાની બાબતે ચોક્સાઈ કેળવવી જરૂરી છે.

સૌથી પહેલાં તો એ તપાસ થવી જોઈએ કે અવાજ ઘોઘરો કયાં કારણોસર અને કઈ પરિસ્થિતિમાં થયો. આ તત્ક્ષણ ઉત્પન્ન થયેલી તાત્કાલિક નાની સમસ્યા છે કે ખૂબ લાંબા સમયથી ચાલી આવતી પળોજણ છે. અવાજ ખરાબ થવાનાં કારણોમાં વ્યક્તિની નિજી જીવનપ્રણાલી, કાર્યક્ષેત્ર, તેનો પારિવારિક સંબંધ અથવા તો ધૂમ્રપાન, મદ્યપાન, તમાકુ ચાવવી વગેરેનો બંધાણી છે કે નહીં કે જેના કારણે પણ તેને એલર્જી થઈ શકે અથવા તો તેને અવાજમાં આવું ભારેપણું વારંવાર થઈ આવે છે અથવા તો વધારે પડતું બોલવાથી કે બોલવામાં અવાજની મૂળપ્રકૃતિમાં વિકૃતિ કરવાથી, ઠંડું, તળેલું ખાવા કે પીવાથી. કેવી રીતે થયું તે વિચારવું ઘટે. થૂંકમાં કે ગળફામાં કફની સાથે મ્યુક્સમાં લોહી કે પરુ આવતું હોય તો તે ટ્યુબરક્યુલોસીસનો દરદી પણ હોઈ શકે. તમે જે વાતાવરણમાં કામ કરો છો ત્યાંની વેધર કેવી છે ? તેમાં ધૂળ હોય, પોલન હોય, ફ્યુમ હોય અથવા તો અનેક પ્રકારનાં રસાયણિક દ્રવ્યોની અસર હોય તોપણ તે બધાંની પણ ગળામાં અવાજમાં અસર થતી જ હોય છે.

ગળાની ખૂબ જ સાધારણ તબીબી તપાસને Indirect Laryngoscopy કહેવામાં આવે છે કે જેનાથી દૈનિક વ્યવહારમાં લેરીંગ્સની કામગીરી અને તેના ઉપર થયેલી અસરોને તપાસી શકાય. વૉઈસબોક્સ સાધારણ નરી આંખે દેખાતો નથી. તે ગળાની અંદર છે તેથી પૂરેપૂરું ખોલીને તેમાં અરીસો દેખાડીને પછી પેન્સિલ ટોર્ચથી લાઇટ મારીને ગળામાંનું આ

રિફ્લેક્શન અરીસા વડે જોઈ શકાય છે. તેમાં દરદીઓનું કોઓપરેશન હોવું ખૂબ જ જરૂરી છે. પરંતુ ઘણા દરદીઓ આ સાધારણ તપાસમાં પણ અકળાઈ જતા હોય છે અને ખાસ કરીને બાળકો પણ આ તપાસ માટે મદદ કરતાં નથી ત્યારે જે રીતે તપાસ કરવામાં આવે છે તેને Direct Laryngoscopy કહેવામાં આવે છે. તેને માટે એનેસ્થેશિયા કરવું પડે. સાધારણ રીતે તો લોકલથી કામ ચાલી શકે પરંતુ જરૂરી હોય તો જનરલ એનેસ્થેશિયા પણ કરવું પડે.

આજના વિજ્ઞાને નવી શોધો જે કરી તેમાં આ ગળાની તપાસ માટેની શોધને Micro-Laryngoscopy કહેવામાં આવે છે. આ પદ્ધતિમાં નરી આંખે જોવાના બદલે ઓપરેટીવ માઇક્રોસ્કોપની મદદથી બાઇનોક્યુલર વ્યૂહ આપણે ખૂબ જ મેગ્નીફાઈડ કરેલો જોઈ શકીએ છીએ. ત્યારે ગળાની પરિસ્થિતિ જોઈને સાધારણ સમસ્યા છે કે વકરેલી પરિસ્થિતિ છે તે જાણી શકાય. ધૂમ્રપાન કરનારા લોકોનાં ગળાં ખૂબ જ જાણીતાં છે. તેઓ Smoker's Throatના નામે ઓળખાય છે.

પરંતુ જ્યારે પણ અવાજ ભારે થાય ત્યારે સૌથી પહેલી અને સહેલી વાત એ કે તેને આરામ આપવો. બોલવાનું જરૂરી હોય તો ખૂબ જ ધીમા સ્વર કે ટોનથી બોલવું. ગરમ પાણીના કોગળા મીઠું અને ચોખ્ખી ખાંડેલી હળદર નાખીને કરવા. ઠંડાં પીણાં કે આઇસક્રીમ ખાવાં નહીં. જરૂર હોય તો એન્ટીબાયોટીક દવા લેવી. આપણા દેશમાં જેઠીમધનું લાકડું કે તેના રસમાંથી બનાવેલી ગોળી ચૂસવાની પ્રથા છે. જે ગળાંને રાહત અને સ્મુથનેસ આપે છે.

સાધારણ આનંદપ્રદાયક અવાજ માટે સૌથી પહેલી આવશ્યકતા છે તે એ કે જેટલું બને તેટલું ધીરેથી બોલવાની ટેવ પાડવી. ઊંચા સ્વરે ન બોલવું. અવાજનો ઉપયોગ કરવો, દુરુપયોગ ન કરવો. જેમણે ૪૦ કે ૪૫ મિનિટનો વર્ગ લેવાનો છે તે શિક્ષકોએ શાંતિથી ધીરે ધીરે બે શબ્દો અને બે પંક્તિઓ વચ્ચે થોડો નજીવો પણ વિરામ આપીને બોલવું. જે શિક્ષકોએ વિશાળ વર્ગને સંબોધન કરવાનું છે તેઓ અચૂક માઇક્રોફોનનો ઉપયોગ કરે તે અત્યંત આવશ્યક છે. જે શિક્ષકો ચોકસ્ટીકથી બોર્ડ ઉપર લખે છે અને લખ્યા પછી ભૂંસે છે તેમણે આવું લખતાં કે ભૂંસતાં બોલવું નહીં અથવા તો મોડર્ન પદ્ધતિના સ્કેચપેનવાળા ગ્લાસના બોર્ડનો ઉપયોગ કરવો. ગરમાગરમ ખાણીપીણી પછી તાત્કાલિક ઠંડાં પીણાં પીવાનું હિતાવહ નથી. દા.ત. ગરમાગરમ ભજિયાં, શાક, દાળ, ભાત પછી ઠંડાં બરફવાળાં કે ફ્રીઝનાં પાણી

પીવાથી પણ સોર થ્રોટ કે ગળાના અવાજમાં ભારેપણું આવે. વાત કરતી વખતે વારંવાર ગળાને ખંખારવાની ટેવ સારી નથી. તેવા લોકોએ થોડું પીવાનું પાણી, મીસરી, લવિંગ કે ખદીરાદી વટી વડોદરાના સુપ્રસિદ્ધ વૈદ્ય કીશોરભાઈની કંઠીલ ગોળી કે લોઝેન્જીસ અથવા તો મેન્થોલની ગોળી ડૉક્ટરોના કહ્યા પ્રમાણે પ્રમાણસર લેવી. થોડી વધુ પડતી લેવાથી મોઢામાં ગરમી થાય, ચાંદા પડી જાય તેવું પણ બને. રાત્રે સૂતાં પૂર્વે ગરમ પાણીના મીઠા સાથે કોગળા કરવા વગેરે પણ ખૂબ જ રાહત આપે છે.

પરંતુ આ બધાંથી વિશેષ સ્વરની સાચવણી આપણે ઉજ્જયી પ્રાણાયામ દ્વારા કરી શકીએ. તે માટે પલાંઠી વાળીને, કમર સીધી રાખીને સુખાસન, પદ્માસન, સિદ્ધાસન કે સ્વસ્તિકાસનમાં બેસવાનું. હવે ધીરે ધીરે બંને નાકથી ઊંડો શ્વાસ લેવો. ગળાથી હૃદય સુધીની જગાને હવાથી ભરી દો.

સુગમતાથી જેટલો સમય શ્વાસ રોકી શકાય તેટલો રોકો. પછી હાથના જમણા અંગૂઠાથી જમણું નસકોરું બંધ કરીને ડાબા નસકોરાથી શ્વાસ ધીરે

**પદ્માસન (આકૃતિ - ૧૧)**

**સિદ્ધાસન (આકૃતિ - ૧૨)**

**સ્વસ્તિકાસન (આકૃતિ - ૧૩)**

**સુખાસન (આકૃતિ - ૧૪)**

ધીરે બહાર કાઢો. શ્વાસ લેતી વખતે છાતી ફુલાવો. શ્વાસનલિકા આંશિક બંધ રહેવાથી શ્વાસ લેતી વખતે એક વિશિષ્ટ અવાજ ઉદ્દ્ભવે છે. પૂરક કરતાં થતો આ અવાજ સૌમ્ય અને એકધારી સ્વરમાત્રામાં હોવો જોઈએ. તે સતત હોવો જોઈએ. આ કુંભક ચાલતાં ચાલતાં કે ઊભા ઊભા પણ કરી શકાય છે. ડાબા નસકોરામાંથી શ્વાસ બહાર કાઢવાને બદલે બંને નસકોરાંમાંથી પણ ધીમે ધીમે શ્વાસ બહાર કાઢી શકાય છે.

ઉજ્જયી પ્રાણાયામના અભ્યાસ સમયે આપણે જે શ્વાસ અંદર લઈએ છીએ અને બહાર છોડીએ છીએ તે બંને સમયે શ્વાસ ગ્લોટીસ (શ્વાસનળીનું ઉપરની બાજુનું કાણું)ને સ્પર્શ કરીને જાય છે. ગળામાં રહેલા આ ગ્લોટીસના પાર્શીઅલ (આંશિક) સ્પર્શથી લેરીંગ્સનાં ઇન્ફેક્શન પણ ઓછાં થાય છે. ગળામાં ઉત્પન્ન થતો ખરખરાટ અને ભરભરાટ શમી જાય છે.

આવો જ ફાયદો ગળું સાફ કરવા અથવા વોકલ કોર્ડની કાર્યક્ષમતા વધારવાનો આપણે ભ્રમરી પ્રાણાયામ દ્વારા પણ મેળવી શકીએ છીએ. ભ્રમરના ગુંજન જેવો અવાજ ગળામાંથી ઉત્પન્ન કરીને નાક વાટે છોડવાનો અભ્યાસ સવારે, બપોરે, સાંજે કે રાત્રે કરી શકાય છે, પરંતુ તે સમયે પેટ હળવું કે ખાલી હોવું જરૂરી છે. ભોજન પછી ત્રણેક કલાકે ભ્રમરી કરી શકાય. તેનાથી લોઝેન્જીસ કે વીક્સ વગેરે ગોળીઓથી જેવી ટેમ્પરરી રાહત મળે છે તેથી સો ગણી વધુ સક્ષમ અને કાયમી રાહત અનુભવાય છે. ગળાના વોકલ કોર્ડને મજબૂત કરવા માટે ઉજ્જયી, ભ્રમરી પ્રાણાયામ સાથે સિંહાસનનો અભ્યાસ પણ ઘણો જ લાભદાયક સિદ્ધ થાય છે. વજ્રાસનમાં બેસી હાથ સાથળ ઉપર રાખી, જીભને જેટલી શક્ય હોય તેટલી બહાર કાઢીને ડોળા મોટા કરીને સિંહના જેવી ગર્જના કરવાથી પણ લેરીંગ્સના ફાયદા થાય છે. આવશ્યકતા એટલી સમજવાની કે આપણો અવાજ કર્ણપ્રિય બની રહે, કર્ણકર્કશ નહીં. તેટલું સમજીએ તો બેડો પાર. ૐ શાંતિ.

**સિંહાસન (આકૃતિ - ૧૫)**

❒

# ૭. કબજિયાત (Constipation)

કુદરતની રચનામાં જે ચિંતન સમાયેલું છે તે અત્યંત અદ્‌ભુત છે. ઘણાં ગહન ચિંતન પછી એટલું સ્પષ્ટ સમજી શકાય કે આ અદ્‌ભુત રચનામાં આપણે કંઈ પણ ફેરફાર સૂચવી કે સૂઝવી શકીએ નહીં.

એક વિનોદવાર્તા છે.

એક માણસ એક દિવસ જંગલમાં થાક ઉતારવા પીપળાના વિશાળ વૃક્ષ હેઠળ સૂતો હતો. ત્યારે તેને વિચાર આવ્યો. આ સૃષ્ટિમાં કંઈ પણ સમાધાનવાળી વાત નથી. પેલું તરબૂચ આટલું મોટું અને આવી નાની વેલમાં થાય અને આ પીપળાના આટલા મોટા વૃક્ષ ઉપર આટલી નાનીનાની ટેટી જેવાં ફળ ? અરે ! આંબાની ડાળે તરબૂચ જેટલાં મોટાં કેરીનાં ફળ લાગવાં જોઈએ. આ કંઈ સમજણ છે ?...આમ વિચારંતો જ હતો ત્યાં હવા ચાલવાથી પીપળાના ઝાડની ડાળીઓ હલી અને ડાળીઓના હલનચલનથી એક નાનકડું ચણી બોર જેટલું પાકું પોચું ફળ આ સજ્જનના નાક ઉપર પડ્યું...અને ભઈ ! બોલી ઊઠ્યા, "બરાબર છે ! પીપળા ઉપર આટલાં નાનાં જ ફળ થવાં જોઈએ. આંબે તરબૂચ ન બાઝે તે જ સારું ! કારણ જો પીપળા ઉપર કોળાં-તરબૂચ જેટલાં મોટા ફળ લાગ્યાં હોત તો મારું નાક છુંદાઈ જ જવાનું હતું ને ?"

આપણા શરીરમાં પણ પગ બે છે. હાથ બે છે. આંખ, કાન અને નાકનાં ફણાં પણ બબ્બે છે. પણ જીભ એક છે. હાથપગને બંધ કરવાના દરવાજા નથી. કાનને પણ નથી. પણ આંખોને બંધ કરવા પાંપણ છે અને મોઢું બંધ થઈ શકે છે. જીભ વધારે અજુગતું ન બોલે તેટલા માટે બત્રીશ પહેરેદારો છે. માટે બધું જ યથેષ્ઠ જ છે.

હવે આજે આપણે જે વાત કરવાની છે તે આ બત્રીસ દાંતની જ વાત છે. દાંતનો ઉપયોગ ચાવવા માટે કરવામાં આવે છે અને દરેક દાંતનું કામ

જુદું જુદું છે. આગળના દાંત કાપવા માટે અને પાછળના સાઈડના દાંત ચાવવા માટે છે. પરંતુ ખોરાક બધા જ દાંત નીચેથી ક્રમશઃ ધીરે ધીરે પસાર થઈને જાય તે આવશ્યક છે. આપણે સાધારણ રીતે જ સમજી શકીએ છીએ કે માનવજાતિના કરતાં માંસાહારી પશુઓના દાંતની રચના જુદી જ હોય છે. વળી આપણાં આંતરડાં કરતાં પશુઓનાં આંતરડાંની લંબાઈ પ્રમાણમાં ઘણી જ ટૂંકી છે. જ્યારે માણસનું આંરડું ખાસ્સું છ મીટર લાંબું હોય છે. જે કંઈ ખોરાક આપણે હોજરીમાં નાખીએ છીએ તે બધો મોઢામાં ઉત્પન્ન થયેલી લાળની સાથે પલળીને દાંતોની વચ્ચે સારી રીતે બરોબર ચવાઈને એટલે કે ખોરાક કપાય, ખંડાય, દળાય ત્યારે લીસો થઈને હોજરીમાં જાય તો દાંતોનું આયુષ્ય લાંબું થશે. તદુપરાંત જઠરને ખોરાક પચાવવાનું સરળ બનશે.

આ ઉપરોક્ત લખેલી વાત નવી નથી. આપણે બધા જ જાણીએ છીએ છતાં ભોજન કરતી વખતે હાકોટા-છીંકોટા, વાતો, હસાહસ, ધાંધલ-ધમાલની વચ્ચે હુંસાતુંસી કરતા હોઈએ તેમ ઝપાટાબંધ જમી લઈએ છીએ જે યોગ્ય નથી જ. શાંતિથી, બોલ્યા વગર, બરોબર ચાવીને ખોરાક જો પેટમાં મોકલવામાં આવે તો તે ખોરાકનો સાચો સ્વાદ આપણે માણી શકીશું. જો આ પ્રમાણે ખોરાકને બરોબર પૂરતો ચાવીને ખાવામાં આવે તો મોટા ભાગે કબજિયાત થવાનો પ્રશ્ન જ રહેતો નથી.

આ ઉપરાંત કબજિયાત થવાનાં બીજાં પ્રમુખ કારણોમાં આપણે જે ભોજન કરીએ છીએ તે ભોજન પચે તે પૂર્વે ફરીથી કંઈ ખાઈ લઈએ છીએ. તેથી જ આ બધું પેટમાં ગયેલું અનાજ અપચો કરે છે. સાધારણ રીતે આપણે જે કંઈ ખાઈએ તે સાધારણ શાકાહારી ખોરાકને પચતાં ૪ થી ૬ કલાક લાગે છે, પરંતુ માંસાહારી ખોરાક ત્રણ દિવસ સુધી હોજરીમાં પડી ને સડે ત્યારે પચતો હોય છે. ગાયને ચારી ચરવા મોકલીએ તો તે ગાય, બકરી કે ઊંટ અથવા પોપટ વગેરે શાકાહારી પશુપંખીઓ આખો દિવસ ચર્યા કરે કે ચણ્યા કરે; જ્યારે માંસાહારી પશુઓ રાત્રે એક જ વખત શિકારમાં નીકળે અને એક જ વખત શિકાર ખાય પછી પૂરા ચોવીસ કલાક સુધી નિરાંતની રાહત. માટે જ્યાં સુધી પેટમાં પડેલો ખોરાક પચે નહીં ત્યાં સુધી ફરીથી કંઈ ખાવું જોઈએ નહીં. પરંતુ જેવી રીતે ઉપરાછાપરી રીતે આખો દિવસ કંઈ ને કંઈ ખાધાપીધા કરીએ તો તે ખોરાક પચે નહીં. તેથી તેને અપચો થાય. અપચો થવાથી તેમાંથી ગૅસ થાય. આ ગૅસને કારણે જ અપરિપક્વ

ખોરાકની કબજિયાત થાય. જેવી રીતે ઈદડાં, ઢોકળાં, હાંડવો કે ઈડલીનું ખીરું મૂળે તો સેમી લિક્વીડ હોય છે, પરંતુ વરાળથી પાકીને ઢેફું થાય છે. તેવી જ રીતે પેટમાં ઉત્પન્ન થયેલો વાયુ જ મળને સૂકવી નાખે છે. તેથી જ્યારે ઝાડે ફરવાની હાજત લાગે ત્યારે લોકો દશ-પંદર-વીસ મિનિટ કે વધુ સમય સુધી કુદરતી હાજત માટે બેસી રહેતા હોય છે. પરદેશનાં પાયખાનાંઓમાં વાંચવા માટેનાં મેગેઝિન, નવલકથાઓ અને છાપાંઓ રાખવાનું જે મહત્ કારણ છે તે આ જ કે કુદરતી હાજતે બેસતાં ખાસ્સો ગણતરીનો સમય લોકોને લાગતો હોય છે.

આવી રીતે રોજબરોજની કબજિયાતનો કોઠો થઈ જવાથી આંતરડાંઓમાં અંદરની બાજુએ જૂનો મળ બાઝતો જાય છે. જેને તબીબી વિજ્ઞાન કોલાઇટીસ અથવા તો ક્રોનીક કોલાઈટીસ, કે મ્યુકસ–કોલાઈટીસ કહે છે. આપણે તેને જૂના મરડાના નામથી ઓળખીએ છીએ. આવું થાય ત્યારે ઝાડાનું આવવાનું અનિયમિત થઈ જાય. ક્યારેક સવારે, બપોરે, સાંજે, રાત્રે, જમ્યા પછી તુરંત જ વગેરે. પરંતુ આ સ્વસ્થ પાચનક્રિયાનાં ચિહ્નો નથી.

કબજિયાતને કારણે બવાસીર (પાઇલ્સ) થાય. કબજિયાતને કારણે પેટમાં આવતો ગેસનો ઉફાણો ઘૂંટણમાં, કમરમાં દર્દ, સાંધાના વા અને બીજાં દર્દો પણ પેદા કરે. માટે જ આપણે હંમેશાં કહીએ કે 'પહેલું સુખ તે ઝાડે ફર્યા.'

પરંતુ જો માણસ ઝાડે ફર્યા જ કરે તો તે વધારે સુખી થાય તેવું માની લેવાનું કોઈ કારણ નથી. વારંવાર મળનો વેગ આવવો તે પણ રોગ કે બીમારી જ છે.

આ પાચનક્રિયામાં આપણે ખોરાક ચાવીએ ત્યાંથી આરંભ કરીને દાંત, જીભ, મોઢામાં આવતી લાળ, પછી જઠર, યકૃત, આંતરડાંઓ અને તે સિવાયની બીજી બધી અંતઃસ્રાવી ગ્રંથિઓ અને અંતે છેક નાના-મોટા આંતરડાંઓમાંથી પસાર થઈને મળ ગુદાદ્વાર સુધી બહાર નીકળી જાય ત્યાં સુધી સમગ્ર પાચનતંત્ર અને ઉત્સર્ગતંત્ર (એલીમેન્ટરી સિસ્ટમ તથા જીનીટો યુરીનરી સિસ્ટમ) સાબદું થઈને કામ કરતું હોય છે. આપણે જેવી રીતે એક ટિકિટનું મૂલ્ય ચૂકવીને ટ્રેઇનમાં લાંબા પગ કરીને નિર્ભય, નિષ્ફિકર થઈને સૂઈ જઈએ છીએ, પરંતુ એ નાના ટુકડા (ટિકિટ)ની પાછળ કેટલાં બધાં રેલવે સ્ટેશનોના સ્ટેશન માસ્ટર, સાધાંવાળા, ફ્લેગમેન્સ, લાઇનમેન્સ તથા આપણી ગાડીના ગાર્ડ, ટીટી, ડ્રાઇવરની જવાબદારી આપણી સલામતી જાળવતી હોય

છે તેનો કોઈ દિવસ આપણે વિચાર કે હિસાબ કરતા નથી. પરંતુ એ જે તે કાગળનો ટુકડો કે પૂંઠાનો ટુકડો (ટિકિટ) મેળવવા માટે આપણે પૂરેપૂરું મૂલ્ય ચુકવવું પડતું હોય છે તે જ પ્રમાણે પૂરેપૂરો ખોરાક પચાવવા માટે પણ પૂરેપૂરો સંયમ રાખવો જરૂરી હોય છે.

દરેક માણસ દરેક પ્રકારનો ખોરાક પચાવી ન શકે. બધાની હોજરી કે આંતરડાંની કાર્યક્ષમતા એકસરખી હોતી નથી. ખેતીમાં કામ કરતા મજૂરો અને ખેડૂતોનાં છોકરાં ચાર-પાંચ વર્ષની ઉંમરમાં માથે ઘડો-બેડું મૂકીને ગામકૂવેથી પાણી ભરી લાવતાં હોય છે કે ગામની સીમમાં જઈને ઢોર ચરાવી લાવવાં કે ઢોરો માટેનો ચારો ઝાડ-ઝાંખર કાપીને લાવવાનું કરતાં હોય છે, પરંતુ તેની બરોબરીમાં આપણાં બાળકોને ભાગ્યે જ હિંગ-મેથીના ભાવતાલની ખબર હોય કે લેવા મોકલો તો બે કિલો મીઠાનું પડીકું બે વાર ઢોળીને જ આવતાં હોય છે.

શરીરના બાહ્ય સૌષ્ઠવ અને આંતરિક ક્ષમતાને ક્રમશઃ કેળવવી જોઈએ. ખાનપાન, રહનસહનથી જ સમગ્ર તંત્રને સાબદું કરી શકાય. જો ભોજનમાં તેલ, ઘી, મરચાં, મસાલા વગેરે ઓછાં હોય અથવા તો સંતુલિત હોય તો તે ભોજન પચવામાં સહેલું હોય છે. અડદની દાળના પ્રમાણમાં મગની દાળ પચવામાં સહેલી છે. અડદની દાળનો જ ઢોસો કે ઉત્તપમા બનતાં હોય છે, પરંતુ તેના જ ખીરામાં ચોખા ભેળવીને બનાવેલી ઈડલી પચવામાં વધુ સરળ છે. અદડ અને ઘઉંના પ્રમાણમાં ચોખા કે ભાત પચવામાં વધુ હલકા છે. બટાકા, સૂરણ, કંદ કે મૂળા વગેરે વાયુ કરનારાં જમીનની નીચે થનારાં શાક કરતાં દૂધી, ગલકાં, તુરિયાં, ટીંડોરા, સફેદ કોળું (કાચું અથવા નાનું કે કૂણું) પાલખ, મેથી કે તાંદળજો વગેરે ભાજી કે શાક પચવામાં વધુ સહેલાં અને વાયુ કરનારાં નથી. સફરજન અનેક ગુણ ધરાવતું હોવા છતાં કબજિયાત કરનારું છે. બાજરો ખાવે હલકો હોવા છતાં જુવારના પ્રમાણમાં પચવામાં ભારે છે. ચણાની દાળ અને ચણામાંથી બનેલી તમામ ગળી કે ફરસાણની વાનગીઓ ગમે તેવી સ્વાદિષ્ટ લાગે તોપણ આ સ્વાદ જીભ પૂરતો જ અઢી ઇંચનો જ આનંદ છે. બાકી પેટમાં વાયુકર્તા અને પચાવવામાં હલકી નથી, જ્યારે તેના પ્રમાણમાં તુવેરદાળ, મગ, મગની દાળ પચવામાં સહેલાં છે. આનો અર્થ એ નથી કે બધાં કઠોળ, દાળ કે અનાજ બંધ કરીને બારે મહિના બાફેલી દૂધીનું જ ખાવાનું મહારાજ કહે છે. ના ! એમ નથી જ ! પરંતુ આપણે જે

કંઈ ખાઈએ છીએ, તે ખોરાકને પચાવવાની આપણી ક્ષમતા હોય તે ખોરાક રુચિકર હોઈ શકે, સ્વાદિષ્ટ હોઈ શકે પરંતુ ગુણકારી પથ્ય પણ છે કે નહીં તે વિચારી અને સમજીને ભોજન કરવાનું વધુ ઉચિત છે. જે દૂધ પેટમાં જાય છે તે દહીં થઈને જ જાય છે, છતાં દહીં ખાવાથી ભલે તે દૂધ કરતાં સો ગણું ગુણકારી હોય તોપણ દહીંથી કબજિયાત થાય છે, દૂધથી નહીં. માટે જે ખોરાક જે વ્યક્તિને પચવા માટે વધુ માફક આવતો હોય તે ખોરાકની ગુણવત્તાને સમજી જાણીને જ આપણે ખાઈએ તેમાં આપણું શાણપણ સમાયેલું છે.

આટલી વાત થયા પછી પાણી પીવા સંબંધી વાત પણ જાણવી અત્યંત જરૂરી છે. સાધારણ રીતે આપણે એક દિવસમાં ઓછામાં ઓછું બે થી ત્રણ લિટર પાણી પીવું જ જોઈએ. જો ઉનાળો હોય તો આપણે પાણી વધુ પીએ છીએ, પરંતુ શિયાળામાં પાણીનો વપરાશ પ્રમાણમાં ઓછો થાય છે. જો આપણા ખોરાકમાં ફરસાણ કે મીઠાનું (Salt) પ્રમાણ વધારે હોય તો આપણે પાણીની તરસ વધુ લાગે છે, જ્યારે ભોજનમાં મીઠાનું પ્રમાણ ખૂબ જ ઓછું કે સંતુલિત હોય તો તરસ ઓછી લાગતી હોય છે. પરંતુ પાણી બેથી ત્રણ લિટર પીવાનું ખૂબ જ જરૂરી છે. હવે અહીં એક પ્રશ્ન યુગોથી પૂછવામાં આવતો હોય છે કે જમતાં જમતાં પાણી પીવાય ? જમતાં પહેલાં કેટલી વાર પૂર્વે પાણી પીવું ? જમ્યા પછી કેટલી વારે પાણી પીવું ? વગેરે. આ બધી પ્રશ્નઝંઝાનું પ્રમુખ કારણ તો એ જ કે જે આપણે દરેક કોળિયાને બરોબર ચાવીને ખાઈએ તો તેની સાથે મોઢામાંથી ઉત્પન્ન થતી લાળને કારણે પલળી ગયેલો ખોરાક ગળામાં સૂકી ચીજ ઉતારીએ છીએ તેવો અનુભવ નહીં કરાવે તેમ થવાથી જમતી વખતે જમતાં જમતાં પાણી નહીં પીવું પડે.

હા, જમ્યા પૂર્વે સૂપ પીવાની કે ફળના રસો પીવાની જે પાશ્ચાત્ય પરંપરા છે તે યોગ્ય છે. તેનાથી ભૂખ ઊઘડે છે તેમ કહેવામાં આવે છે તે પણ સાચું છે. જ્યારે ભૂખનો સમય થાય ત્યારે પેટમાંથી ચોપાસથી પાચકરસો પેટમાં આવીને ખોરાકની માંગણી કરતા થાય ત્યારે પેટમાં એક ખાસ પ્રકારના પરપોટા ઉત્પન્ન થતા હોય તેવો અનુભવ આપણને સૌને થાય છે. પરંતુ જો આ અંતઃસ્રાવ રસો જલદ બને ખોરાક પૂર્વે પચ્યો ન હોય, પેટમાં કબજિયાત હોય તો રસ ઝરણાં પેટમાં ચાંદી પાડે (પેપ્ટીક અલ્સર) તેવું પણ

બને. એસિડિટીના નામથી ઓળખાતો આ વ્યાધિ લાંબેગાળે કબજિયાતની સાથે તાલ મિલાવી કાર્સીનોમાને એટલે કે (કાર્સીનોજનિક) કેન્સરની જન્મદાતા પણ બની શકે. માટે આવશ્યકતા અનુસાર પાણી પીતા રહેવાથી આ એસિડ દ્રાવણોની જલદ વૃત્તિનું શમન કરી શકાય છે.

અંતઃસ્રાવી ગ્રંથિઓમાંથી નિરંતર વહેતી રસલ્હાણને કારણે જ ખોરાકને પચવામાં મદદ મળે છે, માટે તેની આવશ્યક જલદતાને ડામવી તે પણ બરોબર નથી. માટે જમ્યા પહેલાં પાણીની તરસ લાગે ત્યારે સાદું પાણી ન પીતાં દાળનું પાણી, સૂપ કે ફળોના રસ પીવા હિતાવહ છે. ચાવીને ખોરાક ખાવો તેથી ખોરાક પલળીને પેટમાં જશે. છતાં તરસ લાગે તો દાળ, કઢી વગેરે પીવાં. જમ્યા પછી પરદેશમાં ચા-કૉફી પીવાની જે ટેવ છે તેનો પ્રમુખ હેતુ એ કે ભોજન પછી તરત જ સાદું પાણી ન પીવું. ભોજન પૂરું થઈ ગયા પછી અડધાએક કલાકે સાદું પાણી અવશ્ય પીવું. બાકી આખાયે દિવસમાં ભોજનના સમયને બાદ કરીને બને તેટલું વધુ પાણી પીવાનો આગ્રહ રાખવો. બને ત્યાં સુધી ખૂબ ઠંડાં પીણાં કે ઠંડું પાણી ન પીવું. કારણ કે તેનાથી પણ ખોરાક જલદી પચતો નથી અને કબજિયાત થવાની વધુ સંભાવના છે.

ખોરાકમાં પાંદડાંવાળો ખોરાક એટલે ભાજી વગેરેને નિયમિત સ્થાન આપવાથી ખોરાકને પચવામાં તથા કબજિયાત ન થાય તે જોવામાં સરળતા રહે છે.

આ બધી વાતને અંતે હવે આપણે એટલું જાણીએ કે યોગાસનો, પ્રાણાયામ, ક્રિયા, મુદ્રા બંધ વગેરે કબજિયાતના નિવારણ માટે કેટલાં સહાયક છે. સૌથી પ્રથમ આવશ્યક વાત તો એ કે જે મિત્રો સવારે વહેલા ઊઠીને ઉષઃપાન કરે છે (પાણી પીવાની ટેવ) તેઓને કબજિયાત ઓછી થાય છે. ઊઠીને ચાર-પાંચ ગ્લાસ સાદું પાણી પી લેવાથી મળનો કોઠો મુક્ત થઈ જાય છે તથા પેટ પણ સારી રીતે સાફ આવી જાય છે. યોગ પ્રક્રિયાઓમાં લઘુશંખ પ્રક્ષાલનની ક્રિયા સૂચવવામાં આવેલ છે. તેના નિયમિત અભ્યાસથી પણ કબજિયાતનો કોઠો ભાંગે છે. શંખપ્રક્ષાલનની ક્રિયાનાં આસનો તાડાસન, તિર્યક તાડાસન, કટી ચક્રાસન, અશ્વસંચાલન ક્રિયા તથા ઉદર આકર્ષણ ક્રિયાનો અભ્યાસ ચારેક ગ્લાસ પાણી પીને કરી લઈએ તો મળ તરત જ સાફ આવી જતો હોય છે.

તાડાસન (આકૃતિ - ૧૬i)

અશ્વસંચાલન મુદ્રા (આકૃતિ - ૧૬iv)

તીર્યક તાડાસન (આકૃતિ - ૧૬ii)

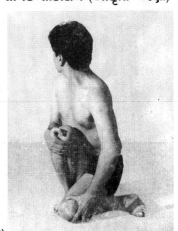

કટિચક્રાસન (આકૃતિ - ૧૬iii)

ઉદર આકર્ષણ ક્રિયા (આકૃતિ - ૧૬v)

ભોજન કર્યા પછી આમતેમ આંટા મારવાને બદલે જો ઓછામાં ઓછું પંદરથી વીસ મિનિટ વજાસનમાં બેસવાની ટેવ પાડીએ તો તેનાથી ખોરાકને પચાવવામાં અદ્ભુત રાહત મળે છે. જેવી રીતે મુસલમાન મિત્રો નમાઝ પઢવા બેસે છે લગભગ તે જ પ્રમાણે ઘૂંટણ વાળીને બેસવાની ટેવ પાડવી. પાછળના પગ પણ વાળીને રાખવા. બંને પગના અંગૂઠા જોડાયેલા, એડીઓ ખુલ્લી અને બંને એડીની વચ્ચે નિતંબ રાખવાં. સામેની દિશામાં બંને ઘૂંટણ પણ જોડાયેલાં રાખવાં. કમર સીધી, મેરુદંડ સીધો, પ્રસન્ન વદન. બંને હાથ સાથળ ઉપર રાખીને શાંતિથી પંદરથી વીસ મિનિટ સુધી બેસવું. આમ કરવાથી બંને પગની પિંડી, સાથળ અને નાભીની નીચેના શરીરમાં લોહીનું ફરવાનું ઓછું થશે અને પ્રમાણમાં પેટના પાચન તંત્રનું રક્તસંચાર વિશેષ માત્રામાં ઉપલબ્ધ થશે. તેથી પાચનક્રિયામાં ઘણી જ મોટી સહાય મળી રહે અને પાચન સારું થવાથી અપચો, ગેસ કે કબજિયાત ન થાય તેવી સહાય મળે છે.

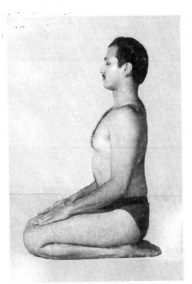 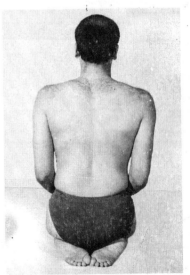

(આકૃતિ - ૧૭i)    વજાસન    (આકૃતિ - ૧૭ii)

આવી જ રીતે ખાલી પેટ હોય ત્યારે યોગમુદ્રાનો અભ્યાસ પણ ખોરાક પચાવવામાં ખૂબ જ સહાયભૂત નીવડે છે. તે માટે પહેલાં પદ્માસનમાં બેસવું. પદ્માસન ન થાય તો ઉપર કહ્યા પ્રમાણે વજાસનમાં બેસવું. ત્યાર બાદ બંને હાથને પીઠની પાછળ લઈ જઈને જમણા હાથથી ડાબા હાથનું કાંડું પકડવું.

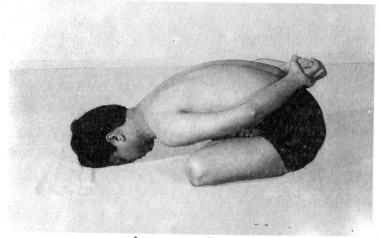

**યોગમુદ્રા (આકૃતિ - ૧૮)**

હવે શ્વાસ છોડતા જવું અને આગળ ઝૂકવું. માથાને છેક જમીન પર અડકાડી દેવાય તેટલે સુધી લઈ આવવું. કપાળને જમીન ઉપર અડાડી દેવું. શ્વાસને બહાર જ રોકવાનો પ્રયત્ન કરવો. જો શ્વાસ ન રોકી શકાય તો બળજબરી ન કરવી. તેવી અવસ્થામાં સાધારણ શ્વાસ લેવો પરંતુ તકલીફ ન થાય ત્યાં સુધી કપાળને જમીન ઉપર જ અડકાડી રાખવું. આમ થવાથી પેટની અંતઃસ્થ ગ્રંથિઓનો મસાજ થતાં તેમની કાર્યક્ષમતા વધશે અને પાચનક્રિયા સારી થતાં કબજિયાત નહીં થાય અને જો કબજિયાત હશે તો જશે જ. જેમને માટે શક્ય હોય તેમણે પદ્માસનમાં બેઠા પછી જમણા હાથને પીઠ પાછળથી લાવીને ડાબાં સાથળ ઉપર રાખેલ જમણા પગના અંગૂઠાને તથા ડાબા હાથને પીઠ પાછળથી લાવીને જમણા સાથળ ઉપર રાખેલ ડાબા પગના અંગૂઠાંને પકડીને આ પ્રક્રિયા કરવી. તે બદ્ધપદ્માસન કહેવામાં આવે છે.

અજગર જેવી રીતે શ્વાસ લે છે તેવી રીતે મોઢેથી શ્વાસ લેવાની પ્રણાલીને શીતલી અને શીતકારી પ્રાણાયામ કહેવામાં આવે છે. જીભની સીધી ભૂંગળી (વર્ટીકલ રોલ) કરીને શ્વાસને અંદર લઈને રોકવો અને પછી ધીરે ધીરે નાક વડે કાઢવો. હવે જો જીભની સીધી ભૂંગળી ન થાય તો તેને ઉપરની તરફ વાળવી (હોરીઝન્ટલ રોલ) અને શ્વાસ મોં વાટે અંદર લેવો. રોકીને નાક વાટે ધીરે ધીરે બહાર કાઢવો. તેને જો સીધી ભૂંગળી થાય તો શીતલી અને ઉપરની તરફ વાળીએ તો શીતકારી પ્રાણાયામ કહેવામાં આવે છે. આ પ્રાણાયામના

અભ્યાસથી પાચનક્રિયાને ઘણો મોટો લાભ પહોંચે છે. અપચો (Dispepsia) થતો નથી. તેથી કબજિયાતથી રક્ષણ માટે આ પ્રાણાયામોનો અભ્યાસ લાભદાયક છે. જ્યાં સુધી શ્વાસ રોકવાનો પ્રશ્ન છે ત્યાં સુધી સાધારણ પ્રાણાયામના નિયમ પ્રમાણે ૧:૪:૨:૪ના ક્રમ પ્રમાણે શ્વાસ લેવો.

પાચનક્રિયાની તમામ અનિયમિતતા માટે શિવાનંદ પ્રાણાયામનો અભ્યાસ ખૂબ જ રાહત આપનારો સિદ્ધ થયો છે. તેમ આ પ્રક્રિયા ખૂબ જ સરળ પણ છે. જમીન ઉપર લાંબા પગ કરીને સૂવો. હવે પગને ઘૂંટણમાંથી વાળો. બંને પગની વચ્ચે થોડું અંતર રાખવું. બંને પગ એકમેકને સમાંતર રાખવા. હાથ શરીરની પાસે પરંતુ શરીરને અડકેલા નહીં. હાથની હથેળીઓ ચત્તી રાખવી. મનને નાભિમાં કેન્દ્રિત કરવું. બને તેટલો ધીરે ધીરે શ્વાસ લેવો. શક્ય હોય તેટલો ધીરે ધીરે શ્વાસ છોડવો. પ્રત્યેક શ્વાસ ઉપર જાગ્રત નિયંત્રણ રાખવું. આ પ્રક્રિયા ઓછામાં ઓછું પંદરથી વીસ મિનિટ સુધી પેટ હળવું કે ખાલી હોય ત્યારે કરવી.

અર્ધમત્સ્યેન્દ્રાસન પણ પાચનક્રિયામાં સહાયપ્રદ છે. શીર્ષ અને સર્વાંગ આસનોનો અભ્યાસ પણ પાચનક્રિયા સારી કરે છે. પરંતુ જો આસનો બધાં કરીએ અને ખાવાપીવામાં કોઈ નિયંત્રણ ન હોય તો આ આસન કે યોગ અભ્યાસનો કોઈ પણ પ્રકારનો ફાયદો કે લાભ મેળવી શકાય નહીં. આપણે જ આપણા જીવનના ઘડવૈયા છીએ. માટે પોતાની જાતે પોતાના પગ ઉપર કુહાડો મારવો નહીં. ઈશ્વરઅનુગ્રહ આપણી સાથે છે. વિવેકપૂર્વક જીવન જીવવું, ધન્ય થવું. સ્વસ્થ રહેવું. ૐ શાંતિ.

◻

# ૮. આંતરડાંનો ગૅસ (Intestinal Gas)

જ્યારે અમે યોગાસનના વર્ગોમાં વજ્રાસન શીખવીએ ત્યારે વજ્રાસનને હંમેશાં યુનીએન્ઝાઈમ, હવાબાણ હરડે કે મિલ્ક ઑફ મેગ્નેશિયાનું સબટીટ્યુટ કહીએ કારણ કે તે પાચનક્રિયામાં સહાય કરે છે અને પેટમાંથી ગૅસ ઓછો થાય અથવા તો ગૅસ ઉત્પન્ન જ ન થાય માટે સહાય કરે છે.

બાકી અરેરે ! મરી ગયા ! બાપ રે ! આ ગૅસ ! મારી તો છાતી ફાટી ગઈ ! ગૅસ મારે માથે ચઢી ગયો રે ! વગેરે ફરિયાદોથી ડૉક્ટરો કે આપણે અજાણ્યા નથી જ ! અને આ ગૅસ મળદ્વારના માર્ગે ન નીકળે તો ખાટા ઓડકારથી આરંભી ઘૂંટણમાં દુઃખાવો, કમરના દુઃખાવા, શરીરમાં કળતર અને ખાસ કરીને હૃદયરોગવાળા રોગીઓને તો આ ગૅસ પ્રાણઘાતક પણ નીવડી શકે.

આંતરડાંઓના આ આંતરિક નળાઓ જો ઉપવાસ કર્યો હોય તોપણ ૨૦૦ મી.લી. લિટર ગૅસથી ભરેલા જ હોય છે. પેટના નળાઓમાં ભરાયેલો આ ગૅસ ગુદાદ્વાર વાટે દરરોજનો આશરે ૬૦૦ મિલિલિટર જેટલો રીલીઝ થાય છે અને તે ૨૦૦ થી ૨૦૦૦ મિલિલિટર જેટલો એકત્રિત થઈને રહેતો હોય છે. આપણે શું ખોરાક ખાધો છે, તેનો કેટલો અપચો થયો છે તેની અસર આ ગૅસના ઉપર થતી હોય છે.

પેટના નળાઓમાંનો એક તૃતિયાંશ ગૅસ તો આપણે બહારથી અંદર લઈ ગયેલો ગૅસ હોય છે. જ્યારે તે સિવાય અંદરથી જ ખોરાક સડવા અને ન પચવાને કારણે પેદા થયેલો ગૅસ હોય છે. જેને ત્રણ ભાગમાં વિભાજિત કરી શકાય. (૧) ખોરાકના સડવાથી ઉત્પન્ન થયેલા બેક્ટેરિયામાંથી ઉપજતો ગૅસ. (૨) આંતરડાંઓમાં જ અપચાને કારણે થતી રાસાયણિક ક્રિયામાંથી ઊપજતો ગૅસ. (૩) આંતરડાંઓમાં અપૂરતી માત્રામાં પહોંચતા રક્તપ્રવાહને

કારણે ઊપજતો ગૅસ.

આંતરડાંઓમાંથી ઊપજતા ગૅસમાં નાઇટ્રોજન, કાર્બનડાયોક્સાઈડ, હાઇડ્રોજન, મીથેન તથા ઑક્સિજન મળીને પાંચ જાતના ગૅસ હોય છે. આ તમામનું પ્રમાણ હંમેશાં એકસરખું રહેતું નથી. આપણે જે ખોરાક ખાધો હોય, આંતરડાંમાં ઉત્પન્ન થયેલા બેક્ટેરિયા અને Swallowed airની ત્રિધા પાંખ ઉપર બેસીને આ ગૅસ અવાજ કરતો હોય છે.

આપણે જે કંઈ ખોરાક લઈએ છીએ તેના દરેક કોળિયા સાથે ૨ થી ૩ મિલિલટર ગૅસ તો આપણે ગળી જ જતા હોઈશું. હવે જે લોકો ભારતમાં કે પાકિસ્તાન અથવા બાંગ્લાદેશમાં રહે છે તેઓને પાનમસાલા, પાનપરાગ, સોપારી કે પાનનાં બીડાં ચાવવાની જે ટેવ હોય છે અને ખિસકોલીની જેમ હંમેશાં કંઈ ને કંઈ મોઢામાં નાખીને ચાવ્યા કરે છે તેઓ આખાયે દિવસમાં કંઈએ પ્રમાણમાં ગૅસ ગળતા હોય છે. જેનો કંઈ આધાર કે હિસાબ માંડી શકાય તેમ નથી.

જે ભોજન આપણે કરીએ છીએ અને જે બેક્ટેરિયા ઉત્પન્ન થાય છે તેના પ્રમાણમાં ઊપજતા ગૅસમાં મિથેન ખાસ ભાગ ભજવે ત્યારે આવતા ગૅસની પ્રકૃતિ સાધારણ ગૅસના પ્રમાણમાં જુદી જ હોય છે અને આવી પ્રકૃતિના ગૅસવાળા લોકોનું મળ સાધારણ રીતે પાણીમાં તરતું હોય છે. તેનું કારણ તે મળ બહુ હલકું છે તેવું નથી પરંતુ તે મળની વચ્ચે જે મિથેન અટવાઈ પડેલો હોય તેના કારણે જ આવું સંભવતું હોય છે.

પેટમાં ઉત્પન્ન થતા ગૅસના પ્રકારમાં નાના આંતરડામાં કાર્બોહાઈડ્રેટ્સ શોષાઈ જતો હોય છે. પરંતુ જો કોઈ કારણસર નાના આંતરડામાં આ શોષણ ન થયું હોય અને તો તેટલો મળ મોટાં આંતરડામાં આવતાં તેમાં હાઇડ્રોજન ઉત્પન્ન થાય છે. જેમનાં આંતરડાંઓમાં ઇન્ટેસ્ટીનલ એન્ઝાઇમ કે જેને લેક્ટેટ કહેવામાં આવે છે. તેની ખામીને કારણે જ આવું બનતું હોય છે. દૂધ કે દૂધની બનાવેલી વાનગીઓમાં રહેલા લેક્ટોસને પચાવવાનું કામ આ લેક્ટેટ કરે છે. કઠોળમાંથી પણ ગૅસ ઉત્પન્ન થાય છે અને લોકોને કઠોળને પચાવવાનું સહેલું ન પણ લાગે, માટે જ પ્રાચીન ગ્રીસમાં કઠોળ ખાવા ઉપર સખત પ્રતિબંધ હતો.

માનવની ઉત્પત્તિની સાથે તેણે વિવિધ ખોરાકની શોધ કરી અને પેટનો ખાડો પૂરવા કે સ્વાદની પરિપૂર્તિ માટે દરરોજ નિતનવીન વ્યંજનોની શોધ

કરી. પરંતુ જે પ્રિય હોય તે શ્રેયસ્કર ન પણ હોય. જીભને સારાં લાગતાં બધાં વ્યંજનો આપણે પચાવવાની ક્ષમતા ન પણ ધરાવતા હોઈએ તેવું પણ બને અને તેથી જમતી વખતે અથવા તો જમ્યા પછી ઓડકાર આવે તે સ્વાભાવિક છે. જ્યારે અનેક લોકોને અપચાના કારણે ઉત્પન્ન થયેલા ગૅસના ઘચરકા પણ આવતા હોય છે. આ બંને વખતે પણ ગૅસને તો આપણે ગળતા જ હોઈએ છીએ અને આ ગૅસ જે હોજરીમાં એકત્રિત થાય છે તેના કારણે પણ લોકોને આરંભે તો આ રીતે ગૅસ ઉપર આવતો હોય છે પરંતુ પાછળથી તેમને ઓહીયાં ઓહીયાં કરવાની ટેવ પડી જતી હોય છે.

સાધારણ રીતે પેટમાં આફરો ચઢે કે ગોળો ચઢે તો લોકો એવું સમજી લેતા હોય છે કે આ બધું વધુ પડતા ગૅસને કારણે છે, પરંતુ દરેક વખતે આ સમજણ સાચી જ હોય તેવું જરૂરી નથી હોતું. તાજેતરમાં જ કરવામાં આવેલાં સંશોધનો કહે છે કે ઉફાળો આવ્યા પછી જેઓ એમ સમજે છે કે તેમના પેટનો આફરો વધુ પડતા ગૅસને કારણે હોય, પરંતુ તેમનો ગૅસ ૧૭૫ મિલિલિટર જેટલો જ કે તેટલા પ્રમાણમાં જોવા મળ્યો છે. જ્યારે સર્વ સાધારણ સ્વસ્થના પેટમાં પણ ૧૯૯ મિલિલિટર ગૅસ હોવાનાં ઉદાહરણો મળેલ છે.

ત્યારે પ્રશ્ન એ થાય છે કે તો પછી મુશ્કેલી ક્યાં છે ? કદાચ એવું પણ બની શકે આંતરડામાં રહેલા મળના છૂટક છૂટક ભાગો વચ્ચે પણ ગૅસ રહેતો હોય છે. તેમ મળના બંધારણની વચ્ચે પણ ગૅસ તો રહેલો જ હોય છે, તેથી પણ આફરો ચઢી શકે અને જેમને વારંવાર પેટ ફૂલી જવું કે પેટનું સૂળ ઊપડતું હોય તેઓને ખાવાપીવામાં યોગ્ય-અયોગ્યની સારાસારતા સમજવી જોઈએ. ઘણા લોકોને ઘણી ચીજોથી ગૅસ થતો હોય છે. કોઈને બટાકાથી તો કોઈને કાંદાથી, કોઈને દૂધથી તો કોઈને દહીંથી, કોઈને ભાતથી તો વળી કોઈને ફરસાણથી ગૅસ થતો હોય તો તેવા લોકોએ પોતાના શરીરથી જે તે ચીજો પચાવવાની ક્ષમતા ઓછી હોય તો જે તે વસ્તુ ન ખાવામાં જ શાણપણ છે.

થોડા લોકોની એવી પણ સમજણ હોય છે કે પેટમાં જે ગૅસ ખૂણેખાંચરે બંધાઈ રહેલો હોય છે તે પણ એક યા બીજી જાતની બીમારી ઉત્પન્ન કરે તેવું પણ બને.

આવી એક અથવા યોગ્ય કે અયોગ્ય સમજણની પાછળ ભોજન કે

ખોરાક સંબંધી જાગૃતિ તો આવેલ છે જ. લોકો ફાયબરવાળું ભોજન કે ખોરાક ખાતાં થયાં છે. ભોજનમાં સલાડ સંબંધી બે મત પ્રવર્ત્યા છે. એક મત કહે છે કે સલાડ કે તાજાં શાકભાજી કાચેકાચાં ખાવાથી ફાયબર મળશે, કેલરી મળશે પણ કોલસ્ટ્રોલ વગરનો આ ખોરાક છે માટે તે ખાવો ઉચિત છે. જ્યારે બીજો મત કહે છે તેના પર છાંટવામાં આવેલી રાસાયણિક દવાઓને કારણે કાચા શાકભાજીનો આહાર શરીરમાં કેન્સર પણ પેદા કરે તેવી સંભાવના ખરી. માટે તેમને પૂરેપૂરું રાંધીને જ ખાવું. પરંતુ જાગૃતિને કારણે મેંદાની બ્રેડને બદલે હોલ વ્હીટ બ્રેડ, બ્રાઉન બ્રેડ, પોલિશ કર્યા વગરના ચોખા અને તેવી જ રીતે રસાયણ વાપર્યા વગર બનેલો ગોળ કે ખાંડ ખાવાની સૂઝસમજ દેશવિદેશમાં સર્વત્ર ધીરે ધીરે પ્રચાર પામી રહી છે જે યોગ્ય છે જ. સોફ્ટ ડ્રિંક્સ પણ પેટમાં ગૅસ ઉત્પન્ન કરવા માટે ખૂબ જ જવાબદાર છે. માટે જેમને ગૅસની ફરિયાદ રહેતી હોય તેમણે તેમનું ભોજન નક્કી કરવામાં ખૂબ જ સંયમ વાપરવો જોઈએ.

'ઈસબગુલ'ની ભૂકી ગરમ દૂધમાં લેવાનું કે ઉનાળામાં બીલ્વપત્રના વૃક્ષનાં ફળ બીલ્લાંનો સરબત પીવાનું ઘણું જ હિતાવહ છે. સાંજનું ભોજન વહેલું થાય, હળવું થાય. ફુદીનો (Mint) પાણીમાં ઉકાળીને પીવાની ટેવ પણ પાચનક્રિયામાં મદદરૂપ થઈ શકે.

મોટા ભાગની ગૅસની સમસ્યાનું સમાધાન અંગકસરત જ છે. સવારે વહેલા પરોઢીયે ઊઠીને ચાર ગ્લાસ પાણી પીને થોડું જોગીંગ કરી આવવાનું કે સ્ફૂર્તિથી ચાલી આવવાનું ઘણું જ સારું છે. ત્યારે જૂની કહેવત 'બપોરે ભોજન પછી થોડું સૂઈ લેવું અને રાતે ભોજન પછી થોડું ચાલી આવવું'માં હવે આવશ્યક ફેરફાર કરવો જ પડશે કે 'બપોરે ભોજન પછી થોડું ચાલો અને રાતના ભોજન પછી થોડું દોડો.' કસરત અત્યંત આવશ્યક તત્ત્વ છે કે જેના વડે આપણે તન-મન દુરસ્ત રાખી જ શકીએ. થોડો પણ નિયંત્રિત અભ્યાસ કરીએ તો અકારણે ઊપજતી સમસ્યાઓનું તેની ઉત્પત્તિ પૂર્વે જ સમાધાન થઈ શકે.

યોગવિજ્ઞાનમાં એક આસનનું નામ જ પવનમુક્તાસન છે. પવન એટલે વાયુ કે ગૅસ. મુક્ત એટલે છોડવો. પવનમુક્ત એટલે ગૅસથી મુક્તિ. આરંભમાં અર્ધ પવનમુક્તાસન અને પછી પવનમુક્તાસન કરવું. સમતલ ભૂમિ ઉપર ધાબળો પાથરીને ચત્તા સૂવું. જમણા પગને ઘૂંટણમાંથી વાળવો. બંને હાથથી

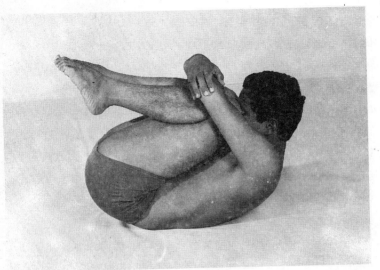

**પવનમુક્તાસન (આકૃતિ - ૧૯)**

જમણું ઘૂંટણ પકડવું. શ્વાસ છોડીને માથું જમણા ઘૂંટણને અડકાડવું. શ્વાસને બહાર રોકવાનો પ્રયત્ન કરવો. બળજબરી કરવી નહીં. શ્વાસ રોકી ન શકાય તો સાધારણ શ્વાસ લેતા રહેવું. પરંતુ પેટ ઉપર ઘૂંટણમાંથી વાળેલા પગનું દબાણ આવવું જ જોઈએ. આ પવનમુક્ત આસન આપણે એક જ પગથી કરીએ છીએ એટલે તેને અર્ધ પવનમુક્ત આસન કહેવાય. જમણા પગને વાળીને કર્યું તેથી તેને દક્ષિણ પવનમુક્ત આસન પણ કહેવામાં આવે છે. જમણા પગની જેમ ડાબા પગને વાળીએ તો તે પ્રમાણે કરવામાં આવેલું અર્ધ પવનમુક્ત આસન વામ પવનમુક્ત આસન કહેવાય. જો બંને ઘૂંટણ એક સાથે વાળીએ તો તેને પવનમુક્ત આસન કહેવાય. આ આસનના અભ્યાસથી આંતરડામાં ભરાયેલો ગૅસ છૂટો થઈ જાય છે. આ પવનમુક્ત આસનના નિયમિત અભ્યાસથી ગૅસને કારણે કોઈ પણ શારીરિક વિકાર થતો હોય તો તેને અટકાવી શકાય છે.

સવારનો નાસ્તો, બપોરનું ભોજન કે રાત્રીના ભોજન બાદ વજ્રાસનમાં બેસવાનો અભ્યાસ પણ પાચનક્રિયામાં જબરી સહાય કરે છે. વજ્રાસન માટે મુસલમાન ભાઈઓ જેવી રીતે નમાઝ પઢવા બેસે છે તેમ ઘૂંટણમાંથી પગને પાછળની તરફ રાખીને બેસવું. બને પગને જડેલા રાખવા. પગના પંજાને ઊંધા કરીને રાખવા. એડીઓ ખુલ્લી કે પહોળી. બંને એડીઓ વચ્ચે નિતંબ

રાખવા. આગળની બાંજુ ઘૂંટણ જોડાયેલાં. કમર સીધી રાખવી. માથું ગળું અને છાતી એક લાઇનમાં સીધા રહે તેમ રાખવાં. આરંભમાં આવી રીતે બેસવાનું આકરું લાગશે પરંતુ ભોજન પછી સોફા કે પલંગ જ્યાં બેસીએ ત્યાં આવી રીતે બેસવાનો અભ્યાસ કરવાથી ધીરે ધીરે ૨૦ થી ૩૦ સેકન્ડથી આરંભ કરીને પંદરથી વીસ મિનિટ સુધી વજ્રાસનમાં બેસવાની ટેવ પાડવી.

આવી રીતે વજ્રાસનમાં બેસવાથી પગની પિંડીઓ અને સાથળ ઉપર કમરની ઉપરના શરીરનું વજન આવે છે. આમ નાભીની નીચેના શરીરમાં લોહીનું ફરવાનું ઓછું થતાં પેટને લોહીનો વિશેષ પુરવઠો મળે છે. તેથી પાચનક્રિયા સાથે સંકળાયેલી વિવિધ ગ્રંથિઓની કાર્યક્ષમતા વધે છે અને ખોરાકનો અપચો થતો નથી અને અપચો ન થાય તેથી ગેસ થતો નથી.

યોગમુદ્રાનો અભ્યાસ પણ પેટની તમામ અવ્યવસ્થાને વ્યવસ્થિત કરી પાચનતંત્રની સુચારુતા અને સૌષ્ઠવ વધારવાનું છે. સાધારણ રીતે યોગમુદ્રાના અભ્યાસ માટે પદ્માસનમાં બેસવાનું હોય છે. બંને હાથને કમરની પાછળ લઈ જઈ જમણા હાથથી ડાબા હાથનું કાંડું પકડવું. પછી શ્વાસ છોડતાં જવું અને આગળ ઝૂકવું. કપાળને જમીન ઉપર અડકાડવું. શ્વાસ બહાર રોકી રાખવો. જેટલી વાર સુધી શ્વાસ રોકાય તેટલી વાર સુધી રોકવો. બળજબરી કરવી નહીં. જો શ્વાસ રોકી ન શકાય તોપણ માથું તો જમીનને અડકાડીને જ રાખવું. આરંભમાં ૨૦ થી ૩૦ સેકન્ડ રાખ્યા પછી ધીરે ધીરે ક્રમશઃ ૧.૫ કે ૨ થી પાંચ, સાત કે પંદર મિનિટ સુધી પણ રાખી શકાય. યોગમુદ્રાના અભ્યાસમાં નાભિની નીચેનો અપાનવાયુ અને નાભિની ઉપરનો પ્રાણવાયુ એક થાય છે તેમ પ્રાણ અને અપાન એક થતાં ઉદ્દ્ભવેલા સમાન વાયુની પરિસ્થિતિમાં પેટની અંતઃસ્રાવ ગ્રંથિઓની કાર્યક્ષમતામાં ધરખમ સુધારો થાય. પાચનક્રિયા વધુ સારી થાય અને ગેસ ન થાય.

યોગમુદ્રાનો અભ્યાસ સવારે અને સાંજે બંને વખત કરી શકાય. ભોજન પછી ત્રણેક કલાક પછી પણ કરી શકાય. યોગમુદ્રાનો નિયમિત અભ્યાસ પાચનક્રિયા સુચારુરૂપે પેટની વધેલી ચરબી ઓછી કરવામાં, ઘૂંટણમાં ભરાયેલ વાયુથી પણ મુક્તિ અપાવવામાં સહાય કરે છે.

કર્ણપીડાસનનો અભ્યાસ પણ ગેસ કે તેનાથી ઊપજતી વ્યાધિ સમક્ષ રામબાણ ઉપાય માનવામાં આવેલ છે. કર્ણ પીડાસનના અભ્યાસ માટે પહેલાં જમીન ઉપર ચોવડો ધાબળો પાથરીને ચત્તા સૂઈ જવું. બંને પગ જોડેલા.

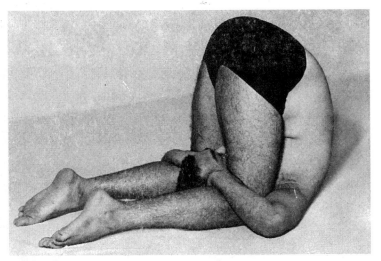

કર્ણપીડાસન (આકૃતિ - ૨૦)

બંને હાથની હથેળી જમીન ઉપર. હવે ધીરેથી ઊંડો શ્વાસ લો. ધીરે ધીરે
બંને પગને ઘૂંટણમાંથી વાળ્યા વગર ઊંચા કરો. પેટમાં દબાણ આવે ત્યારે
શ્વાસ છોડીને પગને કમર અને પછી છેક વાંસા સુધી ઊંચા કરીને પગને
માથાની પાછળ છેક જમીન સુધી અડકાડી દો. આ થયું હલાસન.

હવે હલાસનની અવસ્થામાં જ બંને પગને ઘૂંટણમાંથી વાળો. બંને ઘૂંટણ
બંને કાનની બંને બાજુએ જમીન ઉપર રાખો. ત્યાર બાદ બંને હાથને પગની

હલાસન (આકૃતિ - ૨૧)

ઉપરથી લઈ માથાં સુધી લાવી બંને હથેળીથી બંને કાન બંધ કરો. કોણી જમીનથી સમાંતર. ખભાથી નિતંબ સુધીનો ભાગ જમીનથી કાટખૂણે રહે. ઘૂંટણથી પગના અંગૂઠા સુધીનો પગ જમીન ઉપર સમાંતર. સ્થિર અને સ્વસ્થ આ પરિસ્થિતિમાં અડધી મિનિટથી આરંભ કરીને ક્રમશઃ દશથી પંદર મિનિટ સુધી નિર્ભય થઈને રહી શકાય. જેઓ સર્વાઇકલ સ્પોન્ડીલોસીસ અથવા તો લંબોસેક્રલ પેઇનથી પીડાતા હોય તેમણે કર્ણપીડાસન કરવું નહીં. બહેનોએ માસિક ધર્મના દિવસોમાં તથા ગર્ભમાં બાળક હોય ત્યારે આ આસનનો અભ્યાસ કરવો નહીં. જેમની આંખોમાં હાઈમાયોપિયા હોય કે કાનમાંથી પરુ કે રસી આવતાં હોય તેમણે પણ કર્ણપીડાસન કરવું નહીં.

વહેલી સવારે શીતલી તથા શીતકારી પ્રાણાયામનો અભ્યાસ તથા સાંજે અથવા હળવા પેટે શિવાનંદ પ્રાણાયામનો અભ્યાસ એકાંતરે બે દિવસે કુંજલ ક્રિયાનો અભ્યાસ અને તે સિવાય સમયસર ભોજન કરવું, સાંજે વહેલા જમવું, થોડું નિયમિત ચાલી આવવું વગેરે સારી ટેવો અને પ્રસન્ન રહેવાની કે સદા આનંદિત રહેવાની ટેવથી પણ ગૅસની સમસ્યાનું સમાધાન મેળવી શકાય. એ ન ભૂલવું જોઈએ કે ગૅસ માત્ર પેટની કબજિયાતથી જ નહીં પરંતુ ભેજામાં કબજિયાત થાય, માનસિક તનાવ થાય તોપણ ગૅસ થઈ શકે છે. ચાવી તમારા હાથમાં છે. સ્વસ્થ રહો, ધન્ય બનો. ૐ શાંતિ.

❒

# ૯. પ્રમાદ (Idleness)

શ્રીમદ્ ભગવદ્‌ગીતાનો ચૌદમો અધ્યાય ગુણત્રય વિભાગ યોગ છે. આ સમગ્ર સૃષ્ટિ ત્રણ પ્રકારના મસાલાથી બનેલી છે. તેને આપણે સત્ત્વ, રજ અને તમના નામે ઓળખીએ છીએ.

**સત્ત્વં રજસ્તમ ઇતિ ગુણાઃ પ્રકૃતિ સંભવાઃ ।**
**નિબધ્નન્તિ મહાબાહો દેહે દેહિનમવ્યયમ્ ॥** ગીતા ૧૪:૫

અર્થ : હે અર્જુન, સત્ત્વગુણ, રજોગુણ અને તમોગુણ આ પ્રકૃતિમાંથી ઉત્પન્ન થયેલા ત્રણે ગુણ આ અવિનાશી જીવાત્માને શરીરમાં બાંધે છે અને તેમાં પણ જ્યારે તમોગુણની વાત આવી ત્યારે શ્રીકૃષ્ણ આ વિષયને સ્પષ્ટ કરતાં કહે છે કે...

**તમસ્ત્વજ્ઞાનજં વિદ્ધિ મોહનં સર્વદેહિનામ્ ।**
**પ્રમાદાલસ્યનિદ્રાભિસ્તન્નિ બધ્નાતિ ભારત ॥** ગીતા ૧૪:૮

હે અર્જુન ! બધા દેહાભિમાનીઓના મોહ પમાડનારા તમોગુણને અજ્ઞાનથી જ ઉત્પન્ન થયેલો જાણ. તે આ જીવાત્માને પ્રમાદ, આળસ અને નિદ્રા દ્વારા બાંધે છે.

વર્તમાન માનવ સમાજમાં તમોગુણની ખૂબ જ ભયંકર અસર પ્રવર્તી રહી છે. આ તમોગુણનું મુખ્ય પરિણામ પ્રમાદ અને આળસ છે. તેમના જ કારણે ઊંઘ નામનું તત્ત્વ જીવનનું સત્ત્વ હણી લે છે. સનત્સુજાતિયમાં કહેવામાં આવ્યું છે કે ' પ્રમાદ તે શાશ્વત મૃત્યુ છે.' બુદ્ધે પણ ધમ્મપદમાં કહ્યું કે 'પ્રમાદ એ મૃત્યુનું પ્રવેશદ્વાર છે.' સમગ્ર સમાજની બધીયે સુખશાંતિનો વિધ્વંશ કરનારો શત્રુ એ આ પ્રમાદ કે આળસ છે. બાળક નાનું હોય કે જીવ વૃદ્ધાવસ્થાને ઉંબરે ઊભો હોય સૌ નાનાં-મોટાં આ શત્રુના ઘેરમાં ઘેરાયેલાં છે અને દુર્ભાગ્યે આપણી સૌની અવસ્થા એવી થઈ ગઈ છે કે

જાણે આપણી સવાર જ કેમ આળસને આવકારવા ન ઊગતી હોય. પૂજ્ય વિનોબા ભાવે કહેતા, "બે કોળિયા વધુ ખાધા નથી ને આળોટવાને આડા પડ્યા નથી." વાત સાચી જ છે. એવું કહેવાય છે કે નળરાજા બહુ જ પવિત્ર હતો. પરંતુ એક વખત નહાતી વખતે તેનું શરીર થોડું કોરું રહી ગયેલું. તેમાંથી કળી પ્રવેશ કરી ગયેલો. ત્યારે આપણે તો નહાવાને બારમો ચંદ્રમા છે. લોકો બબ્બે ચચ્ચાર દિવસો સુધી નહાતા નથી. ઊઠીને ચા-પાણી, છાપું, રેડિયો કે ટેલિવિઝન અને પછી કંઈ કામ નથી તો લ્યો આ આડા પડ્યા. આ આળસ જેટલું આપણા શરીરમાં પેસતું જશે કે જાય છે તેથી જ આપણા વ્યક્તિગત અને પારિવારિક તથા સામાજિક જીવનમાં અનંત દુઃખો પેદા થતાં જશે કે થયાં છે. જ્યાં સુધી આ પ્રમાદથી મુક્ત નહીં થવાય ત્યાં સુધી આપણે સ્વસ્થ વિચાર કે સ્વસ્થ સમાજની કલ્પના ન કરી શકીએ.

લોકો સેવાની વાતો ઘણી કરે છે, પરંતુ સેવા ભાગ્યે જ કરતા હોય છે અને તેથી જ જેવી રીતે બારી-બારણાં કે પંખાઓનો ઉપયોગ ન થાય અને તેમાં કાટ ચઢી જાય તેવાં બિનઉપયોગી કે પ્રમાદી એવાં આપણાં શરીરોમાં પણ કાટ જ ચઢી જાય છે.

અમારી ઓળખાણવાળાં એક દાદીમા હતાં. નામ જનમગૌરી. એક દિવસ વહેલી સવારે ચાર વાગ્યે તેઓ પડ્યાં. દીકરો અને વહુ ડૉક્ટર. તેમના ફાટેલા હોઠના ટાંકા લીધા. દાદીમાનો એક્ષ-રે થયો. મોઢાનું જડબું ભાંગી ગયેલું.હાડકાંના ડૉક્ટરે કહ્યું, દાદીની ઉંમર ઘણી મોટી છે. હવે આ ઑપરેશનને લાયક નથી. માટે પ્લાસ્ટર કરીને જોડી દઈએ. પરંતુ આટલી ઉંમરે જોડાણ કેવું થશે ? તે કુદરત કરે તેમ ! અને જો જોડાઈ ગયું તોપણ તેઓ આખુંયે મોઢું ખોલી શકશે નહીં. આ દાદીમાને દરરોજ સવારે ૩.૩૦ વાગ્યે ઊઠવાની ટેવ. નહાઈ, ધોઈને પોતાની પૂજા, પાઠ, જપ, ધ્યાન કરીને સગડી સળગાવી તેના ઉપર બાકી બધાં લોકો જાગે તેના પૂર્વે બધાંને ગરમ પાણી મળી રહે, ગરમા ગરમ ચા મળી રહે તેની ચિંતા. કદીયે કોઈના હાથે પવાલું પાણી માગવાની ટેવ નહીં. તેઓ પડ્યાં હતાં પછી ૨૪ કલાક બેભાન રહેલાં. પરંતુ ભાનમાં આવતાં જ નહાવા ધોવાનું, પૂજાપાઠ, નાનું-મોટું કામ બધીયે હડિયાપટ્ટી પાછી ચાલુ. પ્લાસ્ટર ખોલવાના દિવસો ગણતાં ડોશીમાએ દસમા દિવસે વહેલી સવારે કાતર લઈને પોતાનું પ્લાસ્ટર જાતે કાપી નાખ્યું અને ફરી પાછું સવારે ચાર વાગ્યે ઠાકોરજીની ઉત્થાપન ઘંટડી વગાડીને રાગ

આલાપી ગાવા માંડ્યું. જાગને અલબેલી અંબા...ઊંચા ડુંગરવાળી રે...તેમનું જડબું જોડાઈ ગયું હતું. મોઢું પૂરું ખૂલતું હતું. ખોરાક પૂરો ચાવી શકતાં હતાં અને તે પછી તો ખાસ્સા બે દશકા જીવ્યાં પણ તેમને કદીયે જડબાંએ ત્રાસ આપ્યો ન હતો.

આખી વાતનો સાર એ કે જડબાં ભાંગ્યાં તોયે તેમણે જડબાંને રજા આપી નહીં. સતત તેમની પાસે કામ લીધું અને તેથી જડબાં અંતકાળ સુધી કામ કરતાં રહ્યાં.

આપણા એક મિત્ર છે. રૂપાળા મઝાના ભણેલાગણેલા, પણ જમણી આંખ બહુ કાચી. બસ દેખી શકે છે. અંધાપો નથી એટલું જ, બાકી સાવ નકામી કહીએ તો ખોટું નહીં. આમ કેમ થયું ? તેઓ નાના હતા ત્યારે સાત વર્ષની ઉંમરથી ચશ્માં પહેરતાં. ડૉક્ટરની સલાહ હતી કે જમણી આંખ કાચી છે માટે ડાબી આંખનો ઉપયોગ ઓછો કરવો અને જમણી આંખથી લખવા-વાંચવાનું બધું દૈનિક જીવનનું કામ કરવું, પરંતુ તેમણે આળસ કરી. તેથી આંખ પણ આળસુ થઈ ગઈ. જો તેમણે જમણી આંખથી સતત કામ લીધું હોત તો તે વધુ બગડત નહીં અને કામઢી રહી હોત અને કામ આપત. આવું જ આપણા જીવનનું છે. આળસ છોડવી એટલે અંગમહેનત, શરીર વડે બધું કામ કરવું. શ્રીગુરુદેવ સ્વામી શિવાનંદજી મહારાજ સદૈવ કહેતા 'Do not depend on others.' કોઈ પણ દિવસે કોઈના ઓશિયાળા થઈને ન રહેવું. જેટલું શક્ય હોય તેટલું બધું કામ આપણે જો જાતે કરવાની ટેવ રાખીએ તો તેનો બદલો કે વળતર મળ્યા વગર રહેતું નથી. તંદુરસ્તી સારામાં સારી રહે. બુદ્ધિ સતેજ, તીવ્ર તેમજ શુદ્ધ થાય છે. પૂજ્ય વિનોબાજી સદૈવ કહેતા કે 'લોકો વાતો કરે કે પ્રવચન કરે તેમાં તેમના પેટનો દુઃખાવો અને માથાનો દુઃખાવો વરતાઈ આવે. તેમની પોતાની વ્યક્તિગત સમસ્યા સદૈવ વ્યક્તિના જાહેર જીવનમાં પણ ઝલકાતી જ હોય છે. કદાચ ડોકાતી હોય છે તેવું કહેવાનું બધું સારું અને યોગ્ય છે.

છતાં આ આળસ કે પ્રમાદ તત્ત્વને સમજી લેવાનું ખૂબ જ જરૂરી છે. પ્રમાદનો અર્થ છે અજાગૃત, બેભાન કે સભાનતાથી પૃથક્ કામ કરે છે, ચાલ્યા કરે છે પરંતુ કોઈ સતર્કતા નહીં, કામ થતું હોય પરંતુ જાણે ઊંઘમાં થતું હોય તેવું અવચેતન અવસ્થાની સ્થિતિ.

માટે જ સંતો અને શાસ્ત્રોએ કહ્યું છે કે Exist with Awareness

– જાગૃતમાં જાગૃત, સ્વપ્નમાં જાગૃત અને સુષુપ્તિમાં જાગૃત. તમે જે કંઈ કરો છો તે બધું જ સાધના બનવું જોઈએ. ખાઓ, પીવો, બોલો, ચાલો તે બધાની સાથે તમારી જાગૃતિનું જાગરણ થવું જોઈએ. તમારો પગ ઊપડે તેની સાથે ચૈતન્ય પણ ઊપડવું જોઈએ. તમો ખાઓ છો તો માત્ર ભોજનના રૂપરંગ કે સ્વાદ સાથે જ નહીં, પરંતુ તેની સમગ્ર વ્યુત્પત્તિની સાથે એકરૂપ થઈ જાઓ. તે અન્નબ્રહ્મ થઈ જશે. તમો જે શ્વાસ લો છો તેને તમોએ સાંભળ્યા છે. તમારાં પોતાના હૃદયના ધડકારા તમોને સંભળાય છે ? તેને માટે આપણે કદીયે પ્રયત્ન જ નથી કર્યો. એક વાર આળસ ખંખેરીને સમગ્ર સભાનતાની સાથે સતર્ક થઈને જાગ્રત જીવી તો જુઓ. તમોને એક નવી જ જીવનસરણીનો અનુભવ થશે. તમોને લાગશે કે તમોને નવજીવન મળ્યું છે. પ્રમાદરહિત, આળસશૂન્ય, ચૈતન્યસભર, આત્મીય જીવન, આંતરિક જીવન, સાચુકલું જીવન ઉપલબ્ધ થશે.

ગીતા કહે છે 'આત્મસંસ્થં મનઃ કૃત્વા નકિંચતડપિ ચિંતયેત્' અધ્યાય છઠામાં આ વિશે વિષદરૂપે વાત થઈ કે મનને આત્મામાં જોડી દો. પછી બીજો કંઈ વિચાર ન કરો. શરીરમાં જ્યાં સુધી લેશ માત્રેય આળસ કે પ્રમાદ છે ત્યાં સુધી આ સ્થિતિ સંભવી ન શકે. જુઓ ભાઈ ! મજૂરોનું ધડ કામ કરે છે અને આપણા બધાંનાં માથાં કામ કરે છે. 'મજૂરો શરીરથી મજૂરી કરે છે આપણે બૌદ્ધિક કસરત કરીએ છીએ. આ રાહુકેતુ જેવો ખેલ છે. એકનું ધડ કામ કરે, એકનું માથું કામ કરે પણ કંઈ કામ કરે છે ને ? તે જરૂરી છે. સ્વામી વિવેકાનંદજી કહેતા કે ત્રણ વાર પરીક્ષામાં નાપાસ થનારો કે જૂઠું બોલનારો માણસ પણ મને પસંદ છે. શા માટે ? કારણ કે તે શાળાએ તો જાય છે ! અરે કંઈક બોલ્યો તો ખરો ! જે શાળાએ જતો જ નથી તેને પાસ શું કે નાપાસ શું ? કંઈક કરો, આળસ છોડો. આળસ, પ્રમાદ, નિદ્રા આ ત્રણેય તમોગુણની આધારશીલાઓ છે.

ભગવાન શ્રીકૃષ્ણે કહ્યું કે જે સૂવા છતાં સૂતો નથી તે યોગી છે. તેનો અર્થ શું થયો ? તે સૂતો છે છતાં તેનું અંતરમન જાગૃત છે; તેથી તેને તમોગુણનું બંધન નથી. તે મુક્ત છે.

આવું સંભવી શકે ? હા. ભારતનાં ગામડાંઓમાં હજુ બહેનો નદી અને ગામકૂવે કે તળાવથી પાણી ભરે છે. માથા ઉપર હાંડો, ઘડો અને ગાગર એમ ત્રણ વાસણની હેલ પાણીથી ભરેલી મૂકીને અલકમલકની વાતો કરતાં

ચાલે છે. બંને હાથ ખાલી છે અને તેઓ થોડું પણ સંતુલન ખોતાં નથી.

કુચીપડી નૃત્યોમાં 'મયૂર કૌતુમવમ્' નામનું નૃત્ય હોય છે. એક પ્લાસ્ટિક ઉપર ગળી કે કપડામાં લાગે તેવો કાચો રંગ સપ્રમાણ રૂપે પાથરવામાં આવે છે. પછી પાણીથી ભીંજાયેલું, નીચોવીને એક કપડું તે જમીન ઉપર રંગથી પાથરેલાં કપડાંથી આઠથી દસ ઇંચ ઉપર ચારેય ખૂણેથી ટાઇટ બાંધીને રાખવામાં આવે છે. હવે નર્તક કે નર્તકી તે ઉપરનાં કપડાં ઉપર પગ મૂકે એટલે શરીરના વજનથી તે નીચેના રંગ ભરેલા વસ્ત્રને સ્પર્શ કરે. અર્થાત્ એટલો રંગ ઉપરનાં કપડાંમાં લાગી જાય. પરંતુ રાગ, તાલ અને ભાવ સાથે સંપન્ન થયેલું નૃત્ય એટલું તો અદ્ભુત હોય છે કે આપણે જાણી કે સમજી પણ નહીં શકીએ કે કપડે વળગતો રંગ તે ઉપરનાં વસ્ત્રમાં કળા કરતા મોર કે ગણપતિ અથવા તો બીજાં સુંદર ચિત્રોનું ચિત્રાંકન કરી નાખે છે. આનું કારણ જાગૃત સભાનતાની સાથે માંડેલાં પગલાં છે.

વિપશ્યના નામની ધ્યાનની વિધિમાં પણ એવું જ કરવાનું હોય છે કે તમારે કંઈ બોલવાનું નહીં, ચાલવાનું નહીં. કોઈ સાથે વાતચીત નહીં, પુસ્તકોનો પાઠ કે વાચન નહીં. કથા કે કીર્તન નહીં. પ્રવચન કે આદેશ નહીં. બસ મૌન, શરીરનું મૌન, મનનું મૌન, ઇન્દ્રિયોનું મૌન, આંતરચેતનાનું મૌન – આ અવસ્થામાં તમો તમારા શ્વાસને નીરખી શકશો. શ્વાસ નાકને સ્પર્શે છે – નાકનાં ફણાંઓને સ્પર્શે છે. અંદર પ્રવેશે છે. શ્વાસનળીમાં જાય છે. ફેફસાંઓમાં તે શ્વાસ ભરાય છે; પેટ ઉપર ઊઠ્યું અને શ્વાસ હવે પાછો આવવા લાગ્યો. પેટ અંદર ગયું અને શ્વાસ બહાર નીકળે છે તે આવ્યો અને ગયો. આ બધાંની પૂરેપૂરી સભાનતા હોય.

આ પ્રમાદથી મુક્ત કેમ થવાય ?

આપણે માંદા પડીએ પછી ડૉક્ટર વહેલી સવારે ફરવા જવાનું કહે, લાંબું ચાલવાનું કહે, કસરત કરવાનું કહે એના કરતાં આપણે જાતે જ પહેલાંથી જ જો નિયમિત વહેલા ઊઠીને કૂણા તડકામાં પહાડો ઉપર, ખુલ્લા મેદાનમાં, નદીકિનારે, ઝરણાં પાસે ફરવા જવાની, તરવાની, રમતગમત રમવાની ટેવ પાડીએ તો પાણી આવ્યા પહેલાં પાળ બાંધ્યાનો લાભ થશે.

જો સમજણપૂર્વક વહેલી સવારે ઊઠીને સૂર્યનમસ્કાર અને ભસ્ત્રિકા પ્રાણાયામ કરવામાં આવે તો કોઈ કારણ નથી કે લોકો પ્રમાદ નામના રાક્ષસના ઘેરામાં ઘેરાય.

ભસ્ત્રિકા પ્રાણાયામના અભ્યાસ પૂર્વે સાધારણ રીતે કપાલભાતિ ક્રિયા કરવાની રીત પ્રચલિત છે. કપાલ એટલે કપાળ અને ભાતિ એટલે ચળકવું. કપાલભાતિ એટલે ચળકતું કપાળ, પરંતુ આ કપાળ આળસ છૂટ્યું હોય, પ્રમાદ ન હોય, શરીર પ્રવૃત્તિશીલ હોય તો જ ચળકી શકે.

ધીરે ધીરે ઊંડો શ્વાસ લેવો.

હવે એકદમ ગતિ સાથે તે શ્વાસ છોડવો

ફરીથી ધીરે ધીરે ઊંડો શ્વાસ લેવો અને ત્યાર બાદ ગતિ સાથે (with force) તે શ્વાસ છોડવો. આ ક્રિયા આરંભમાં દશથી વીસ વખત કરવી. પછી ધીરે ધીરે સમય વધારતાં જવો. વીસથી એંશી સુધી આ શ્વાસના આવાગમનની ક્રિયા પૂરક-રેચક કરી શકાય. આ ક્રિયાને કપાલભાતિ ક્રિયા કહેવામાં આવે છે. પરંતુ હવે જો આ ધીરે ધીરે શ્વાસ લેવાની ગતિને ઝપાટાબંધ શ્વાસ લઈએ અને છોડીએ તો તે ક્રિયાને આપણે ભસ્ત્રિકા પ્રાણાયામ કહીએ છીએ. ભસ્ત્રિકા એટલે ધમણની માફક ઝપાટાબંધ ફેફસાંઓનું ખૂલવું અને બંધ થવું તે. કપાલભાતિમાં ડાયાફ્રામ ઉપરથી નીચે અને નીચેથી ઉપર ગતિશીલ રહે છે. ત્યારે શ્વાસોચ્છ્‌વાસની ક્રિયામાં પ્રમુખ સહાય કરનાર શ્વાસનળી (બ્રોન્કીલ ટ્યૂબ)માંથી હવાનો આવરોજાવરો પ્રમાદ ઉડાડવાનું કામ કરે છે. જ્યારે ભસ્ત્રિકા પ્રાણાયામનો અભ્યાસ સમગ્ર શરીરમાં ચૈતન્ય, સ્ફૂર્તિ અને ચેતનાની એક લહેર રેલાવે છે.

ભસ્ત્રિકા પ્રાણાયામમાં જે શ્વાસ ઝપાટાબંધ લેવાના કે છોડવાના હોય છે તે અનુશાસનબદ્ધ અને ક્રમબદ્ધ તથા તાલબદ્ધ લેવાના હોય છે. તેને ગમે તેમ ઘાંગેબાંગ કરીને લેવાથી નુકસાન તો નથી જ થતું પરંતુ જે રીતે જેવો કે જેટલો ફાયદો થવો જોઈએ તે થતો નથી. માટે આરંભમાં ધીરે ધીરે કપાલભાતિ ક્રિયાનો તથા ત્યારબાદ તેમાં બરાબર સ્વસ્થતા અનુભવાય ત્યારે ભસ્ત્રિકા પ્રાણાયામનો અભ્યાસ કરવો જોઈએ.

સૂર્યનમસ્કાર સિવાય હલાસન, પશ્ચિમોત્તાન આસન, ધનુરાસન, ચક્રાસન, ભુજંગ કે શલભાસનોનો અભ્યાસ પણ કરોડસ્તંભના મણકાઓને ખોલે છે. તેમાં રક્તપ્રવાહ વધુ માત્રામાં સંચારિત થવાથી કરોડરસ્તંભની સ્થિતિસ્થાપકતા વધવાથી તથા શરીરમાં લોહીની ફરવાની ગતિ વધવાથી પથારીમાં આળોટવાનું મન ન જ થાય. પછી આરંભમાં તમસનો નાશ અને રજસની વૃદ્ધિ થશે. પ્રવૃત્તિશીલ જીવન તથા યોગ્ય વિચાર અને વ્યવહારની

ધનુરાસન (આકૃતિ - ૨૨)        ચક્રાસન (આકૃતિ - ૨૩)

ભૂમિકા ઉપર નિમજ્જિત જીવન સત્ત્વ પ્રતિ સંપૂર્ણતઃ અગ્રસર કરી શકશે માટે આમાંથી જે કોઈ પણ આસનો સંભવ હોય તે કરવાં.

આ સિવાય ખૂબ જ સરળ એક આસન છે તેનું નામ છે સેતુબંધ આસન. આ આસનના અભ્યાસથી પણ કરોડસ્તંભના મણકા સિવાય ખભા, બાવડાં, બંને હાથ, કોણી, હાથનાં કાંડા, બંને હાથની હથેળીઓ, આંગળાં તે સિવાય ગળું, ખભા, વાંસો, કમર, સાથળ, ઘૂંટણ, પગની પિંડી તથા છેક પગની પાની સુધીનું સમગ્ર શરીર સ્ફૂર્તિ અને ચેતનાનો અનુભવ કરે છે. જેવી રીતે એક ફ્લાય ઓવર પુલ હોય તેવા આકારનું આસન પોતાની અનેક ક્ષમતાઓથી સંપન્ન છે.

સેતુબંધ આસનના અભ્યાસ માટે સમતલ જમીન ઉપર ધાબળો લાંબો કરીને બેવડો પાથરવો. હવે પીઠ ઉપર શરીર રહે તે પ્રમાણે ચત્તા સૂઈ જવું. ત્યાર બાદ એક પછી એક બંને પગને ઘૂંટણમાંથી વાળવા. બંને ઘૂંટણ

સેતુબંધ આસન (આકૃતિ - ૨૪)

જોડાયેલાં, બંને પગની એડી તથા પંજા પણ એકમેકને જોડાયેલા. ત્યાર બાદ બંને હાથને જમીનથી સમાંતર અને હાથની હથેળીઓને જમીન ઉપર દબાવીને કમરને ઊંચી કરો. જેટલું બને તેટલું આ શરીરના મધ્યભાગને ઊંચું કરીને બંને હાથથી કમરના ભાગને આધાર આપવો. હાથની આંગળીઓ બહાર અને અંગૂઠો અંદરની દિશામાં રહે તેમ હાથથી આધાર આપતાં ખભાથી કોણી સુધીનાં બાવડાં જમીનને સમાંતર અને કોણીથી કાંડાં સુધીનો હાથ જમીન ઉપર સીધો થાંભલાની માફક ઊભો રહેશે.   હવે છેલ્લે ધીરેથી હળવેકથી તમારા બંને પગને એક પછી એક જમીન ઉપર લાંબા કરો. પહેલાં જમણો પગ, પછી ડાબો પગ. બંને સાથળ, બંને ઘૂંટણ. બંને પિંડી, એડી અને પગ જોડાયેલા રહેશે. ઘૂંટણમાં કોઈ ખૂણો પડવો ન જોઈએ. આમ આખાયે શરીરનો આકાર ફ્લાયર ઓવર બ્રીજ-પુલ જેવો થઈ જશે – સમગ્ર શરીરમાં સ્ફૂર્તિનો મોટો જુવાળ આ સેતુબંધ આસનના અભ્યાસથી ઊભરાય છે. કમરનો દુઃખાવો જાય. હાથ અને પગની માંસપેશીઓ તથા બધાં જોડાણ મજબૂત બને. તથા સેતુબંધના નિયમિત અભ્યાસથી માનસિક વિકૃતિથી પૃથક્ થઈને સદ્વિચાર અને આશા તથા ઉમંગભર્યું જીવન ઉપલબ્ધ થાય છે.

આવું જ કંઈક મયૂર આસનનું પણ છે. આ પૂર્વેનાં પ્રકરણોમાં આપણે મયૂરાસનનું ખૂબ જ વિગતવાર વર્ણન કરી ગયા છીએ. પરંતુ તે આસન પૂર્વે કરવામાં આવતાં આસન બકાસન અથવા કાકાસનને થોડું સમજી લઈએ તો તેનો અભ્યાસ ખૂબ જ સરળ છે. મયૂરાસનના અભ્યાસ પૂર્વે જો કાકાસનનો અભ્યાસ હોય તો મયૂરાસન ખૂબ જ બિંદાસ્ત થઈને નિર્ભય થઈને કરી શકાય છે.

સમતલ જમીન ઉપર પાથરેલા ધાબળા ઉપર સૌથી પહેલાં બંને પંજા ઉપર એડી ઉપર રાખીને બેસો. એવી રીતે બેસવું કે ઊભા રહેવાનું નથી. નિતંબ જમીનથી ઉપર છે. હવે બંને પગનાં ઘૂંટણને પહોળાં કરો. ત્યાર બાદ બંને હાથની હથેળી જમીન ઉપર રાખો. હાથનાં આંગળાં સામેની દિશામાં રહે તેમ હથેળી જમીન ઉપર રાખવી. ત્યાર બાદ થોડું આગળ ઝૂકીને બંને હાથની કોણીને બંને ઘૂંટણીની નીચે છેક ઘૂંટણની બહાર સુધી લઈ આવો. આમ થવાથી બંને ઘૂંટણ બંને બાવડાની ઉપર આવી જશે. ત્યાર બાદ બંને હાથ ઉપર દબાણ આપીને નિતંબના ભાગથી સમગ્ર શરીરને ઊંચું કરો. સમગ્ર શરીરનું વજન હાથની હથેળી, કાંડા, કાંડાની ઉપરનો હાથ, કોણી અને

બાજુબંધ કે બાવડાં ઉપર આવશે.

આ જ પ્રક્રિયા અથવા આસન પદ્માસનને આવી રીતે ઘૂંટણ ઉપર લઈ આવવાની રીતથી પણ કરવામાં આવે છે. તે પદ્મબક એવા નામથી સાધારણ રીતે યોગ અભ્યાસીઓ ઓળખે છે. આ કાકાસનની અવસ્થામાં બંને પગ એકમેકને સમાંતર અને એકમેકને અડક્યા વગર બંને ખભાની વચ્ચે કેટલું અંતર છે તેટલી દૂરી ઉપર રહેશે.

કાંડા, બાવડાંમાં જોર, ખભાની મજબૂતી, શરીરનું સંતુલન માનસિક સંતુલન અને આસનનો આનંદ. મનને પ્રફુલ્લતા અર્પે છે.

વિશ્વમાં અનેક દેશો છે કે જ્યાં લોકો ઉપદ્રવ કરતા નથી, કાચ તોડતા નથી, લાઇટના વાયર કાપતા નથી, બગીચા ઉજાડતા નથી. શા માટે ? કારણ કે તેઓ સદૈવ એક અથવા બીજી પ્રવૃત્તિમાં તલ્લીન રહે છે. રમતગમત, તરવા જવું, સ્કઈંગ અથવા તો અધ્યયન કે સંશોધન. પ્રમાદ આપણા દેશનો દુશ્મન બની શકે. વ્યક્તિગત જીવનમાંથી જ સમાજ જન્મે છે, માટે પ્રમાદને દૂર કરો અને રાષ્ટ્રને ઉજ્જ્વળ કરો. ૐ શાંતિ.

❒

# ૧૦. વજન-સંતુલન (Weight Balancing)

વજન સંતુલન માટે એક કહેવત છે કે 'તોલાની કાળજી-ખાંડીની બચત.' આ તોલો અને ખાંડી જૂનાં ભારણ છે. હવે કહી શકાય કે મિલિગ્રામની કાળજી-ટનની બચત. કારણ એક વાર કાળજી વગરની દિનચર્યા અને બેફામ ખાવાપીવામાં વજન વધી ગયું પછી તેને ઊતરતાં પાણી મોભે આવી જશે.

વજન ઉતારવાનો નિયમ ખરેખર ખૂબ જ સાદો અને સરળ છે. આપણું શરીર એક બૅન્ક એકાઉન્ટ જેવું છે. જો આપણે વધુ કેલરીવાળું ભોજન જ લઈએ અને ખોરાકની ગણના એકતરફી જ હોય તો વપરાયા વગરની બેઠાડુ જીવનમાં આ કેલરી શરીરમાં ડાબે-જમણે, આગળ-પાછળ ચરબીના રૂપમાં જ ડોકાશે અને કેલરીની આવકના પ્રમાણમાં જો તમો કામકાજ, ભાગદોડ, કસરત વગેરે ચઢવું-ઊતરવું–તે બધામાં વધુ ઉપયોગ થાય તો તે ખર્ચો પછી આપણાં શરીરનાં 'ટીસ્યુ'નો ખર્ચો કરીને જ થાય અને આ પ્રમાણે જે ટીસ્યુનો ઉપયોગ થાય છે તે પણ વધારાની ચરબી જ છે. તેથી એક રીતે તો તે યોગ્ય જ છે. પરંતુ આ પ્રક્રિયામાં શરીરમાંહેના થોડા ખૂબ જ પાતળા ટીસ્યુ કે જેની શરીરમાં ખરેખર આવશ્યકતા છે તે ઘસાઈ જાય તો તે યોગ્ય ન જ કહેવાય. જેવી રીતે ગાડી ચલાવવાની હોય તો તેમાં બળતણની આવશ્યકતા છે તે જ પ્રમાણે આપણા શરીરમાંની ચરબી આપણાં દૈનિક જીવનમાં ખર્ચાય છે. આપણે આપણાં દૈનિક આહારમાં પ્રોટીન, વિટામિન, ખનીજ તત્ત્વો, પ્રવાહી કેટલું આવશ્યક છે તે સમજી જાણી અને તે પ્રમાણે ગણતરીપૂર્વક ખોરાક લઈએ અને જેટલો શારીરિક શ્રમ કરીએ છીએ તેનાથી વધુ કેલરી શરીરમાં જમા ન થાય તે બાબત સજાગ રહીએ તો વજન નિર્ભયપણે સંતુલિત જ રહેશે, તે નિર્વિવાદ સત્ય છે. તે માટે સતર્કતાપૂર્વક ૫૦૦ થી ૧૦૦૦ જેટલી કેલરી દરરોજ ઓછી થાય તે માટે શારીરિક શ્રમ

અને સ્ફૂર્તિભર્યું જીવન તથા તેવી જ કસરતો કરવામાં આવે તે આવશ્યક છે.

શું અમે જાતે જ જીવનપરિવર્તન લાવી શકીએ ?

આવો પ્રશ્ન જ્યારે પણ સંભવે સદૈવ યાદ રાખજો કે ખરેખર બધું જાતે જ કરવું પડતું હોય છે. 'આપ મૂવા વિના સ્વર્ગે ન જવાય' આ કહેવત ખોટી નથી. જો દશ કે પંદર પાઉન્ડ વજન ઓછું કરવાનું હોય તો થોડી પણ નિયમિત કસરત અને થોડી વિશેષ કાળજી આહાર બાબત લેવામાં આવે તો આપણે આપણું બહુ મોટું કલ્યાણ કરી શકીએ. આ બધામાં સૌથી વધારે જે વસ્તુ વિષયની આવશ્યકતા છે તે એ કે તમારા તબીબની સલાહ વગર બેફામ ડાયેટીંગ કરશો નહીં. ડૉ. ઈના પટેલ પોતે સુપ્રસિદ્ધ પેથોલોજિસ્ટ છે. તેમણે ચૈત્ર મહિનાના વસંત નવરાત્રીના ઉપવાસ માત્ર પાણી પીને કર્યા. તેમના પતિદેવ ડૉ. મયૂર પટેલ સુપ્રસિદ્ધ ડાયાબિટિશિયન છે. તેમણે બહુ સમજાવ્યાં, પરંતુ તેઓ પોતાના ધર્મ-ધ્યાનની આગવી સમજણમાં રહ્યાં. આપણને જ્યારે આ વાત કહેવામાં આવી ત્યારે આપણે ડૉક્ટર માતાજીને કહ્યું, ''મધ-લીંબુનું પાણી પીઓ.'' પણ અમદાવાદની ૪૨ કે ૪૩ સેલ્શિયસ ગરમીમાં માત્ર પાણી પીને નવ દિવસ રહેવાનું બરોબર નથી અને તેની સાથે સાથે તેમના ખોળિયામાં રહેલા ડૉક્ટરના જીવને પણ છંછેડ્યો. તમારું બ્લડ ચેકઅપ કરોને ? પાંચ દિવસના ઉપવાસ પછી બધું નોરમલ તો છે ને ? બધું જ એબનોરમલ હતું. કોલેપ્સ થઈ જવાય તેવું, એટલે તાત્કાલિક તરબૂચનો રસ પીધો અને પછી બપોરે જમી લીધું. બાકીના દિવસો એક વખત પૂરું ભોજન અને સવાર-સાંજ તરબૂચનો રસ. માટે ક્યારેય પણ વજન ઉતારવા માટે ડાયેટીંગ કરવું હોય તો તે પૂર્વે યોગ્ય તબીબી તપાસ અને સલાહ પ્રમાણે જ કરવું.

આકસ્મિક એકાએક રાતોરાતમાં આપણી ચરબી વધતી નથી. તેવી જ રીતે એક જ રાતમાં ચરબી ઘટાડી પણ ન શકાય. આ બધું ક્રમે ક્રમે જ સંભવે અથવા યોગ્ય કહેવાય. ચરબી કે વજન ઉતારતાં પૂર્વે તમારી જાતને નીચેના પ્રશ્નો પૂછો અને જો આમાંની કોઈ પણ વાત આપને લાગુ પડતી હોય તો તબીબી સલાહ આવશ્યક છે.

૧.    તમારાં સાધારણ વજન કરતાં તમો ૧૫ પાઉન્ડ વજન વધારે ધરાવો છો ?

૨. તમે જન્મજાત જ વધુ વજનવાળા છો ? લાંબું કે વધુ સમય ઊભાં રહેવું હોય તો તમારે આધાર કે સપોર્ટ લઈને ઊભાં રહેવું પડે છે ?

૩. જો તમારા ગર્ભમાં બાળક હોય તો ડાયેટીંગ કરવાનું તમારા ગર્ભસ્થ બાળક માટે પણ અયોગ્ય, ગેરવાજબી અને ખતરનાક છે.

૪. જો તમે બાળક હો અને ચરબી કે વજન ઓછું કરવાનાં હોય તોપણ પાતળા અને આવશ્યક ટીસ્યુ બળી ન જાય તેની ખાતરી સાથે જ તમારે વજન ઉતારવાનો કાર્યક્રમ ઘડવો જોઈએ. બાલ્યાવસ્થામાં શારીરિક, માનસિક, બૌદ્ધિક વિકાસ અર્થે આ ટીસ્યુની મોટી અને જરૂરી આવશ્યકતા હોય છે.

૫. જો તમોને ડાયાબિટીસ, હાઈ બ્લડપ્રેશર, બ્લડ કોલેસ્ટ્રોલ કે એવું કંઈ હોય અને તમે વજન ઉતારવા માગતા હો તો તમારે અવશ્યપણે જ તબીબી સલાહ સાથે જ વજન ઉતારવાના કીમિયા કરવા જોઈએ.

૬. તમે દરરોજની ૮૦૦ કેલરીથી ઓછી શક્તિનો ખોરાક લેવા માટે સંકલ્પબદ્ધ છો ?

૭. જો તમો ભૂખ ઓછી લાગે તે માટે કંઈ દવા લેવા માગો છો તો ઊંટવૈદુ કરશો નહીં, પૂરી કાળજી ભરેલ તબીબી તપાસ પછી જ આવા નુસખા કરવા.

૮. તમો બહુ લાગણીશીલ છો. ડાયેટીંગથી તમારો માનસિક તનાવ વધી શકે છે અને આ તનાવના વેગને કદાચ તમો સહન ન પણ કરી શકો.

૯. તમો જ્યારે ડાયેટીંગ કરતા હો ત્યારે તમોને શારીરિક સમસ્યાઓ ઊભી થઈ શકે તેમ છે. દા.ત. એકાએક છાતીમાં દુઃખાવો ઊપડે, મોળ ચઢે, ચક્કર આવે અથવા તો ડિપ્રેશન આવી શકે.

આવી તમામ પરિસ્થિતિમાં તમારે તમારા તબીબની સલાહ લેવી જ જોઈએ કે જેને તમારા જીવનના આનંદ અને તમારી સ્વસ્થતામાં રસ હોય તે તમારા વધુ પડતાં વજનની સમસ્યા સમજી શકે અને તમોને યોગ્ય ડાયેટિશિયનની સલાહ અપાવી શકે.

**ખોરાકની પસંદગી**

ઢગલાબંધ મેગેઝિનો, સમાચારપત્રો અને સામયિકોમાં દરરોજ ખોરાકની સારસંભાળ માટે સૂચનો ભરેલા લેખો છપાય છે છતાં એ ખૂબ

જ જરૂરી છે કે આપણે આપણો એવો ખોરાક નક્કી કરીએ કે જે આપણા શક્તિસ્રોતને ઓછો ન કરે. તેવી જ રીતે આપણાં વજનને ઓછું કરવા માટે પણ મદદરૂપ થાય અને તેની સાથે સાથે જ સમગ્ર જીવન તમો તંદુરસ્તીભર્યું અને તાજગીભર્યું જીવી શકો તે માટે પણ સહાયપ્રદ બની રહે તેવો ખોરાક પસંદ કરવો જોઈએ.

જો તમારો ખોરાક કોઈ પણ તબીબી સલાહ વગર જ લેતા હો તોપણ તમો ૧૨૦૦ કેલરી જેટલો ખોરાક લો તે ખૂબ જ આવશ્યક છે. જો આવું ન બને તો સરવાળે આપણે આપણાં દૈનિક જીવનમાં આવશ્યક પૌષ્ટિક તત્ત્વોની ખોટ પડતાં જીવન સત્ત્વની ઊણપ ઊભી થાય તેવું સંભવી શકે.

તમારા ખોરાકમાં ઓછામાં ઓછું ૧૦૦ ગ્રામ (આશરે ત્રણ ઔંસ) કાર્બોહાઈડ્રેટ તો હોવું જ જોઈએ. આમ થવાથી પાતળાં ટીસ્યુનો સત્વરે હ્રાસ નહીં થાય. જો તમારા દૈનિક ભોજનમાં આનાથી ઓછા પ્રમાણમાં કાર્બોહાઈડ્રેડ હોય અથવા તો તમારો ખોરાક કુલ મળીને ૮૦૦ કેલરી જ હોય તો જે કીટોન્સ બનશે તે અને તમારા પેશાબમાં પાણીની માત્રા ખૂબ જ ઓછી થઈ જશે. ચરબીના વજનના ઘટાડાના પ્રમાણમાં આ પાણીનું ઓછું થવાનું કાયમી નથી હોતું અને જેવું તમો ભોજનમાં થોડા પણ બિનકાળજીભર્યા થયા તો ફરીથી વજન વધી જ જવાનું છે. ઘણી વખત એવું પણ બને કે વધુ પડતા કાર્બોહાઈટ્રેડવાળો ખોરાક વધુ રેસાદાર પણ હોઈ શકે. આવો ખોરાક અનેક લોકોને સંતોષ આપતો હોય છે અને સાથેસાથે વજન-સંતુલન રાખવાનો આપણો હેતુ પણ પાર પડતો હોય છે.

કદાચ વાંચીને અચંબો પણ થાય છતાં ચરબી ઉતારવા માટે પણ એક કે દોઢ ઔંસ ચરબી તો લેવી જ જોઈએ કે જેથી આ ચરબી જે ચરબીયુક્ત દ્રાવણ છે (Fatty acids) તેને મદદરૂપ થાય અને ચરબી ઓગાળવા માટેનાં વિટામિન્સ જેવાં કે A, D, E અને Kને સહાયપ્રદ થઈ શકે. મોટા ભાગના અમેરિકન લોકો ખાવે તો સવાદુ જ છે તેથી આવશ્યકતા કરતાં વધુ ચરબીયુક્ત ભોજન લેવામાં શૂરા લોકો માટે આવું વધુ ઉચ્ચસ્તરીય ચરબીયુક્ત ભોજન હિતાવહ નથી જ. છતાં બિનજવાબદારી રીતે તેવો ખોરાક લેવામાં આવે તો લોહીમાં ચરબીનું પ્રમાણ વધે જ છે.

બજારમાં જે કંઈ ખાણીપીણીની વસ્તુઓ વેચાય છે તેઓ સતત પોતાના માલની સારામાં સારી જાહેરાત કરતા જ રહે છે. તેમાંથી વજન ઓછું કે

સંતુલન કરવા માટેની ચીજવસ્તુઓની દુકાન અલગ એવું તો થઈ જ શકે નહીં. પરંતુ એક સાચા અને પ્રામાણિક તથા ખાસ કરીને તમો વજન સંતુલન કરવા બાબત પોતાની જાતને કેટલા વફાદાર છો તે પ્રમાણે આપણે આપણું ભલું કરી શકીએ. જે માણસ ધંધો માંડીને બેઠો છે કે તે પોતાની સોને મઢેલી જીભે ઘેર ઘેર જઈને પોતાનો માલ વેચે છે, તેને પોતાના માલનો વધુ વકરો કેમ થાય તેની જ ચિંતા હોય છે. તમારા સ્વાસ્થ્ય સાથે ભલા તેને શું નિસ્બત ? મોટા ધુરંધરો ડૉક્ટરો અને ખોરાકવિદો હારી ગયા છે. માટે જ્યારે પણ તમો જે કંઈ વાપરો છો તેમાં ચરબીયુક્ત, હાનિકારક, વધુ ભૂખ લગાડનારા તેજ માલ ખાવાની ટેવ પાડનારા, બંધાણ ઊભું કરનારા, વધુ ખાવાની લાલચ ઉત્પન્ન કરનારા પદાર્થો છે જ તેમ માની તમારી કાઉન્ટીના કોઓપરેટીવ એક્સટેન્શન એજન્ટ, તમારા ડૉક્ટર કે પબ્લિક હેલ્થ ડિપાર્ટમેન્ટ દ્વારા માન્ય થયેલો ખોરાક જ લેવાની જાગૃત ટેવ પાડવી જોઈએ.

## વજન ઉતારવા માટેનાં સચોટ સૂચનો

૧.  તમારે તમારા શરીરનું વજન કેટલું રાખવાનું છે તેનો એક સ્પષ્ટ નિર્ણય કરો.

૨.  તમારા મનને મક્કમ રાખો. પૌષ્ટિક ખોરાક અને વજન ન વધે તેટલો જ ખોરાક ખાવાની ટેવ રાખો.

૩.  તમો જે કંઈ ખાઓ છો તેમાં કયાં કયાં એવાં તત્ત્વો છે કે જે તમોને તમારા હેતુ કે લક્ષ્યથી વંચિત રાખે છે તેનું નિરીક્ષણ કરો. ડાયેટીંગ શરૂ કરવાના એક અઠવાડિયા પૂર્વે તમારો ખોરાક કયો, ક્યાં, કેટલો વગેરેનો રેકોર્ડ રાખો. આ નોંધમાં ફરી ફરીને તપાસ કરો કે તમો વધુ કેલરીવાળો નાસ્તો, મૂડમાં આવીને વધુ ઝાપટી જવાય તેવી ખાણીપીણી અને શનિ-રવિવારે છૂટથી ખવાઈ જવાય છે તેવાં સ્થળોને તમારા વ્યક્તિગત જીવનના આનંદ-વિનોદમાંથી દૂર રાખો.

૪.  કેલરી ચાર્ટનો અભ્યાસ કરો. આ પૂર્વે ડાયાબિટીસ માટેનાં ત્રણ પ્રકરણોમાં આપણે આ કેલરી ચાર્ટની વિગતવાર ચર્ચા કરી ગયાં છીએ.

૫.  થોડાં અઠવાડિયાં તો જે કંઈ ખાઓ છો તેનું માપ રાખો કે જેથી નિશ્ચિત કરેલ ભારણથી વધુ ખવાઈ ન જવાય.

૬.  ખાદ્યપદાર્થો ખૂબ જ પ્રિય હોય તોપણ બને તેટલું ઓછું ખાવાનું અને જેમાં વધુ ચરબીયુક્ત કે વજન વધે તેવો ખોરાક હોય તો તેને ખૂબ

જ વિવેકપૂર્વક નહીં ખાવાની ટેવ પાડો.

૭. નાનકડી થાળીમાં કે પ્લેટમાં જમો. વાટકા-વાટકી નાનાં રાખો.

૮. જો હરતાં-ફરતાં ખાવાની ટેવ હોય તો ઓછી કેલરીવાળી ખાદ્ય સામગ્રીના ડબ્બાઓ ભરી રાખવા. દા.ત. મમરાને બદલે ધાણી ખાવી. મમરા ચોખામાંથી બને છે, જ્યારે ધાણી જુવાર, બાજરો કે મકાઈમાંથી બને છે. હવે વઘાર વગરની ધાણી ખાવી, વઘારેલી નહીં. બટાટાપૌવાને બદલે રોટલો દહીં ખાવાં. મેંદાની બ્રેડને બદલે હૉલવીટ બ્રેડ ખાવી. ચીઝ-બટરની સાથે કે જામ કે માર્મલેડને બદલે સૂકી કે કોરી જ બ્રેડ ખાવાની ટેવ પાડવી. કોકને બદલે ઝીરો ફેટનું દૂધ પીવું વગેરે.

૯. જમતી વખતે બીજી-ત્રીજી પીરસણીને એવોઇડ કરો.

૧૦. સલાડને ડ્રેસીંગ વગર ખાઓ.

૧૧. ટેલિવિઝન સામે બેસીને નાસ્તો કે જમણની ટેવ મુદ્દલ કાઢી નાખો.

૧૨. રેડીમેઇડ ટોમેટો શૉસ કે કેચઅપ કરતાં ઘરમાં બનાવેલી તાજા ધાણા, ફુદીનાની ચટણી ખાવાની ટેવ પાડો. મગફળી, દાળિયાની ચટણી અને રસોડામાં વપરાતા કોપરાં (નાળિયેર) ઉપર કાપ મૂકો.

૧૩. તરસ છીપાવવા બને તેટલી વખત વધારે પાણી પીઓ. કોઈ પ્રકારનાં ઇતર પીણાં (એરેટેડ વૉટર-ડ્રિંક્સ-આલ્કોહોલ) વગેરેનો સમૂળગો ત્યાગ કરો.

૧૪. જેટલું બને તેટલું ધીરે અને ખૂબ ચાવીને જમો.

૧૫. તમારા ખોરાક નિયંત્રણમાં જાણ્યે-અજાણ્યે ભૂલ થાય તો તેનો બહુ ભારેખમ અફસોસ કરવો નહીં, પરંતુ જાગૃતપણે ફરી ફરીને ભૂલ ન થાય તે માટે સતર્ક કાળજી રાખો.

૧૬. તમો જે કંઈ શારીરિક પ્રવૃત્તિ કરો છો તેમાં દરરોજ શ્રમ પડે તેવી ઓછામાં ઓછી અડધો કલાકની પ્રવૃત્તિનો વધારો કરો અને શ્રદ્ધા રાખો કે તમો તમારાં વજન-સંતુલનના લક્ષ્યને પામવાના જ છો.

**કસરતો :**

દોડવું, ચાલવું, દાદરો ચડઊતર કરવો, તરવું, ઘોડેસવારી કરવી વગેરેમાં તો વજન ઓછું કરવાની ક્ષમતા છે જ. તેવી જ રીતે યોગવિજ્ઞાનમાં ત્રિકોણ આસન, સૂર્યનમસ્કાર, હલાસન, પશ્ચિમોત્તાન, ભુજંગ, શલભ, પુર્ણશલભ (ન

**એકપાદ ઉત્તિત્થ ચક્રાસન (આકૃતિ - ૨૫)**

**થાય** તો અર્ધશલભ), કટિ ઉત્થાન, ધનૂર (અર્ધધનૂર) ચક્ર, (સંભવ હોય તો એક પગ ઊંચો કરીને એકપાદ ઉત્તીત્થ ચક્ર) શશાંકઆસન, યોગમુદ્રા, હસ્તપાદાસન (સૂર્યનમસ્કાર ૩ અને ૧૦) તથા પ્રાણાયામમાં ભસ્ત્રિકા પ્રાણાયામનો અભ્યાસ સત્વરે વજન ઉતારવામાં સહાયપ્રદ થાય છે.

**પૂર્ણ શલભાસન-૨ (આકૃતિ - ૨૬)**

ભસ્ત્રિકા પ્રાણાયામ આરંભમાં ૨૪ થી ૪૮ વખત થાય તેવાં ત્રણ આવર્તન કરવાં. ધીરે ધીરે આ ક્રમ વધારીને ૬૪ થી ૮૦ અને ત્યાર બાદ ૧૦૦ થી ૧૨૦ અને પછી બેથી ત્રણ મહિનાના અભ્યાસ પછી ૨૦૦ વખતનાં ત્રણ આવર્તન જો દિવસમાં બે થી ત્રણ વખત થઈ શકે તો ઝપાટાબંધ વજન ઓછું થઈ શકે છે.

એરોબીક કસરતો છોડી દેવાથી શરીર કોથળા જેવું ઢીલુંઢસ થઈ જવાની અને મોટા એથલેટ્સ છ, આઠ કે દસ રમત રમતા હોય કે અખાડે જતા વ્યાયામવીરો ખૂબ જ કસરત કરતા હોય, દંડબેઠક કરતા હોય પણ આ બધું છોડી દેતાંની સાથે જ તેમની કમર અને પેટ મોટાં થઈ જતાં હોય છે તથા વજન જબરું વધી જતું હોય છે. માટે દવાઓ ખાધા વગર ખોરાકમાં સભાનપણે નિયમિત અને નિયંત્રણ અને યોગાસનો–પ્રાણાયામનો અભ્યાસ ખૂબ જ યોગ્ય અને પ્રમાણસર વજન-સંતુલન આપી શકે છે.

અને અંતે અમદાવાદના સુપ્રસિદ્ધ હાસ્ય કલાકાર શ્રી દિનકરભાઈ મહેતાનું વજન ઉતારવા કે સંતુલન કરવા માટેનું નમ્ર સૂચન છે કે કંઈ ન કરો તો ગળાંની કસરત કરો. ડાબેથી જમણે અને જમણેથી ડાબે જેમના ભણતાં હોઈએ તેમ 'નનૈયા'નું માથું હલાવવાનું. ક્યારે ? કંઈ પણ જમવા, ખાવા કે પીવાની ઓફર આવે ત્યારે - બસ, આટલું 'ના' કહેતાં-કરતાં શીખીએ તો પણ બેડો પાર. ૐ શાંતિ.

# ૧૧. અનિદ્રા (Insomnia)

જો સારી ઊંઘ આવે તો તે સમયની બરબાદી નથી. તેનાથી જીવનશક્તિ, ઊર્જા અને ક્ષમતા વધે છે. ઊંઘ આવશ્યક છે. જ્યારે આપણે ઊંઘતા હોઈએ છીએ ત્યારે આપણું શરીર માત્ર બાહ્ય દેખાય છે તેવા જ આરામમાં નથી હોતું પરંતુ તેની આંતરિક ચેતના, અંતઃસ્રાવ ગ્રંથિઓ, બાહ્ય કર્મ ઇન્દ્રિયો અને જ્ઞાન ઇન્દ્રિયોને પણ આરામ મળતો જ હોય છે. ઊંઘથી આપણે આપણાં અટપટા જીવનમાંથી સહજમુક્તિ મેળવીએ છીએ. ઊંઘથી આપણે આપણી શારીરિક ક્ષમતા અને માનસિક કાર્યશૈલીમાં વિશિષ્ટ ક્ષમતા ઉત્પન્ન કરીએ છીએ. ઊંઘથી તન અને મન બંને દુરસ્ત બને છે. ઊંઘ એટલા માટે આવશ્યક છે કે સવાર પડ્યે આપણે આપણા નવા દિવસને નવજીવનની જેમ નવપલ્લવિત કરીં નવિન સ્ફૂર્તિ, ચેતના અને ઉમંગ સાથે આરંભી શકીએ. ઊંઘ એ કુદરતનું વરદાન છે. ઊંઘથી શરીર સ્વાસ્થ્ય અને સૌષ્ઠવતા બંનેમાં ઉભાર આવે છે.

નિદ્રાનું આગમન આપણને તેટલી પળ જીવનની તમામ સમસ્યા, વ્યગ્રતા અને ચિંતાથી મુક્ત કરે છે.

> *"નિદ્રા જો ન આવે તો અંધકારભર્યું જીવન*
> *નિદ્રા જો આવે સરસ જીવન બને નંદનવન."*

પ્રકૃતિની આ મહાન ભેટને ભાગ્યે જ આપણે મૂલવી શકીએ છીએ. જ્યાં સુધી ઊંઘ વગરનું જીવન ન થઈ જાય ત્યાં સુધી અનિદ્રાની આપણા જીવનમાં કિંમત નથી સમજાતી. જ્યાં સુધી માણસ અનિદ્રાનો ભોગ ન બને ત્યાં સુધી નિદ્રાની સરળતા અને સહજતાની ક્ષમતા આપણે કદી નથી સમજી શકવાના. જે લોકો આખી રાત પડખાં ઘસીને, પથારીમાં આળોટ્યા કરીને રાત કાઢતા હોય છે તેમને જ ઊંઘની ખરી કિંમત સમજાય છે. આપણે શ્વાસ

લઈએ છીએ કે આવે છે ને જાય છે, ફેફસાં ફૂલે છે, ખૂલે છે, હૃદયના વાલ્વ ખૂલે છે, બંધ થાય છે. દર મિનિટે ૭૨ થી ૮૦ જેટલા અડધા કપ જેટલું લોહી હૃદયમાંથી શરીરમાં રેડાય છે. આ બધું ચાલ્યા જ કરે છે. માટે આ બધું તો કુદરતી જ છે એમ સદા આપણે સમજીને આ બધાની અવગણના જ કરીએ છીએ. પરંતુ શ્વાસ ચાલતો બંધ થઈ જાય, હવા મળતી બંધ થઈ જાય, દમ ઘૂંટાય, લોહી ફરતું બંધ થાય, ક્લોટીંગ થાય ત્યારે જ ફેફસાં અને હૃદયની કાર્યક્ષમતા અને તેવું જ શરીરમાં રહેલા તમામ અંતઃસ્રાવ ગ્રંથિઓના કામ ચાલ્યા જ કરે છે. માટે આપણે સૌ તેમના માટે લેશમાત્રેય પરવા કરતા નથી. પરંતુ કીડની, પેન્ક્રિયાઝ, ફેફસાં, હૃદય અરે ! કરોડરજ્જુની એક ગાદી થોડી ખસી જાય કે દોરો-ડાબે જમણે થાય ત્યારે જ તેમના અસ્તિત્વની આપણને સભાનતા થાય છે તેવું જ નિદ્રાનું પણ ખરું જ !

વિશાળ વિશ્વના તમામ વૈજ્ઞાનિક ઉપકરણો અને ઔષધિઓ શરીરને સ્વસ્થ રાખવા માટે અનેક પ્રકારનાં સંશોધનોમાં નિરત છે. ઊંઘ લાવવા માટે પણ અનેક પ્રકારની દવાઓ, ગોળીઓ કે ઇન્જેક્શનોની શોધ થઈ છે, પરંતુ આ બધાંથી શરીર તંદ્રામાં રહે છે. શરીરને વિશ્રાંતિ કે કુદરતી ઊંઘ આવતી નથી. તેનાથી માત્ર શરીર નશામાં જ પડ્યું રહે છે. જ્યારે ઊંઘ માટે ટીકડીઓ ગળવાની ટેવ પડી જાય પછી આવી ગોળી ગળ્યા વગર ઊંઘ આવતી નથી. તેનો વાપરનાર આવી ઊંઘની દવાઓનો ગુલામ બની જાય છે. ક્રમશઃ આ ઊંઘની દવાઓ શરીરને સુસ્ત, ક્ષમતાશૂન્ય કરે છે અને મગજ બહેર મારી જાય છે. એટલું જ માત્ર નહીં પરંતુ રોજિંદુ દૈનિક કામ કરવાની ક્ષમતા પણ મગજ ગુમાવી બેસે છે. આમ થતાં જીવનસંઘર્ષ સંપૂર્ણપણે અસંભવ બની જાય તેવું પણ બને. આ બધાંથી વિશેષ વાત એ કે ઊંઘની દવાઓથી આવતી ઊંઘમાં સપનાં આવતાં નથી, સ્વપ્નશૂન્ય નિદ્રા નાદુરસ્ત સ્વાસ્થ્યનું નિશાન છે.

માનવ મગજમાં જાગ્રત ચેતન અવસ્થા અને અવચેતન અવસ્થા (Conscious અને Subconscious mind) સદા કાર્ય નિરત હોય છે. પરંતુ નિદ્રા સમયે ચેતનાવસ્થા સુષુપ્ત થઈ જાય છે, જ્યારે અવચેતન અવસ્થાની અંદર તો સમગ્ર સ્મૃતિઓ, વિચારો, વિટંબણાઓ, સુખ અને દુઃખના અનુભવોનો ભંડોળ છે. તે નિદ્રા સમયે પ્રવૃત્તિશીલ બને છે. તેની અવચેતન દશામાં સ્ફુરેલ ચૈતન્ય જ સ્વપ્નોની સુરમ્યતાનો શૃંગાર કરતી હોય છે.

સ્વપ્નાવસ્થા માનવહૃદયમાં ઉત્પન્ન થતી લાગણીઓના પ્રવાહમાંથી પ્રગટતાં અને પ્રસરતાં પરિબળોને વાચા આપવાનું માર્મિક સ્થાન છે અને તદર્થે સ્વપ્નાં આવશ્યક છે અને તે કુદરતી ઊંઘમાં જ સંભવી શકે.

અનેક તત્ત્વચિંતકોએ કહ્યું છે કે મૃત્યુ દીર્ઘ નિદ્રા છે અને નિદ્રા નાનકડું મૃત્યુ છે. વિલિયમ શેક્સપિયરે પણ કહ્યું કે, દૈનિક જીવનનું મૃત્યુ એટલે નિદ્રા. જ્યારે અંગ્રેજી સાહિત્યના વિષદ વિદ્વાન શ્રી સેમ્યુઅલ જોનસને કહ્યું છે ઊંઘ એટલે 'Irresistible Stupefaction.' જ્યારે તેનાથી વિરુદ્ધ તબીબી વિજ્ઞાનોના વિશેષજ્ઞોનું કહેવું છે કે નિદ્રા સમયે બ્રેઈન ઉત્કર્ષન પામે છે. (Brain buzzer with activity during sleep.)

ઈ.સ. ૧૯૨૦થી ૧૯૩૦ના ગાળામાં જ્યારે ઇલેક્ટ્રો એન્કીફેલોગ્રાફ અથવા EEGનું સંશોધન થયું ત્યારે ઊંઘતી વ્યક્તિના મગજમાં ચાલતી પ્રવૃત્તિની જબરી ભાળ મળી. આનાથી જ સ્પષ્ટ થયું કે નિદ્રા દરમિયાન આખી રાત બ્રેઈનની ધમસાણ કામગીરી ચાલે છે.

ઈ.સ. ૧૯૫૦ના અરસામાં ઊંઘ સંબંધી ગહન વિચારક અને સંશોધક નાથાનીએલ ક્લેઈટમેન અને તેના સહાયક યુજીન એસેરીન્સ્કી એ શોધ કરી કે ઊંઘમાં થોડી વાર તો મગજ પણ ઊંઘી જાય છે તેવું લાગતું હોય છે. આંખોની પાંપણો બંધ હોય તોપણ આંખોની કીકીઓ તો ચકળવકળ આગળ-પાછળ, અંદર-બહાર થતી જ હોય છે. આ શોધ તેમણે ઇલેક્ટ્રો ઓક્યુલોગ્રામ EOGના માધ્યમથી કરી.

આ બધાંનો એક સાધારણ અર્થ એ કે સમગ્ર દિવસ દરમિયાન આપણે જે પ્રવૃત્તિ કરીએ છીએ તે સમયે જે હોરમોન્સનો ઉપયોગ થયો છે તેના પુનઃનિર્માણ માટે નિદ્રા આવશ્યક છે.

ખેતી તૈયાર થાય. પાક પાકે, પછી કાપણી થાય. પરંતુ કાપણી પછી તુરત જ બીજે દિવસે આપણે જમીન ખેડવા માંડતા નથી. થોડા દિવસ ખેતરને અવાવરું મૂકી દઈએ છીએ. ચંપાના છોડના બધાં પાન ખરી જાય પછી ખાલી ફૂલ જ ડાળીઓ પર રહી જાય છે. થોડા દિવસ પછી ફૂલો પણ ખરી જાય છે. પરંતુ આ વૃક્ષ સુકાઈ ગયું હોય તેવું લાગતું હોય પણ સુકાતું નથી. ધરતી બંજર લાગે પણ તે બંજર નથી. આ બંનેનો હેતુ શક્તિ સંચય કરવાનો હોય છે. વિકસતાં પહેલાં ગુલાબના પુષ્પની કળી મૌન સેવેલી દેખાય. પરંતુ આ કળીમાં જ વિકાસ પામવાની અખૂટ શક્તિ ઢબુરાયેલી પડી છે તે કેમ

ન સમજાય. તેવું જ ઊંઘનું પણ ખરું. ઊંઘ જીવનનું મહત્ એવું અનિવાર્ય અંગ છે.

આ તકે સાધારણ રીતે સમગ્ર જગતમાં જે એક પ્રશ્ન પૂછવામાં આવે છે તે એ છે કે તો દરેક માણસે કેટલું ઊંઘવું જોઈએ ? લાંબી ઊંઘ કરતાં ઊંઘ ઊંડી હોવી વધુ જરૂરી છે. જો ઊંઘ ખૂબ જ ઊંડી હોય તો ત્રણ-ચાર કલાક સૂઈ રહ્યા હોઈએ તોપણ તેટલી ઊંઘ પર્યાપ્ત થશે. છતાં દરેક વાતની મર્યાદા હોય છે.

અને તેનાથી વિપરીત સ્વસ્થ લોકો પ્રગાઢ નિદ્રામાં સત્તરથી અઢાર કલાક તો ખૂબ જ શાંતિથી ઊંઘી શકે છે. બીજાની શી વાત કરવાની. એક વાર ભારતમાં આઠ-દશ મહિનાઓ સુધી સતત ભ્રમણ અને સત્સંગ, સાધના સપ્તાહો કાર્યક્રમો વચ્ચે ભાગ્યે જ ૩ કલાકની ઊંઘ ૨૪ કલાક દરમિયાન આ દિવસોમાં મળી હશે. ત્યાર બાદ લંડન જવાનું થયું. ત્યાં સવારે અગિયાર વાગ્યે પહોંચી નહાઈ-ધોઈ જમીને બગીચામાં રાખેલા હિંડોળામાં લંબાવ્યું. શ્રીમતી હેમાબહેન પટેલનું આ ઘર શટનશરેમાં હતું. તેમણે તેમના માળીને કહ્યું કે તું લૉન કાપવાનું મશીન ચલાવતો નહીં. અમારા ગુરુજી ભારતથી આવ્યા છે તેમને આરામ કરવા દેજે. ઊંઘમાં ખલેલ ન પડે તે જોજે. પેલો અંગ્રેજી માણસ કહે, ‘‘આપણા મકાનની પાછળ લેન્ડરોવર મશીન આટલા બધા જોરથી આટલા મોટા અવાજથી જમીન કાપે છે અને તમારા ગુરુજીને ઊંઘમાં ખલેલ પડતી નથી તો શું મારા નાના મશીનના અવાજથી જાગી જશે ? તે અંગ્રેજ લૉન કાપીને ગયો. આ શરીર સાંજથી રાત અને બીજા દિવસની સવારે આઠ વાગ્યે સૂરજ આખું આભ અજવાળ્યું ત્યાં સુધી બેહોશ અવસ્થામાં નિદ્રામાં પોઢ્યું જ રહ્યું. શ્રી ગુરુદેવ સ્વામી ચિદાનંદજી મહારાજશ્રીનો સ્વિટ્ઝરલેન્ડથી ફોન આવ્યો. ‘સ્વામી અધ્યાત્માનંદજી લંડન આવવાના હતા તે આવી ગયા ?’ હેમાબહેન કહે, ‘હા ! આવ્યા છે. ગઈકાલે બપોરના હજી ઊંઘે જ છે.’ મોટા સ્વામીજી કહે, ‘તેમને જરૂર છે. બહુ દિવસનો ક્વોટા પૂરો કરે છે. ઊંઘવા દો.’ મને લાગે છે કે મારા જીવનની કદાચ આ સૌથી લાંબી ઊંઘ હશે. પૂરા વીસ કલાકની ઊંઘ ! મેં અનેક સંતોને સાંજે આઠ કે સાડા આઠ વાગ્યે જ સૂઈ જતા જોયા છે અને રાત્રે બાર વાગ્યા પહેલાં જ ઊઠીને ધ્યાન, ભજન, વાંચન, લેખનકાર્ય કરતા હોય છે. તેમને વર્ષો સુધી સાડાત્રણ કે ચાર કલાકની ઊંઘથી કામ ચાલે છે.

બાળક નાનું હોય તો નવજાત બાળકોને ૧૭ થી ૧૮ કલાકની ઊંઘ જોઈએ. બીમાર માણસો પણ વધુ ઊંઘે છે. ૭૦થી વધુ ઉંમરના લોકો પણ સાતથી આઠ કલાક ઊંઘે તો ખોટું નહીં. બાકી આપણે સૌ ૫ $\frac{૧}{૨}$ થી ૬ કલાક ઊંઘીએ તે પર્યાપ્ત છે. સાત કલાક તો કદીયે નહીં અને તે પ્રમાણે સૂર્યોદય પછી પણ સૂવું નહીં. જો માણસ માંદો ન હોય તો દિવસે ઊંઘવાની પણ કોઈ આવશ્યકતા નથી.

અનેક લોકોને ઊંઘમાં ચાલવાની પણ ટેવ હોય છે. ખાસ કરીને મોટી ઉંમરના લોકો જ્યારે ખૂબ જ વધુ પડતા શારીરિક અને માનસિક શ્રમથી થાકેલા હોય ત્યારે તેઓ ઊંઘમાં ચાલે છે તેવું તબીબી વિજ્ઞાનનું માનવું છે. નાનાં બાળકો ભયને કારણે ઊંઘમાં ચાલે છે અને પથારી ભીની કરતાં હોય છે, પરંતુ તેનો કોઈ પાકો ઇલાજ હજુ સુધી શોધાયો નથી. આ માટેની દવાઓની સાઇડ ઇફેક્ટ પણ ખૂબ જ છે. જે બાળકો ઊંઘમાં ચાલતાં હોય છે તેમની સાધારણ રીતે ઉંમર પાંચથી સાત વર્ષ સુધીની હોય છે અને મોટા લોકો જે ઊંઘમાં ચાલતા હોય છે તેમાંથી ભાગ્યે જ કોઈ કોઈને દુઃખ આપે છે, પરંતુ સૌથી મોટી તેમના જીવનની સમસ્યા તેઓ પોતે જ છે. કારણ કે ઊંઘમાં ચાલતાં બંધ બારીમાં માથાં ભટકાયાના અને દાદરેથી ઊંધે માથે નીચે ગબડી પડ્યાના પણ અનેક દાખલાઓ જોયા કે સંભળાયા છે. જ્યારે થોડા ક્રોનીક આવા ઊંઘમાં ચાલનારા લોકો રાત્રે સૂતાં પૂર્વે પોતાના સૂવાના પલંગ સાથે પોતાની જાતને બાંધીને સૂતા હોય એવી વાતો પણ જાણવા મળી છે. આવું સંશોધન સ્ટેનફોર્ડ યુનિવર્સિટીના ડૉ. વિલિયમ સી. ડીમેન્ટ દ્વારા કરવામાં આવ્યું છે.

તો પછી પ્રશ્ન એ છે કે લોકોને ઊંઘ ન આવે તેવું કેમ બને ? જ્યાં સુધી અમેરિકન પ્રજાનો પ્રશ્ન છે ત્યાં સુધી એવું એક નિરીક્ષણનું તારણ છે કે અમેરિકાની ૧/૩ મોટી ઉંમરની પ્રજાને ઊંઘની સમસ્યા છે. તેમાંના દસ ટકા લોકો તો પૂરા આઠથી દસ કલાક પથારીમાં આખી રાત ઊંઘ વગર જ આળોટ્યા કર્યાનું નોંધાયું છે અને આ બધા લોકોમાંના મોટા ભાગે દિવસે પણ ઊંઘી શકતા નથી હોતા અને આવી અનિદ્રાના ભોગ બનેલા લોકોને ક્રમશઃ હાયપર ટેન્શન અને તે પછી બીજી બીમારીઓનો ભોગ થવું પડતું હોય છે.

મનોવૈજ્ઞાનિકોનું એવું તારણ છે કે અનિદ્રાનાં મૂળ બહુ ઊંડાં નથી હોતાં. નજીવાં અને છીછરાં કારણમાં પણ લોકો વિચારોનાં વંટોળમાં ચઢી જતા હોય છે કે જેને થોડી સમજણ, આંતરમુખતા અને શાંત તથા સ્વસ્થ બેસીને પણ નિવારી શકાય. દા.ત. સ્યુડો ઇન્સૉમ્નિયા (Pseudoinsomnia)થી પીડાતા લોકોની સમજણ જ એવી થઈ ગઈ છે કે અમો જે ચાર-પાંચ કલાક ઊંઘીએ છીએ તેટલી ઊંઘ અમોને પૂરતી નથી અને પૂરી નિદ્રા થતી હોવા છતાં મનનો ખટકો જ તેમની સમસ્યા બની રહે છે. અનિદ્રા કે અપૂરતી નિદ્રા નહીં અને તેમના મનની ખોટી સમજણને તેઓ એટલી બધી પાકી કરી નાખતા હોય છે કે તેના જ કારણે તેઓ શરીરથી અને મનથી સદૈવ થાકેલા રહે છે. આવા સંજોગોમાં અથવા તો અનિદ્રાના કોઈ પણ કારણોસર લીધેલી દવાઓ બહુ લાંબેગાળે તમોને દવાના ગુલામ જ બનાવે છે, તેથી વિશેષ કંઈ નહીં. ઇમરજન્સી, અકસ્માત, સખત કોઈ બીમારી, હાર્ટ પ્રોબ્લેમ્સને સમયે ઊંઘ માટે આપવામાં કે લેવામાં આવતી દવાઓનો કંઈક ખાસ હેતુ છે અને તે ઉચિત પણ છે. અન્યથા આવી દવાઓની આરંભમાં ગુલામી અને પછી લાંબેગાળે તેની માત્રા (ડોઝ) વધારતાં જતાં બીજી લાચારીઓ વધતી જ જવાની. અનેક હેન્ડીકેપ્ટ વધતાં જ જવાનાં.

બધી જ દવાઓ કંઈ ખરાબ નથી હોતી કે બધી જ દવાઓ હાનિકારક પણ નથી હોતી. જો તેને ડૉક્ટરની યોગ્ય અને સમયસરની અને યોગ્ય પ્રમાણમાં જ જો લેવામાં આવે. છતાં જો બધા જ ડૉક્ટરો ભેગા થાય તો આવા અનિદ્રાના દરદીને બંને પગેથી પકડીને ઊંધે માથે લટકાવીને બધી જ દવા તેના રગેરગમાંથી ઓકાવી શકે તો ખરેખર તેમને કંઈ કર્યાનો આત્મસંતોષ થવાનો.

સ્ટેનફોર્ડ યુનિવર્સિટીના અધૂરી ઊંઘની સમસ્યાના વિભાગના પ્રમુખ અધિક્ષક ડૉ. રીચાર્ડ એમ. કોલેમને ઊંઘ પૂરી અને બરોબર કરવા માટે અનેક સૂચનો આપ્યાં છે. તેમાં જે પ્રમુખ વાત કહી તે એ કે સૂવા માટેનો એક સમય નિશ્ચિત કરી તે સમયે બત્તી બંધ કરી દો અને પથારીમાં પડી જાઓ. ઊંઘ આવશે જ. ન આવે તોપણ પડ્યા રહો. મન અને શરીર ટેવાઈ જવાનાં જ અને જો બે કલાક પછી ઊંઘ ઊડી જાય અને પથારી કરડે તો ઊઠી જાઓ. લોન્ડ્રી કરો, હાઉસ હોલ્ડીંગ કામ કરો, પત્ર લખવા, હિસાબો કરવાનો વગેરે, E-mail જોવાનું ઇત્યાદિ અને વચ્ચે ઊંઘ આવે તો ફરી સુઈ જાઓ

પરંતુ જાગવાનું તો નક્કી કરેલા સમયે જ.

યોગવિજ્ઞાન કહે છે, (૧) દિવસે સૂવાનું નહીં. (૨) સવારે શીતલી પ્રાણાયામ અને રાત્રે સૂતાં પૂર્વે ભ્રમરી પ્રાણાયામ કાન બંધ કરીને કરવા, પછી સૂવું. (૩) યોગનિદ્રાનો અભ્યાસ વિશ્વમાં સર્વત્ર અનિદ્રાથી પીડિત તમામ રોગીઓ માટે અદ્‌ભુત વરદાન સિદ્ધ થયો છે. (૪) રાત્રે સૂતાં પૂર્વે પાણી પીવું નહીં. (૫) પેશાબ કરીને સૂવું. (૬) સૂતી વખતે અથવા સૂતાં પૂર્વે પ્રાર્થના અચૂક કરવી.

**પ્રાર્થના :** પૂર્વમાં, પશ્ચિમમાં, ઉત્તરમાં, દક્ષિણમાં સર્વત્ર શાંતિ થાઓ. સૌનું મંગળ થાઓ, સૌનું કલ્યાણ થાઓ, સૌનું શુભ થાઓ.

પહાડોમાં, સમુદ્રમાં, વનમાં, જંગલમાં, જનજનના જીવનમાં સૌનું કલ્યાણ થાઓ, સૌનું મંગળ થાઓ, સૌનું શુભ થાઓ, સર્વત્ર શાંતિ થાઓ. ૐ શાંતિ, ૐ શાંતિ, ૐ શાંતિ, ૐ શાંતિ, ૐ શાંતિ, ૐ શાંતિ અને તમોને અવશ્ય અદ્‌ભુત આંતરિક શાંત અને ચેનની ઊંઘ તો આવશે જ. હરિૐ તત્સત્‌ !

❒

# ૧૨. સર્વાઇકલ સ્પોન્ડીલોસીસ...
## (Cervical Spondylosis)

શરીર એક અદ્‌ભુત યંત્ર છે અને તેની સંભાળ તે આપણું સૌનું નૈતિક કર્તવ્ય છે. દેખાવમાં આપણે આ યંત્ર સંબંધી સંપૂર્ણપણે બેદરકાર અથવા લાપરવાહ જ છીએ અને જ્યારે એકાદ સ્ક્રૂ આગળ-પાછળ થાય કે આંટા ક્યાંક ઢીલા પડે એટલે દોડવાનું ડૉક્ટર એન્જિનિયર પાસે.

જેવી રીતે સાઇકલનાં બે પૈડાં વચ્ચે ચેઇન હોય અને તેના વડે સાઇકલ ચાલે. તે ચેઇનમાં તેલ પૂરવું પડે અને તેને કચરાથી સાફ રાખવી જોઈએ. ગંદકીથી દૂર રાખવી જોઈએ. વારંવાર આ ચેઇનને સમયે-સમયે ધોઈને તેમાં ગ્રીસ પૂરવું જોઈએ. તે જેટલું જરૂરી છે તેનાથી સહસ્રાદિક ગણું વધુ આવશ્યક આપણા કરોડસ્તંભની માવજતની આવશ્યકતા છે.

જેવી રીતે અંગ્રેજી આઠડો હોય તેવા મણકાઓની હારમાળા સમી આ કરોડરસ્તંભ છેક ગળાની પાછળ એટલે કે માથા કે ખોપરી (Skull)ની નીચેથી કમરની નીચે સુધી જાય છે. તમામ પશુઓને કે ચોપગાંઓનો આ કરોડસ્તંભ જમીનથી સમાંતર હોય છે, જ્યારે એક માનવ જ એવું પ્રાણી છે કે જેનો કરોડસ્તંભ જમીનથી ઉભા-વર્ટીકલ અવસ્થામાં છે. આ કરોડસ્તંભમાં ઉપરથી નીચે કુલ ૩૩ માણકાઓ હોય છે. જેમાં સૌથી ઉપરના સાત મણકા સર્વાઇકલ વર્ટેબ્રા કહેવાય છે. આ મણકાઓ ઉપર વારંવાર અવ્યવસ્થિત અને અવાંછનીય વજન આવવાથી સર્વાઇકલ સ્પોન્ડીલોસીસ થાય છે.

આપણે આપણી દિનચર્યાનું થોડું વિહંગાવલોકન કરીશું તો જણાશે કે આપણે આપણા ગળાનો ઉપયોગ કઈ દિશામાં કરીએ છીએ. સવારે ઊઠીને ચા પીવાની, દાઢી બનાવવાની, છાપું વાંચવાનું, લખવાનું, નાસ્તો, ડ્રાઇવિંગ,

કૉમ્પ્યુટર ઓપરેટીંગ, ટાઇપિંગ વગેરે તમામ કાર્યોમાં મુખ્યત્વે આપણે ગળાને આગળની તરફ જ ઝુકાવતા હોઈએ છીએ. ખાસ કરીને એક્ઝ્યુકેટીવ લોકો, બૅન્કના કેશિયર્સ લોકો તથા દરજીકામ, મોચીકામ, સોનીકામ, સીવણગૂંથણનું કામ, ચિત્રકામ કરનારા તથા ભારતમાં રેલવેસ્ટેશન ઉપર મજૂરમિત્રો આ બધો સમૂહ પોતાના ગળાના મણકાની ઉપર જે રીતે વજન લાવ્યા જ કરે છે તે એક ભયંકર ઘટના છે. પરંતુ દુર્ભાગ્યે આ ભયંકર ટેવ આપણા દૈનિક જીવનમાં એટલી બધી આત્મસાત્ કે ઘર કરી ગઈ છે કે હવે જે ત્રૂટી છે તે જ જીવનવિધાન થઈ ગયું છે.

જે મિત્રો સૂતી વખતે માથાની નીચે એક પણ ખૂબ જાડું અથવા પાતળાં પણ બે ઓશીકાં રાખે છે અથવા તો સૂતાં સૂતાં વાંચવાને ટેવાયેલા મિત્રો એક ઓશીકું સીધું અને બીજું ઓશીકું વાળીને ડબલ કરીને માથા નીચે રાખીને લાંબો સમય સુધી દરરોજ વાંચ્યા કરે છે તેઓ અજાણપણે પોતાના સર્વાઇકલ વર્ટ્રેબ્રા ઉપર જુલમ જ કરે છે.

અને આવું જ પથારીમાં સૂઈને માથું, ગળું અને ખભા તથા અડધો વાંસો પલંગને છેડે દીવાલથી સમાંતર રહે અને પીઠનો નીચેનો ભાગ કમર ગોળાકારમાં તથા કમર પછીનું અધોભાગી આખુંયે શરીર પથારીમાં કે પલંગમાં લાંબું હોય તેવા હાઈપરબોલીક કર્વ કે વળાંકવાળા પોશ્ચરમાં લાંબા થઈને લાંબા સમય સુધી ટી.વી. જોનારા શોખીનો પણ સર્વાઇકલ સ્પોન્ડીલોસીસના ભોગ બનતા જ હોય છે.

ભારતમાં આ સમસ્યા સૌથી વધુ પ્રમાણમાં પંજાબમાં જોવામાં આવે છે. ખાસ કરીને લુધિયાના, જલંધર, અમૃતસર ખાતે હજારો મહિલાઓ હાથશાળ ઉપર ગરમ કપડાં વણે છે અથવા તો હેન્ડમશીન ઉપર સ્વેટર, મફલર કે શાલ વગેરે બનાવે છે. તે બધાંમાંનાં મોટા ભાગનાં બહેનો કે ભાઈઓ સર્વાઈકલ સ્પોન્ડીલોસીસથી પીડાય છે.

સર્વાઇકલ સ્પોન્ડીલોસીસ રોગ નથી, પરિસ્થિતિ છે. આ એક વિકૃત પરિસ્થિતિ છે. સમસ્યા છે. તેથી તેનું સમાધાન પણ છે. માત્ર એવું નથી કે સર્વાઇકલની સમસ્યા આવા બેદરકાર અથવા તો છૂટકો જ નથી તેવી પરિસ્થિતિમાં જીવતા લોકો માટે હોય, પરંતુ જો કોઈ પડી ગયું હોય અને તેમને ગળા ઉપર કોઈ માર પડ્યો હોય તોપણ સર્વાઇકલ સ્પોન્ડીલોસીસની મુશ્કેલી ઊભી થઈ શકે.

જ્યારે સર્વાઇકલની પ્રાકૃત સ્થિતિમાં વિકૃતિ આવે ત્યારે ડાબો હાથ ઊંચો કરવાનું દુષ્કર બને છે. ગળાને આગળ કે પાછળ વાળવાનું, જમણે ડાબે જોવાનું, શરીરને આગળ ઝૂકવાનું આ બધું જ દુષ્કર થઈ જાય છે. ક્યારેક તો સર્વાઇકલ સ્પોન્ડીલીસીસથી પીડાતા યુવકો કે યુવતીઓનું ઊઠવાનું અને બેસવાનું પણ ખૂબ જ પીડાભર્યું હોય છે. આવી પરિસ્થિતિમાં દૈનિક જીવન જીવવાનું પણ ખૂબ જ અસહ્ય કે દુ:સહ્ય થઈ જતું હોય છે. તેઓ પોતાના જીવનને ખૂબ જ ભારરૂપ અને ત્યાર બાદ જીવન જીવવાની ઇચ્છાથી પણ પૃથક ખૂબ જ નિરાશા અને હતાશાનો અનુભવ કરતા હોય છે. એક તો સર્વાઇકલ સ્પોન્ડીલોસીસની પીડા અને તદ્દુપરાંત નિરાશાનું ભૂત વળગતાં જીવન વિકટ બની જતું હોય છે. આવી જીવન દુવિધાથી પૂરીત સમસ્યાગ્રસ્ત લોકોનો એક ભયાવહ સમાજ છે. તે સમયે ક્રમશઃ ધીરે ધીરે ફ્લેક્સિબિલિટીસ એક્સરસાઇઝમાં વિશેષરૂપે ગળાની કસરતનો આધાર અને ત્યાર બાદ ક્રમે કરીને ભ્રમરી પ્રાણાયામ, ૐકાર પ્રણવનું ઉચ્ચારણ, શવાસન વગેરે અવશ્ય નૂતન જીવન આશા અને જીવન ઝંકૃતતા આપે જ છે.

આ તકે સૌથી પહેલાં જે કામ કરવાનું તે એ કે જે મિત્રો માથા નીચે જાડાં-મોટાં ઓશીકાંઓ રાખતા હોય તેમણે આ ઓશીકાંઓ વગર એકમાત્ર ગળાની નીચે રાખવાનો આધાર કે પેડને જ રાખવું. તે સિવાય પથારીમાં પડ્યા પડ્યા લાંબા થઈને સૂઈને વાંચવાનું કે ટી.વી. વગેરે જોવાનું ટાળવું જોઈએ.

જે અધિકારીઓ અથવા તો પ્રશાસકો, કેશિયર્સ મિત્રો વગેરે પોતાની ઑફિસ કે કાર્યસરણીમાં પોતાના લેખન વગેરેના ટેબલ ઉપર બીજું એક ડેસ્ક રાખવાથી ગળાની આગળની તરફનો ઝોક ઓછો થતો હોય છે. આ ડેસ્કને એક તરફથી ઊંચો અને બીજી તરફથી નીચો એવો આકાર આપવાથી લખવા-વાંચવાનું સરળ બને છે. તેથી વધુ વાત ભારતમાં જ્યારે આ વિષય સમજાવવાનો હોય ત્યારે આ બધી વાતોની સાથે તેઓએ સ્કૂટર કે બાઇક (બે પૈડાંના વાહનો-સાઇકલ સિવાયનાં) જ્યારે ચલાવવાનાં હોય ત્યારે હજુ પણ તેમાં કીક મારીને ચલાવવાનું હોય તો તેને પહેલાં સ્ટેન્ડ ઉપર ઊભું રાખીને પછી જ કીક મારવી. તેમ થવાથી પીડિત વર્ટેબ્રાની પીડા વધતી નથી. લાંબે સુધી ડ્રાઇવિંગ કરનારા અને ટેનિસ રમનારા ખેલાડીઓને પણ આ મુશ્કેલી આવતી હોય છે. આવા સંજોગોમાં જો ડૉક્ટરની સલાહ કોલરબેલ્ટ

બાંધવાની હોય તો તેમણે કોઈ પણ પ્રકારની આનાકાની વગર આ કોલરબેલ્ટ બાંધવો જ જોઈએ. અનેક વાર એવું પણ બનતું હોય છે કે પતિદેવતાઓ પીડા વચ્ચે પણ ટિખળ કરતા દેખાયા છે કે, પહેલાં મારી પત્ની માત્ર અમારે પેટ પાળેલા કૂતરાને જ પટ્ટો બાંધતી હતી હવે તેની કામગીરી વધી છે તે મારે ગળે પણ પટ્ટો બાંધી આપે છે. વગેરે.

ફિઝિયોથેરાપી દ્વારા ટ્રેક્શન પણ આપવાની તબીબી સલાહ ઑર્થોપેડિક ડૉક્ટરો આપતા હોય છે. આ ટ્રીટમેન્ટ યોગ્ય છે, પરંતુ પૂરતી નથી. માટે તેની સાથે સાથે જ યોગાસનો, પ્રાણાયામ, શવાસન અને જીવન જીવવાની નૂતન આશા મળી રહે તેવી પ્રેરણાસ્પદ વાતો, કન્સલટેશનથી તેનો 'સ્ટ્રેસ' અને 'સ્ટ્રેઇન' અવશ્ય ઓછાં કરી શકાય. આ બધી વાતની એક જ વાત કે સર્વાઇકલ સ્પોન્ડીલોસીસ પળોજણ છે, રોગ નથી, જીવનશૈલી અને વિચાર દ્વારા તથા થોડી એશઆરામીમાં કાપકૂપ મૂક્યાથી આ સમસ્યા સત્વરે નિવારી શકાય છે.

સાધારણ રીતે પૂર્વ અને પશ્ચિમ બંને દેશાંતરોમાં હવે જંગલમાં આગ ફાટી નીકળે તેવી રીતે ઑલ્ટરનેટીવ મેડીસીનનો પ્રચાર અને પ્રસાર થઈ રહ્યો છે, પરંતુ આ સત્યનો લેભાગુ લોકો લાભ લેવા જતાં ઊંટવૈદું કરે છે અને ઉપચાર કરવાને બદલે અવિચારીપણે સૂચવાયેલાં સમાધાનોમાં રોગીની માવજતને બદલે દુઃખ અને યાતના વધારતા હોય છે. દા.ત., (૧) યોગાસન અને પ્રાણાયામનો અભ્યાસ સુખદ, સ્વાસ્થ્ય, દીર્ઘ આયુષ્ય અને આંતરજીવનને અજવાળવાનો અમોઘ ઉપાય છે. (૨) તમો કશુંયે ન કરી શકો તો શીર્ષાસન અને સર્વાંગાસનનો જ અભ્યાસ કરો. આ બંને આસનોનો અભ્યાસ તમારી તમામ સ્વાસ્થ્ય પ્રણાલી અને આંતરિક આંતસ્રાવ ગ્રંથિઓની કાર્યક્ષમતાને વધારનાર અને શરીર સૌષ્ઠવ સંબંધી કાર્યશીલ શ્વસન, રુધિરાભિસરણ, પાચન, ઉત્સર્ગ તથા સંવેદન ક્ષમતાને વિશિષ્ટ ક્ષમતા સમ્પન્ન કરે છે.

ઉપરોક્ત બન્ને તથ્યો સત્ય છે, પરંતુ બધી જગ્યાએ બધું જ યથાવત્ ન વાપરી શકાય. જે પેથીડીન ઇન્જેક્શન હૃદયના રોગી માટે વરદાન છે તે સ્વસ્થ માણસ માટે અભિશાપ પણ બની શકે. તેવું જ જે શીર્ષ અને સર્વાંગ સુખદ સ્વાસ્થ્ય અને દીર્ઘ આયુષ્ય આપનારું છે તે આ બંને આસનોનો અભ્યાસ સર્વાઇકલ સ્પોન્ડીલોસીસના રોગી માટે વધુ ત્રાસદાયક અને વધુ

વેદના ઉપજાવનારો સિદ્ધ થશે. ઘી પૌષ્ટિકદાતા ખોરાક કે આહાર છે. પરંતુ જેનું કોલોસ્ટ્રોલ ખૂબ જ ઊંચું હોય અને ટ્રાયગ્લીસરાઈડ પણ સાધારણ આવશ્યક આંકની બહાર આટાપાટ રમતું હોય તેમણે શિયાળો હોય કે ઉનાળો જીવનપ્રણાલીનો એક જ સૂર રેલાવવો જોઈએ. અડદિયા, મેથીચમેણ, સાલેમપાક કે પીસ્તા બદામ પાકની પાકી પરેજી પાળવી જોઈએ અને તે આવશ્યક પણ છે જ. તેવું જ સર્વાઇકલ સ્પોન્ડીલોસીસથી પીડિત મહાનુભાવોએ આગળ ઝૂકીને તથા ગળા કે માથા ઉપર દબાવ અથવા વજન વધારનારાં આસનો ન કરવાં જોઈએ. એનો અર્થ એ થયો કે –

**સર્વાઇકલ સ્પોન્ડીલોસીસ**

| નિષેધ | ઉપયોગી |
|---|---|
| ૧. સૂર્યનમસ્કાર | ૧. મત્સ્યાસન અને તેના બધા જ પ્રકારો |
| ૨. શીર્ષાસન | ૨. ભુજંગ આસન |
| ૩. સર્વાંગાસન | ૩. નૌકાસન અને તેના બધા જ પ્રકારો |
| ૪. હલાસન | ૪. ઊષ્ટ્ર આસન |
| ૫. હસ્તપાદાસન | ૫. ગોમુખાસન |
| ૬. શિરાંગુષ્ઠાસન | ૬. ગળાની એક્સરસાઈઝ (ફ્લેક્સિબિલિટીસ) |
| ૭. જાનુશિરાસન | ૭. ભ્રમરી તથા ૐકાર |
| ૮. પશ્ચિમોત્તાનાસન | ૮. શવાસન |

**મત્સ્યાસન**

સાધારણ રીતે મત્સ્યાસન પદ્માસનમાં બેસીને કરવામાં આવે છે. પરંતુ જે લોકો પદ્માસન ન કરી શકતા હોય તેઓ વજ્રાસનમાં બેસીને પણ કરી શકે.

પદ્માસન કે વજ્રાસનમાં બેસીને બંને હાથના આધારે ચત્તા સૂઈ જવું. પદ્માસન કે વજ્રાસનની સ્થિતિ પૂર્વવત્. હવે બંને હાથના આધારથી માથાના તાળવાને જમીન ઉપર મૂકવું. જો પદ્માસન હોય તો બંને હાથથી બંને પગના અંગૂઠા પકડવા. જો વજ્રાસન હોય તો બંને હાથ સાથળ ઉપર રાખવા. શ્વાસ સાધારણ. પાછા ફરતી વખતે પણ બંને હાથના આધારથી જ માથું સીધું

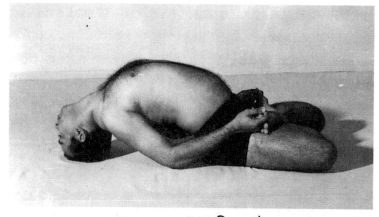

મત્સ્યાસન-૧ (આકૃતિ - ૨૭i)

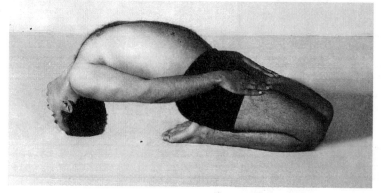

મત્સ્યાસન-૨ (આકૃતિ - ૨૭ii)

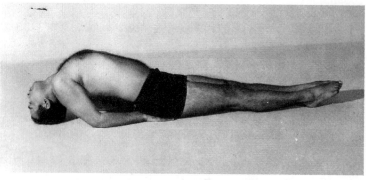

મત્સ્યાસન-3 (આકૃતિ - ૨૭iii)

કરવું. બંને હાથના આધાર વડે જ બેઠા થવું. ત્યાર બાદ પદ્માસન કે વજ્રાસન ખોલવાં. જો આ બંનેમાંથી એક પણ અવસ્થામાં મત્સ્યાસન ન થતું હોય તો મત્સ્યાસનની સાધારણ પ્રણાલી છે, તેનો અભ્યાસ કરવો. તેને માટે જમીન ઉપર ધાબળો કે સમતલ કંઈ જાડું પાથરણ પાથરીને સૂવું. બંને પગ જોડાયેલા. પીઠની ઉપર સૂતેલી અવસ્થામાં બંને નિતંબ ઊંચા કરીને બંને હાથની હથેળીઓ જમીન ઉપર રહે તેવી રીતે નિતંબની નીચે રાખવી. પછી નિતંબ નીચે લઈ આવવા. હવે હાથ ઉપર વજન આપીને માથાંને ઊંચું કરીને તેનું તાળવું જમીન ઉપર અડકાડવું. આંખો બંધ, શ્વાસ સાધારણ. આ પ્રકારનું Simple Variationવાળું મત્સ્યાસન નાનાં-મોટાં સૌ નિર્ભયપણે કરી શકે છે. દરરોજ નિયમિત રીતે દિવસમાં બે કે ત્રણથી ચાર વારનો મત્સ્યાસનનો બીજાં સૂચિત આસન પ્રાણાયામ સાથેનો અભ્યાસ સર્વાઈકલ સ્પોન્ડીલોસીસને નિર્મૂળ કરવા માટે ખૂબ જ ઉપયોગી સિદ્ધ થયો છે.

## ભુજંગાસન

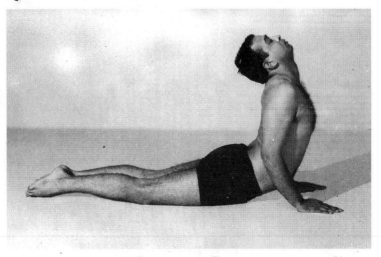

ભુજંગાસન (આકૃતિ - ૨૮)

૧. જમીન ઉપર ધાબળો ચોવડો કરીને પાથરવો.
૨. પેટ જમીન ઉપર રહે તેમ ઊંધા આ પાથરેલ ધાબળા ઉપર સૂઈ જવું.
૩. બંને પગ જોડાયેલા. અંગૂઠા સાપની પૂંછડી માફક પાછળની દિશામાં

ખેંચાયેલા.

૪. બંને હાથ છાતીની બંને બાજુ.

૫. હાથની હથેળી જમીન ઉપર. આંગળાંનાં ટેરવાં ખભાથી આગળ ન નીકળે તેમ. બંને કોણી એકમેકને સમાંતર અને શરીરને અડકેલી.

૬. હવે ધીરેથી ઊંડો શ્વાસ લઈને માથું ઊંચું કરો, છાતી ઊંચી કરો. નાભી સુધીનું શરીર ઊંચકવું. માથાને પાછળની દિશામાં દબાવવું.

૭. આ પ્રક્રિયા દરમિયાન પગ જોડાયેલા જ રહેવા જોઈએ. હાથ અડધા વળેલા અને શરીરને નાભિથી વધુ ઊંચું કરવું નહીં. શ્વાસ અંદર રોકવો.

૮. પાછા આવતી વખતે ખૂબ જ ધીરે ધીરે આવવું. આ આસનમાં ૧-૧/૨ થી પાંચ મિનિટ સુધી રહેવાનો અભ્યાસ કરવો.

**નૌકાસન**

નૌકાસનના અનેક પ્રકાર છે. તેમાં પ્રમુખ પ્રકાર નૌકાસન, ઊર્ધ્વ-નૌકાસન તથા બદ્ધનૌકાસન છે.

**નૌકાસન (આકૃતિ - ૨૯)**

૧. નૌકાસન માટે પીઠ ઉપર સૂવું.

૨. બંને પગ જોડાયેલા. બંને હાથને માથાંની પાછળ દૂર સુધી ખેંચીને જોડેલા અથવા એકબીજાને સમાંતર રાખવા.

૩. હવે ઊંડો શ્વાસ લઈને પહેલાં બંને હાથની વચ્ચે રહેલું માથું અને તે પછી બંને ખભા તથા થોડો વાંસો એક તરફ અને બીજી તરફ છેક

સાથળમાંથી એકમેકને સમાંતર બંને પગો ઊંચા કરવા. આમ થવાથી આખાયે શરીરનો આકાર નૌકા જેવો થશે.

**ઊર્ધ્વનૌકાસન :** નૌકાસનની જ પ્રક્રિયા પેટના બળે સૂઈને એટલે કે ઊંધા સૂઈને કરવી.

**ઉર્ધ્વ નૌકાસન (આકૃતિ - ૩૦)**

**બદ્ધનૌકાસન :** ઊર્ધ્વનૌકાસન માટે સૂઈને બંને હાથને કમર પાસે લાવવા. જમણા હાથથી ડાબા હાથનું કાંડું પકડીને બંને હાથ નીચેની તરફ ખેંચવા. હવે આગળ છાતી, ખભા અને ગળા સાથે માથું તથા પાછળ બંને પગ ઊંચા કરવા. ઘૂંટણ વાળવાં નહીં શ્વાસ અંદર ભરી રાખવો. પાછા આવતી વખતે કે નીચે આવતી વખતે શ્વાસ ધીરે ધીરે છોડવો.

**બદ્ધ નૌકાસન (આકૃતિ - ૩૧)**

**ઉષ્ટ્રાસન :**

૧. વજ્રાસનમાં બેસીને કમરને ઊંચી કરવી.

૨. બંને હાથ વડે એડી પકડવી. પ્રારંભમાં એડી ન પકડાય તો ઘૂંટી અથવા બહુ જ વિકટ પરિસ્થિતિમાં બંને હાથ કમર ઉપર રાખીને માથાને પાછળની દિશામાં ઝુકાવવું.

૩. નિતંબને બને તેટલા નીચે ન ઝૂકવા દેતાં આગળની દિશામાં જ ખેંચી રાખવા.

૪. શ્વાસ અંદર સંપૂર્ણ સ્વસ્થતાની અનુભૂતિ.

**ગોમુખાસન :**

૧. જમીન ઉપર લાંબા પગ રાખીને બેસવું.

૨. જમણો પગ વાળીને જમણી એડી ડાબા નિતંબ નીચે લાવવી. ડાબું ઘૂંટણ જમણાં ઘૂંટણ ઉપર લાવીને એડી જમણાં સાથળની પાછળ કે જમણા નિતંબ

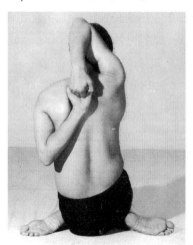

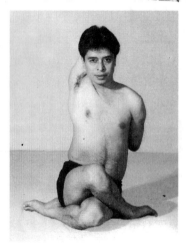

**ઉષ્ટ્ર આસન (આકૃતિ - ૩૨)**

**ગોમુખાસન (આકૃતિ - ૩૩-A)**

**(આકૃતિ - ૩૩-B)**

નીચે લાવવી.

૩. શરીરમાં ખાસ કરીને કરોડસ્તંભ સીધો રાખવો.

૪. જમણો હાથ માથા પાછળથી કોણી ઉપર રહે તેમ વાંસા તરફ નીચે લટકાવવો.

૫. ડાબો હાથ વાંસા પાછળથી માથા તરફ ઉપર લઈ જવો.

૬. જમણા હાથથી ડાબો હાથ પકડવો.

૭. આ જ પ્રકારે ડાબો હાથ ઉપરથી અને જમણો હાથ નીચેથી લઈને માથાની પાછળ બરોબર વચ્ચે ઉપરની કોણી રહે તે પ્રમાણે હાથ રાખવા.

૮. આરંભમાં આવી રીતે હાથ પકડવાનું કદાચ સુલભ ન પણ બને. ત્યારે ઉપરના હાથમાં નાનો નેપ્કિન પકડવો. તે નેપ્કિનને નીચેનો હાથ પકડી શકશે. Try ! You will succeed. Remember, nothing is impossible. Just practice. You will get relief and enjoy too ! God bless you !

ગળાની એક્સરસાઇઝ માટે ખૂબ જ ધીરેથી માથાને ડાબેથી જમણે, જમણેથી ડાબે, ઉપરથી નીચે અને નીચેથી ઉપર ત્યાર બાદ ગોળ ગોળ બંને દિશાઓમાં ફેરવવું. ઉતાવળ કે બળજબરી કદીએ કરવી નહીં. Go slow please.

ૐકાર અને ભ્રમરી પ્રાણાયામ તથા શવાસનથી તો આપણે પરિચિત જ છીએ. છતાં એટલું સમજવાનું ખૂબ જ આવશ્યક છે કે સર્વાઈકલ સ્પોન્ડીલોસીસના રોગીએ પોચી પથારીમાં સૂવું નહીં. કઠણ પથારીમાં જ સૂવું.

સર્વાઈકલ સ્પોન્ડીલોસીસ માટેની ઉપરની દર્શાવેલ વિગતો અને માહિતી દ્વારા અગણિત વ્યથિત લોકોના જીવનમાં પૂર્વ અને પશ્ચિમના દેશોમાં રાહત મળેલ છે. એનો અર્થ એ નથી કે જેઓ પીડાય છે તે જ કરે. હા ! આપણે આ બધી યૌગિક કસરતો નિયમિત કરીએ તો આ પીડાની પીડાથી અવશ્ય આપણી જાતને સાચવી શકાય. હરિ ૐ તત્સત્.

❐

# ૧૩. પ્રસૂતિ પૂર્વે (Prenatal)

ગુરુદેવ શ્રી સ્વામી શિવાનંદજી મહારાજને કોઈએ પૂછેલું, 'સ્વામીજી ! બાળકને સંસ્કાર આપવાનું કઈ ઉંમરથી ચાલુ કરવું જોઈએ ?' શ્રી ગુરુદેવનો પ્રત્યુત્તર હતો, 'બાળકના જન્મપૂર્વે એક વર્ષ પહેલાંથી...' વિજ્ઞાન આગળ વધ્યું છે, શાસ્ત્રોમાં ઉદાહરણો છે અને માનસિક-વિજ્ઞાનના તજ્જ્ઞો દ્વારા પણ સૂચવાયેલું છે, માટે બાળકના ગર્ભમાં આવતાં પૂર્વે એટલે કે ગર્ભાધાન સમયે જ પતિ અને પત્ની વચ્ચેના વિચારોની સુસંવાદિતામાંથી જ બાળકના સંસ્કાર અને તેની સંસ્કૃતિનું બીજારોપણ થાય છે.

જો તમો બાળકને સાત્ત્વિક, સાધુચરિત અને ઉદાત્ત બનાવવા માગતા હો તો તમારા રૂમમાં અને મકાનમાં અઢળક ચિત્રો એવાં રાખો કે જેમાં સંતો, ભગવંતો, અરહંતોનાં દર્શન તમોને સતત થયા કરે, તેમનાં જીવન-ચરિત્રોનું વાચન કરો. આધ્યાત્મિક સાહિત્ય વાંચો - સત્સંગમાં જાઓ. સત્સંગ શ્રવણ કરો. સંતો, તીર્થોનાં દર્શન કરો, વ્યાખ્યાનોને વાગોળો, તેનું મનન, ચિંતન, નિદિધ્યાસન કરો, જપ કરો, પ્રાણાયામ અને ધ્યાન કરો, સવાર, બપોર, સાંજ પ્રાર્થના અવશ્ય કરો અને સૌથી મોટો ધર્મ અને શિક્ષણ એ આચરણ છે. 'આચાર પ્રભવઃ ધર્મ' આચરણ એ શ્રેષ્ઠ ધર્મ છે, ગર્ભાધાન પછી પ્રસૂતિ પૂર્વે અને પ્રસૂતિ પછી પણ તમો જેવું આચરણ કરશો, જેવો વ્યવહાર કરશો, તેનું પ્રતિબિંબ તમારા બાળકના જીવનમાં આબેહૂબ પડશે જ.

રાત્રે સૂતાં પૂર્વે અથવા દિવસે જો સ્ટંટ ફિલ્મો કે મારધાડ અને ખૂના-મરકીની વાર્તાઓ વાંચશો તો બાળક પણ નાનપણથી જ 'માર દૂંગા' 'ઉડા દૂંગા' 'યહ બંદૂક મેરી હૈ' 'મૈં તો ગન લૂંગા'નું રટણ કરતો થઈ જશે.

જ્યાં સુધી યોગાભ્યાસનો પ્રશ્ન છે, ગર્ભાધાન થયા પછી અને ગર્ભ રહ્યા પછી પહેલા ત્રણ મહિના તો કોઈ પણ જાતની કસરત કરવી જોઈએ

નહીં. હા, ઘરનું કામ બધું કરવાની ટેવ હોય, દરરોજ લાંબું ચાલવાની ટેવ હોય તો તે ટેવ છોડવી નહીં. તે બાળકના વિકાસમાં સહાયપ્રદ થશે પરંતુ યોગનાં આસનોમાં શવાસનનો અભ્યાસ અવશ્ય કરી શકાય છે. ઊંડા શ્વાસોચ્છ્વાસ (deep breathing) સુખપૂર્વક પ્રાણાયામ, ૐકાર, ભ્રમરી મૂલબંધ સાથે અવશ્ય કરી શકાય. શિવાનંદ પ્રાણાયામ તો ચોક્કસ કરી શકાય તે સિવાય જપ સહિત ધ્યાન કરવામાં આવે તો સારું, અન્યથા નિર્ગુણ નિરાકાર ધ્યાન પણ કરી શકાય.

ગર્ભાધાન પૂર્વે, પછી અને જીવનમાં જ્યાં સુધી સાદો, તાજો અને શાકાહારી ખોરાક લઈ શકાય તેટલું વધુ સારું તે પચવામાં સહેલો હોય છે, પૌષ્ટિક હોય છે અને તે માતા અને ગર્ભસ્થ શિશુના સ્વાસ્થ્ય માટે ખૂબ જ લાભદાયક છે.

દક્ષિણ ભારતમાં ગર્ભાધાનથી આરંભ કરીને પ્રસૂતિ પછીના ત્રણ મહિના સુધી દર અઠવાડિયે તલના તેલને ગરમ કરીને તેનો આખાયે શરીર પર માલિશ કરીને નહાવાની પરંપરા છે. તેથી શરીરમાં રક્તપરિભ્રમણ સારું રહે છે, બાળક પણ ગર્ભમાં મોકળું રહે છે. ઓઇલ મસાજથી શરીરમાં આવતી સ્ફૂર્તિથી મન પણ પ્રસન્ન અને તાજું રહે છે. જે બાળકના માનસિક સબળ વિકાસ માટે ખૂબ જ આવશ્યક છે.

ભારતમાં તો પાંચ મહિના થાય અને પંચમાસી કે રાખડી બાંધે ત્યારથી જ ગર્ભવતી સ્ત્રી પોતાનાં માતાપિતાને ત્યાં પિયરમાં રહેવા જતી રહે છે. ત્યાં તેને પોતાનાં સ્વજન, ઇષ્ટમિત્ર મંડળ સાથે આનંદમાં રહેવાનું અને ખાસ કરીને તનાવ રહિત જીવન જીવવાનું મળે છે.

આંધ્રપ્રદેશના વિજયવાડા ખાતે એક વિશાળ ઇલેક્ટ્રોનિક વ્યવસાય સંકુલમાં બપોરે ભોજન પૂર્વે અને સાંજે છૂટતાં પૂર્વે બધા લોકોએ સાથે બેસીને અડધો - અડધો કલાક ધ્યાન કરવાનું ફરજિયાત હોય છે. જે સ્ત્રીઓ ત્યાં નોકરી કરે છે, અને ગર્ભવતી હોય તો તેમને માટે જુદા એક ઓરડાની વ્યવસ્થા છે. તેમાં પલંગ છે. સારાં પુસ્તકો છે. સારાં શાંત-આનંદ પ્રદાયક સંગીતની વ્યવસ્થા છે. રૂમ બનાવટી પુષ્પો અને શૃંગાર પ્રસાધનોથી ભરપૂર હોય છે. એરકંડિશન પણ ખરું જ. પ્રસૂતિ ન આવે ત્યાં સુધી તેને આગોતરી રજા નહીં. તેણે આ રૂમમાં આવીને આઠ કલાક રહેવાનું. જાગો, ઊઠો, બેસો, ધ્યાન કરો કે સૂઈ જાઓ પરંતુ આજ રૂમમાં બધી પ્રવૃત્તિ કરવાની.

પ્રસૂતિ પૂર્વે શરીર અને મન, વિચાર અને વ્યવહારમાં હળવાશની ખૂબ જ આવશ્યકતા છે.

ચાલવાનું, સુખપૂર્વક પ્રાણાયામ, શિવાનંદપ્રાણાયામ, સદ્‌વાચન, જપ, ધ્યાન, શવાસન સિવાય જો છઠ્ઠા મહિના પછી જમીન ઉપર ઉભડક પગે બેસીને જેમ પાછળ ચાલતાં જઈએ અને કચરો-પોતાં કરીએ તેમ પાછળની તરફ દરરોજ સવાર, બપોર અને સાંજ પાંચથી પંદર મિનિટ સુધી ચાલવાથી પેલ્વીક ગર્ડરની સ્થૂળતામાં શૈથીલ્યકરણ ઊપજે છે. થાપાનાં હાડકાં અને તેની માંસપેશીઓમાં કુમળાશ ઉત્પન્ન થાય છે. તેવી જ રીતે મળદ્વારને અંદર અને ઉપરની તરફ વારંવાર સંકોચન કરવાથી સ્ત્રીના યોનિ દ્વારની સ્થિતિ સ્થાપક્તા પણ વધે છે. જેથી કરીને પ્રસૂતિ સમયે બાળકને બહાર આવવાનું સહેલું બને છે, તે જ પ્રમાણે પીડારહિત પ્રસૂતિથી પ્રસૂતા સુખપ્રસવનો આનંદ માણે છે.

પાંચમા મહિના પછી યોગાભ્યાસ માટે તમો તમારા તબીબની સલાહ લઈને કસરત કરો તે આવશ્યક છે, પરંતુ શિવાનંદ પ્રાણાયામ, દીવાલને આધારે કટીઉત્થાન કે ઉત્તાનપાદ આસન, વજ્રાસનમાં બેસીને ઘૂંટણ પહોળાં કરીને શશાંક આસન, સુખાસનમાં બેસીને આગળ ઝૂક્યા વગરની તથા એબ્ડોમીનલ રોલ વગરની બધી જ ફ્લેક્સિબીલીટી એક્સરસાઇઝ કરી શકાય છે.

**કટી ઉત્થાન (આકૃતિ - ૩૪)**

સૌથી વધુ અગત્ય કે મહત્ત્વની વાત છે તે એકે પ્રસૂતિ પૂર્વે ગર્ભસ્થ સ્ત્રીએ આનંદમાં રહેવું જોઈએ. ખુલ્લું નિલું આકાશ, દૂર સુધી પથરાયેલું લીલાંછમ ઘાસનું મેદાન, પક્ષીઓના કલરવ, કળા કરતા મોર, સમુદ્રનો અફાટ

વિસ્તૃત જળપ્રવાહ, વહેતાં નદીનાં નિર્મળ નિરનું સાન્નિધ્ય, ફુલો પર અટખેલી કરતાં પતંગિયાંનાં વૃંદો અને ભ્રમરગુંજન, મઘમઘતાં પુષ્પો કે વૃક્ષોને વીંટળાઈને આવતા સુખદ શાંત આલ્હાદક પવન કે ઝરમર વરસતા મેહુલિયા અને છબછબિયાં કરતાં ભૂલકાંઓને નીરખવાનો જે નિર્ભેળ આનંદ છે, તે પ્રસૂતા અને ગર્ભસ્થ શિશુ બંનેને આનંદ, શાંતિ અને સ્વસ્થતા આપે છે.

બાકી ગર્ભ રહ્યો એટલે કંઈ કામ થાય નહીં, ડૉક્ટરે માત્ર આરામ જ કરવાનું કહ્યું છે, માત્ર આરામ જ કરવાનો છે, જાણીને જે સૂઈ જ રહેવાની કુટેવ પાડે છે, તેને પ્રસૂતિની અપાર વેદનામાંથી પસાર થવું પડે છે, સીઝેરિયન પણ કરાવવું પડે તેમ બને, પણ માતાના પ્રમાદમય જીવનને કારણે ગર્ભસ્થ બાળક પણ ક્રમશઃ આળસુ થતું જાય છે. બાકી આજે પણ માથે પાણીનું બેડું, કાંખમાં એક ઘડો, અને હાથમાં છોકરું પકડીને, દાદરો ચઢીને બેડું હેઠે ઉતારતાં જ પ્રસૂતિ થઈ જવાના દાખલાઓ ક્યાં નથી ! બસ, સો વાતની એક વાત, પ્રસૂતિ પૂર્વે, આનંદમાં રહેવું. આનંદ આપવો. દુઃખી થવું નહીં. કોઈને દુઃખી કરવાં નહીં. ભગવાન ભેગો જ છે - ૐ શાંતિ.

❐

# ૧૪. પ્રસૂતિ પછી (Postnatal Exercises)

આજકાલ એન્ટિબાયોટિકની બોલબાલા છે. તેથી પ્રસૂતિને બીજે જ દિવસે પ્રસૂતા હૉસ્પિટલમાંથી ઘરે આવતી રહે છે. સીઝેરિયન કર્યું હોય તો પણ ત્રીજે દિવસે જ ઘરે. પછી આંગણામાં કે બગીચામાં બાળકને લઈને બેસે, ભરતગૂંથણ કરે, છાપું વાંચે વગેરે. અઠવાડિયા પછી તો ઘર-બજાર બધે જ હરવાફરવાની લ્હેર. પછી સીઝેરિયનના ટાંકા પાકી જાય, તેમાં સેપ્ટિક થાય. બાળક સાજું-માંદું રહે, માતા બાળક બંનેને શરદી, ઉધરસ, તાવ, વાયરસ વગેરે વગેરે થાય.

જ્યારે દાદીમાના સામ્રાજ્યમાં આવું ન હતું.

પ્રસૂતિ પછી દશ દિવસ તો રૂમની બહાર નીકળાય જ નહીં. દશ વાસાનું ન્હાયા પછી રૂમની બહાર આવી શકાય પરંતુ ઘરની બહાર તો પૂરા પિસ્તાળીશ દિવસ પછી જ. દશથી વીસ દિવસ કે ત્રણ અઠવાડિયાં સુધી પ્રસૂતાના પલંગ નીચે બાળેલાં છાણાં - અડાયાં નાખવા - રાખવાની પ્રથા હતી. પ્રસૂતાને શેક મળે, તે એન્ટિસેપ્ટિક પણ હતું. પ્રસૂતા અને બાળકને તલના ગરમ તેલ વડે માલિશ કરવામાં આવતી. સૂંઠ, ગોળ અને ઘઉંના લોટની રાબ પ્રસૂતાને પિવડાવવામાં આવતી. કાળી મૂશળી, ધોળી મૂશળી, બળદાણા, વેકરીયો, કાટલું, બત્રીસું, મેથી, ચમેણ, ગોળ, ઘી અને સૂંઠનો પાક બનાવીને ખવડાવવામાં આવતો. પ્રસૂતા પૂરા બે મહિના સુધી શારીરિક અને માનસિક શાંતિ અને સ્વસ્થતામાં ગાળતી. શ્રમરહિત આનંદસભર જીવનમાં બાળકનો ઉછેર કરતી. ઘરકામ ધીરે ધીરે આરંભતી વધુ સમય બાળકની પળોજણમાં જ જતો.

પ્રસૂતિ પછી યોગિક કસરતનો પ્રશ્ન તો તાત્કાલિક ઊપજતો જ ન હતો. છતાં જો પ્રસૂતિ નોરમલ હોય તો ૪૫ દિવસ પછી યોગાભ્યાસ આરંભ કરી

શકાય. જો સીઝેરિયન હોય તો પૂરા ત્રણ મહિના સુધી કસરત કરવી નહીં.

હા, ધ્યાન, જપ, સ્વાધ્યાય, સુખપૂર્વક પ્રાણાયામ, ૐકાર, ભ્રમરી, ઉજ્જયી, કપાલભાતી અને ભસ્ત્રિકા, પ્રાણાયામનો અભ્યાસ પ્રસૂતિ પછી બે અઠવાડિયાં પછી નિર્ભય થઈને કરી શકાય.

જ્યારે આસનોનો અભ્યાસ પ્રસૂતિ પછી કરવાનો હોય ત્યારે પહેલાં અઠવાડિયામાં ફ્લેક્સિબીલીટીસ એક્સરસાઇઝ જ કરવી, પછી ધીરેધીરે ત્રિકોણ આસન અને તેના પ્રકાર કોણ, પાર્શ્વત્રિકોણ, પાર્શ્વ વિપરીત ત્રિકોણ, જાનુશીરાસન, પાદ અંગુષ્ઠાસન, શીરાંગુષ્ઠાસનથી કરી શકાય.

ત્યાર બાદ અર્ધ પવન મુક્ત અને પવન મુક્તાસન, નૌકા, ઊર્ધ્વનૌકા, બદ્ધનૌકા, દ્રોણાસન, ઉત્તિત્થ પશ્ચિમોત્તાનાસનનો અભ્યાસ કરી શકાય.

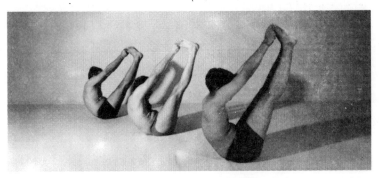

**ઉત્તિત્થ પશ્ચિમોત્તાનાસન (આકૃતિ - ૩૫)**

ત્રીજા તબક્કે સૂર્યનમસ્કાર, સર્વાંગ, મત્સ્ય, હલ, પશ્ચિમોત્તાન, ભુજંગ, શલભ, ધનુર, ચક્ર અને યોગમુદ્રાનો અભ્યાસ નિર્ભય થઈને કરી શકાય.

પ્રસૂતિ પૂર્વે અને પ્રસૂતિ પછી ડાબે અને જમણે પડખે સૂઈને એકપાદ ઉત્તાન આસનનો અભ્યાસ ઘણો જ આશીર્વાદ સ્વરૂપ સિદ્ધ થયો છે. શિવાનંદ પ્રાણાયામ પણ પ્રસૂતિ પૂર્વે અને પછી પ્રસૂતા અને બાળકના જીવનમાં ઝંકૃતતા લાવી શકે છે.

ખાસ કરીને પ્રસૂતિ પૂર્વે અને પછી ગો-દોહન મુદ્રાનો અભ્યાસ પેલ્વીકના મસલ્સને ટોનઅપ કરવા માટે તથા તેમાં ફ્લેક્સિબીલીટી ઉપજાવવા માટે ખૂબ જ સહાયભૂત થઈ શકે છે.

ઉપરોક્ત વર્ણવેલાં બધાં જ આસનો સહેલાં છે, તેની વિધિ અને ચિત્રો જગ વિદિત છે.

પ્રસૂતિ પછી પ્રસૂતાને આરંભમાં શારીરિક અને માનસિક પૂરતો આરામ, ત્યારબાદ પૌષ્ટિક ખોરાક અને અંતે ક્રમે ક્રમે યોગિક કસરતો, જપ, ધ્યાન અને સદ્‌ગ્રંથોનું વાચન જીવન પાથેય પૂરું પાડી શકે છે. વિશ્વના ભાવી નાગરિકના સમૃદ્ધ જીવન માટે આનંદિત રહેવું ખૂબ જ જરૂરી છે. કારણ આપણે બાળકને જન્મ આપીએ છીએ, તેટલું જ પૂરતું નથી. આપણે તેને જીવન પણ બક્ષવાનું છે. ૐ શાંતિ.

❐

# ૧૫. બાળકો માટે કંઈક આવશ્યક

જગતના મોટા ભાગના લોકો મોં વડે શ્વાસ લે છે, પરંતુ તે બરોબર નથી. તેવું જ નાક વાટે શ્વાસ લઈએ પરંતુ ફેફસાંમાં શ્વાસ ભરીએ તે પણ બરોબર નથી. તે તો શ્વાસ લેવાની છીછરી પદ્ધતિ કે રીત છે.

ઉંમર અને વ્યવસાય તથા પ્રવૃત્તિઓ વધતાં જે તનાવ ઉત્પન્ન થાય છે, તેને નિવારવાનું ખૂબ જ સહેલું છે. જો તેને ખૂબ જ નાની વયથી જ શીખી કે શીખવી શકાય તો તે ખરેખર માનવ પ્રજા માટે મોટું વરદાન સિદ્ધ થઈ શકે. અને તે છે કે આપણે નાક વડે શ્વાસ લઈએ પરંતુ તે છેક પેટ સુધી ઊંડો જવો જોઈએ.

ક્યારેક આપણને એવું લાગતું હોય છે કે અરે ! આ તો અમે જાણીએ છીએ. પરંતુ ખરેખર આપણે કશું જ જાણતા નથી, અને કરતાં તો નથી જ. આવો, સમજો અને કરો - આ ખૂબ જ સહેલું છે. તમારાં બાળકોને તમારી સાથે - સામે બેસાડો. હવે ઊંડો શ્વાસ લો. પછી ધીરે ધીરે તે શ્વાસને બહાર કાઢો. હવે વિચાર કરો કે તમોએ જ્યારે શ્વાસ લીધો ત્યારે શું ફુલાયું ? પેટ કે છાતી ? અને જો જવાબ છાતી હોય તો તમો પણ સાધારણ જનસમૂહ જેવા જ છો, અને ખોટી રીતે શ્વાસ લો છો. માટે ફરીથી ઊંડો શ્વાસ લો અને નિરીક્ષણ કરો.

આ પદ્ધતિ ભલે ખૂબ જ સરળ લાગતી હોય પરંતુ અમોએ અમારી ૬૧૪ યોગશિબિરો અને યોગપ્રશિક્ષણનાં ૩૦ વર્ષમાં દેશવિદેશમાં ત્રણેક લાખથી વધુ લોકોને આ પદ્ધતિએ શ્વાસ લેવાનું શીખવ્યું છે. વિશ્વની વસ્તીનો આ એક ખૂબ જ સૂક્ષ્મ ભાગ હોવા છતાં ભવિષ્યમાં વસ્તુ વિષયની સાચી વાત પાંગરશે અને લોકો સાચી રીતે શ્વાસ લેતા થશે, તેની અમોને પૂરેપૂરી ખાતરી છે.

શ્વાસ લેવાની આ પદ્ધતિ ખૂબ જ પાવરફુલ છે. વૉશિંગ્ટનની સંસ્થા માઇન્ડ, બોડી એન્ડ મેડીસીનના ડાયરેક્ટર ડૉક્ટર જેમ્સ એસ. ગોર્ડને હવે તેમના દરેક રોગીને પોતાની સામે બેસાડીને શીખવ્યું છે. આમ શાળાએ જતાં બાળકોથી આરંભીને મોટી ઉંમરના ગંભીર કેન્સરના દરદીને પણ તેઓ આ જ પ્રમાણે શ્વાસ લેવાનું શીખવે છે. તેઓએ યુદ્ધમાં હતપ્રભ થયેલા કોસોવોના નિરાશ્રિતો અને આયોજિત કરેલા વર્ગોમાં ધંધાકીય તબીબોને પણ વર્કશોપ રાખીને તેઓ સમજાવે છે અને ખૂબ જ શ્રદ્ધા તથા વિશ્વાસ રાખીને તેનો અભ્યાસ કરવા વિનમ્ર પ્રાર્થના કરે છે.

ડૉ. ગોર્ડન છેલ્લાં બે દશકાથી યોગાભ્યાસ શીખવે છે, અને તેમના તબીબોને સદૈવ ઢોલ વગાડીને કહે છે કે નિરાશાને ખંખેરી નાખી, આશા સભર તનાવ રહિત જીવન જીવવાનો આ એક માત્ર ઉપાય છે. ગુરુદેવ સ્વામી શિવાંદજી મહારાજ સદૈવ કહેતા કે 'ઇટ ઇઝ ઇઝીયેસ્ટ, સ્યોરેસ્ટ, સેફેસ્ટ, ચીપેસ્ટ, ક્વીકેસ્ટ રેમીડી' સુખદ સ્વાસ્થ્ય, તનાવ રહિત અને દીર્ઘ આયુષ્ય સભર જીવન માટે ડૉ. ગોર્ડનના આ પ્રમાણિક પ્રયાસ વડે મનોવૈજ્ઞાનિકો અને તેમના રોગીઓનું પણ કલ્યાણ થયું છે.

આપણે બાળકોને આ પ્રકારે જ શ્વાસ લેવાની ટેવ પાડવી જોઈએ. ઊંડો શ્વાસ લેતી વખતે, પેટ ફુલાવવું. અને ખૂબ જ ધીરે ધીરે શ્વાસ છોડતી વખતે પેટને અંદર સંકોચન કરવું. કારણ આપણો જન્મ થાય ત્યારે આપણે ખાવાનું માગતા નથી. આપણે મમ્મી-પપ્પાને પણ બોલાવતા નથી. આ દેહનામના નગરમાં નવ છિદ્રો છે. બે કાન, નાકના બે છિદ્રો, બે આંખો, મોં અને મળ-મૂત્રનાં સ્થાન. આ નવદ્વારમાં નાક સિંહ દ્વાર છે. બાળકને જન્મતાંની સાથે જ હવા જોઈએ છે. તેણે શ્વાસ લેવો જ પડે - શ્વાસ બહાર કાઢવો જ પડે, આમ શ્વસનક્રિયા એ પ્રમુખ અને આવશ્યક ક્રિયા હોવા છતાં આપણે તે સંબંધી સદંતરે બેદરકાર છીએ. પરંતુ જો થોડી પણ કાળજી રાખીને પેટને ફુલાવીને ઊંડા શ્વાસ લેવા અને પેટને સંકોચીને શ્વાસ છોડવાની પ્રણાલીથી અનેક પ્રકારના રોગીઓ ખાસ કરીને નર્વસ બ્રેક ડાઉન હોય, મનોવૈજ્ઞાનિક દબાણમાં હળવાશ, શરીરની માંસપેશીઓ અને મસલ્સમાં રીલેક્ષેશન, માનસિક ઉત્પાતમાંથી શાંતિ, વ્યાકુળતા વગેરેમાં પણ સમ્પૂર્ણ સ્વસ્થતા અનુભવી શકાય છે.

બાળક નાનું હોય ત્યાંથી જ તેનું શ્વસનતંત્ર નિયમબદ્ધ શ્વાસ લેતું થાય

તો ઘણો મોટો લાભ મેળવી શકાય છે. કારણ કે આ પ્રકારના ઊંડા શ્વાસ લેવાના પ્રકારથી બાળકોની યાદશક્તિમાં જબરો વિકાસ નોંધાયો છે. અમોએ આપણા અમદાવાદ શિવાનંદ આશ્રમની બાજુની શૈક્ષણિક સંસ્થા નારાયણગુરુ વિદ્યાલયના ધોરણ આઠ તથા નવમા ધોરણના નબળા વિદ્યાર્થીઓને વેકેશનમાં આવી રીતે પેટનાં ઊંડાણ સુધી શ્વાસ લેવાની પ્રક્રિયા શીખવી. અને શ્વાસોચ્છ્વાસ પર મનને કેન્દ્રિત કરવાનો અખતરો કરી જોયો છે - તે બાળકોના પરિણામ જે ખૂબ જ નિરાશાસ્પદ હતાં. તે સૌ બાળકો તેમની આગામી પરીક્ષાઓમાં ખૂબ જ જ્વલંત પરિણામ લઈને ઉત્તીર્ણ થયાં. આપણા આશ્રમમાં આપણે દર વર્ષે બાળકોનો આવાસીય શિબિર કરીએ છીએ. યોગાભ્યાસ, પ્રાણાયામ, ધ્યાન, ચિત્રકામ, સંગીત, કરાટે, વાર્તાકથન, વ્યક્તિત્વવિકાસ માટેના ભરચક કાર્યક્રમ વચ્ચે આ પ્રકારે પેટના ઊંડાણમાંથી શ્વાસ લેવાનું ભારપૂર્વક શીખવીએ છીએ. એક વકીલ દંપત્તીનો ખૂબ તોફાની બાળક આઠમા ધોરણમાં ગણિતમાં માત્ર છ માર્ક લઈને નાપાસ થયેલો તે ત્રણ વર્ષના સતત ઊંડા પેટ ભરીને શ્વાસ લેવાના અભ્યાસથી શાંતમનવાળો, ઉત્પાત્ત વગરનો, અને વિશિષ્ઠ યોગ્યતા સમ્પન્ન ૮૦%થી વધુ ગુણાંકો લઈને અગિયારમા ધોરણમાં ગણિત અને ઇતર વિષયોમાં ઉત્તીર્ણ થયો છે.

હું જ્યારે આ લખી રહ્યો છું, ત્યારે ચંડીગઢના પોષ્ટ ગ્રેજ્યુએટ વિભાગના તબીબી સંસ્થાનના બાળરોગ નિયંત્રણ વિભાગના વડાં ડૉ. મીનુસીંગનો પત્ર છે, તેઓ લખે છે કે, ‘‘આપનો યોગશિબિર માણ્યો - તમારી શ્વાસ લેવાની રીત ગમી.’’

અમોએ આમાંથી પ્રેરણા મેળવીને આ ઉનાળુ વેકેશનમાં અસ્થમાથી પીડિત બાળકો માટે વિશેષ પ્રાણાયામ પ્રશિક્ષણ શિબિરનું આયોજન કર્યું, અદ્‌ભુત ! પરિણામો ખૂબ જ ઉત્સાહપ્રેરક છે. સ્વામીજી ! ધન્યવાદ. ફરીથી ક્યારે આવો છો ? ‘અસ્થમા રોગ માટે યોગ’ એક લેખ લખી મોકલાવોને અહીં અમારા બાળરોગ નિયંત્રણ વિભાગ અને પંજાબનાં સુપ્રસિદ્ધ સમાચાર પત્રો મારફતે તેનો પ્રચાર કરીશું, કારણ કે અહીં જ્યારે ઘઉંનો પાક ઊતરે, ઘઉંને છડવામાં આવે ત્યારે તેમાંથી ઊડતાં ભૂસાંને કારણે આખુંયે પંજાબ ૨૧/૨ થી ૩ મહિના સુધી શ્વાસ રોગથી પીડાય છે, ખાસ કરીને બાળકો...’ વગેરે.

ખરેખર આમાં આપણે બાળકોની જેમ જ શ્વાસ લેવાનો છે. પ્રશ્ન થાય

છે કે ભલા શ્વાસ લેતાં કોને નથી આવડતું - પરંતુ દુર્ભાગ્યે નાનાંમોટાં આપણે સૌ અને મોટા ભાગનું જગત છીછરા શ્વાસ લેવાને જ ટેવાયેલું છે. કારણ કે મોટા ભાગે આપણે શ્વાસ લેતી વખતે ફેફસાંની વચ્ચેનો અને ઉપરનો ભાગ જ વાપરીએ છીએ - જ્યારે માત્ર ગણ્યાગાંઠ્યાં સંગીતકારો કે જેઓને ફૂંક મારીને વાજિંત્રો વગાડવાનાં હોય છે તે અને બાકી થોડા માત્ર ગણતરીના સ્પોર્ટસમેન્સ કે રમતવીરો જ આખાંયે ફેફસાંનો ઉપયોગ કરે છે.

માટે જ્યારે બાળકો રમતગમત કરતાં હોય કે તદ્દન નાનાં પારણે પોઢેલાં બાળકો શ્વાસ લેતાં હોય તેને જુઓ, તો દેખાશે કે તેમનાં પેટ ઉપર અને નીચે જાય છે, ઊંડાણથી શ્વાસ લેવાય છે અને ખૂબ જ ધીરે ધીરે શ્વાસ લેવાય છે, જે શ્વસનતંત્ર માટે ખૂબ જ આવશ્યક અને અનિવાર્ય અંગ છે. ઉંમર વધતાંની સાથે જ આ ઊંડાણભર્યો શ્વાસ ધીરે ધીરે છીછરો થતો જાય છે. અને આમ થવાથી જે પેટના ઊંડાણમાંથી આવતી સ્વાસ્થ્ય પરક શ્વસન પ્રક્રિયા હતી, જે ક્રમશઃ છીછરી ફેફસાંથી જ લેવાની ક્રિયા થઈ ગઈ. આમ થવાથી ફેફસાં થાકી જઈ શકે, જેનાથી આવશ્યક માત્રામાં પ્રાણવાયુ પ્રાપ્ત ન કરી શકાય આ થવાથી તે હૃદય ઉપર પણ દબાણ લાવે છે, અને આ પરિસ્થિતિના કારણે સમગ્ર શરીરને રક્તનો આવશ્યક પુરવઠો પૂરો પાડવા માટે ખૂબ જ મહેનત કરવી પડે છે. અને આ બધું એકમેકમાં વણાયેલું કારમી પીડા સભર દુઃખ જ છે. છીછરા શ્વાસથી, પ્રાણવાયુ ઓછો મળે છે. પ્રાણવાયુ ઓછો થવાથી હૃદય ખૂબ જ તનાવપૂર્ણ પરિસ્થિતિમાં વધુ મહેનત સાથે કામ કરે છે, અને હૃદય પર આવતાં અકારણ ભયાવહ દબાણને કારણે તેની આડ-અસરથી કીડની, લીવર કે મગજમાં ટ્યુમર જેવા રોગો પણ ઉત્પન્ન થવાની પૂરેપૂરી સંભાવના ઊપજે છે.

ટક્શન ખાતેની એરીઝોના યુનિવર્સિટીના ડાયરેક્ટર ફોર પ્રોગ્રામ - ઇન્ટગ્રેટીવ મેડીસીન અને ક્લિનિકલ સોસાયટીના પ્રા. ડૉ. એન્ડ્રયુ વૅલ તેમના દરેક દરદીને આ પ્રમાણે શ્વાસ લેવાનું શીખવે છે. તેમનું કહેવાનું છે કે, 'માત્ર પ્રાણાયામના અભ્યાસથી જ અનેક પ્રકારના રોગો પર અદ્ભુત અસર કરે છે, અને ચમત્કારિક લાભ મેળવી શકાય છે - લૉ બ્લડ પ્રેશર, જૂના મરડા, વ્યાકુળતામાં શાંતિની પ્રાપ્તિ, તનાવમાંથી મુક્ત થવા જે દરદીઓ માત્ર દવાઓના જ આધારે જીવે છે, તેઓ દવાઓ વગર સ્વસ્થ અને સુચારુ જીવનના ધણી બને છે અને ખાસ કરીને અનિદ્રાના રોગીઓ ઊંડી પ્રગાઢ

શાંત નિદ્રા માણે છે તથા તેમની કાર્યક્ષમતામાં ધરખમ વધારો થયો છે.'

તેઓનું કહેવું છે કે શ્વસનતંત્ર એક જ એવું તંત્ર છે કે જે આપણી ઇચ્છા પ્રમાણે અને ઇચ્છા વગર ચલાવી શકાય છે કે ચાલે છે. તે સમગ્ર તંત્ર એક ખાસ પ્રકારના સ્નાયુઓ અને સંવેદન તંત્ર સાથે જોડાયેલું છે, જે વૉલેન્ટરી અને ઇન્વૉલેન્ટરી સ્નાયુઓથી કાર્યનિરત છે. પરંતુ જાગ્રત મન વડે લેવાયેલા શ્વાસો વડે આ સમગ્ર પ્રક્રિયા ઉપર ખૂબ જ મોટા પ્રમાણમાં પ્રભાવ પાડી શકાય છે.

આપણા આશ્રમમાં દર બુધ અને શુક્રવારે સાંજે ડૉ. સ્નેહલ અમીન સાહેબ યોગ દ્વારા રોગ ઉપચાર માટે સલાહસૂચન આપે છે. કોઈ કોઈ વાર તો ૩૨-૩૬ ડૉક્ટરોને ત્યાં જઈને નિરાશ થયેલા વિવિધ રોગોના રોગીઓ તેમની પાસે આવતા જોયા છે, જે માત્ર પેટ ફુલાવીને ઊંડા શ્વાસ લેવાની ટેવથી જ નવજીવનને પ્રાપ્ત થયા છે.

પેટ ફુલાવવું (આકૃતિ - ૩૬)

આપણે ચત્તા સૂઈ જઈએ. ઘૂંટણ વાળીને રાખીએ. પગ થોડા છૂટા રાખીએ - હાથ શરીરની બંને બાજુ. હથેળી જમીન ઉપર. આંખો બંધ મન નાભીમાં કેન્દ્રિત. હવે ધીરે ધીરે શ્વાસ લો, પેટ ફુલાવો - ધીરે ધીરે શ્વાસ છોડો. પેટનું સંકોચન કરો - દરેક શ્વાસ ઉપર પહેરો મૂકો. આનું નામ શિવાનંદ પ્રાણાયામ છે. આજથી અત્યારથી જ અભ્યાસ કરો. બાળકો પાસે તો અવશ્ય કરાવો. જીવનમાં નવી આશા મળશે જ. ૐ શાંતિ.

❐

# ૧૬. વડીલોની ઓથે-૧...

હૃષીકેશમાં દર વર્ષે આંતરરાષ્ટ્રીય યોગ ફેસ્ટીવલ થાય છે. જોકે નામ જ યોગ ફેસ્ટીવલ છે, પરંતુ એ બહાને ટૂરિસ્ટ વધુ આવે, સાઇટ સીઈંગ થાય, ગંગાઆરતી, ગઢવાલી ઢોલ વાગે અને પહાડી ધૂનમાં બેડ વાકો બાર માસા... કાફલ પાકો ચૈતા મેરી છૈલા... હે...હે...હો... વગેરે નાચગાન થાય. આ ઉત્સવમાં ૧૯૯૮ના ફેબ્રુઆરીમાં આંતરરાષ્ટ્રીય ચાઈના યોગ એસોસીએશનનાં પ્રમુખ ડૉ. હેલન હૉ આવેલાં. તેમની ઉંમર ત્યારે ૯૪ વર્ષ ચાલતી હતી. સવારે ધ્યાન, પ્રાણાયામ અને યોગનો વર્ગ ૫.૩૦ થી ૮-૦૦ વાગ્યા સુધી. પછી થીયરી ક્લાસ પ્રશ્નોત્તરી અને મીડ ડે મેડીટેશન દશથી બાર સુધી. વળી બપોરનું આઉટીંગ બેથી ચાર. સાંજે યોગવર્ગ અને ધ્યાન ૫ થી ૬.૩૦ અને રાત્રે સાંસ્કૃતિક કાર્યક્રમ. આ બધામાં આ ડૉ. હેલન હૉ સૌથી પહેલાં આવીને બેસે. કોઈ પણ કાર્યક્રમમાં ગેરહાજર નહીં. કદીયે મોડાં આવે નહીં. બધાં આસનો કરે. છેલ્લે દિવસે તેમણે શીર્ષાસનમાં પદ્માસન વાળી બતાવી લોકોને હેરત પમાડી દીધાં.

બ્રહ્મલીન શ્રી સ્વામી વિષ્ણુદેવાનંદ સ્વામીજીના ઓસ્ટ્રેલિયાના શિવાનંદ આશ્રમનાં પ્રમુખ શ્રી સ્વામી રામાનંદ માતાજી હૃષીકેશ આવીને રહેલાં ત્યારે રોજ ગંગા નહાતાં. બે બાલદી પાણી ભરીને છેક ગંગા તટેથી આશ્રમના વિશ્વનાથ મંદિર સુધી ૧૬૭ પગથિયાં ચઢીને ગંગાજળ લાવતાં. પહેલાં હું પૂછતો કહેતો લાવો મને સેવા કરવો દો અને તેઓ કહેતા No, I am still fit to do my work Swamiji...ત્યારે તેઓનું ૯૩મું વર્ષ ચાલતું હતું. હૃષીકેશની મ્યુનિસિપાલિટીના સેન્ટ્રલ હૉલમાં સ્વામી વિષ્ણુદેવાનંદજીની આ શિષ્યમંડળીએ યોગાસનોનું ડેમોન્ટ્રેશન કરેલું. તેમાં આ સ્વામી રામાનંદ માતાજી (ઉ.વ. ૯૩) પણ હતાં જ. તેમણે શીર્ષ અને મયૂર બંને આસનો ખૂબ

જ સિફ્તથી કરેલાં.

યોગીરાજ આત્સુ કાવાબાટા દ્વારા આયોજિત સાધના શિબિરના નિયમ પ્રમાણે એક વાર શિબિરમાં આવ્યા પછી અઠવાડિયું બહાર નીકળવાની મનાઈ હતી. તે શિબિરમાં યુફુઈન ખાતે ભાગ લેવા આવનારા યોગ મુમુક્ષુઓમાં એક બહેન માસાકો ટોકીટા છેક જાપાનને બીજે છેડે હીસાકી ઝુશીશી (કાનાગાવાકેન)થી જોડાવા માગતાં હતાં. શિબિરમાં છ દિવસ રહેવા, જમવા અને ભાગ લેવા માટે કુલ રૂ. ૬૦,૦૦૦/- આપવાના હતા. તેટલો જ ખર્ચ તેમણે જવા-આવવા માટે ભોગવવાનો હતો. તેમણે પોતાના અરજીપત્રકમાં લખ્યું હતું. મારી ઉંમર ૯૨ વર્ષની છે. હું મારા ૯૬ વર્ષના પતિને ઘેર એકલા મૂકીને આવી છું. મારી ગેરહાજરીમાં મારા ૨૦,૦૦૦ યોગ વિદ્યાર્થીઓને તેઓ આ છ દિવસ દરમિયાન મળશે. માટે મારે દરરોજ અડધો કલાક ફોન પર તેમની સાથે વાત કરવી જ પડે. તેઓને સાંજે ૭-૩૦ વાગ્યે સૂઈ જવાની ટેવ છે. તેથી દરરોજ સાંજે ૭.૦૦ થી ૭.૩૦ મને તેમની સાથે ફોન પર વાત કરવા માટે કેમ્પ-શિબિર સ્થળની બહાર જવાની અનુમતિ આપવી.

આપણા શિવાનંદ આશ્રમ હૃષીકેશના ટ્રસ્ટી અને શિવાનંદ મિશન, વીરનગરના સંસ્થાપક પૂજ્ય બાપુજી, ડૉ. શિવાનંદ અધ્વર્યુ સાહેબ કે જેમનું સંન્યસ્તનામ શ્રી સ્વામી યાજ્ઞવલ્ક્યાનંદજી હતું. તેઓનું નિર્વાણ હજુ ૨૨મી ઑક્ટોબર ૧૯૯૮ના રોજ જ થયું. ત્યારે તેમનું ૯૪મું વર્ષ ચાલતું હતું. તેઓ દરરોજ સવારે ૩.૩૦ વાગ્યે ઊઠતા. પ્રાતઃકર્મથી પરવારી ધ્યાન, જપ, પ્રાર્થના, યોગાભ્યાસ કરીને લેખનકાર્ય, પુસ્તકોના અનુવાદ, દિવ્ય જીવન માસિકનું સંપાદન વગેરે કરતા. સવારે કોમ્યુનિટી પ્રેયરમાં જતા. દરરોજ સવારે તેમની પહેલી ચા (કીટલીની અંગ્રેજી ચા) તથા બે થેપલાં તેમનું ઓપનીંગ ઓફ ધી ડે હતું. નિયમિત નાસ્તો બધા સર્જનો સાથે સવારે આઠ વાગે. સાડા આઠ વાગ્યે, હૉસ્પિટલનો રાઉન્ડ સાડાનવથી અગિયાર ૨૮૦ પથારીવાળી શિવાનંદ મિશનની હૉસ્પિટલનું વહીવટી કામ, અગિયારથી બાર મહેમાનો, મુલાકાતીને મળવાનું. બાર વાગ્યે જમવાનું - બે રોટલી, બાસમતી ભાત, દાળ, કઠોળ, બે શાક, દહીં, મિષ્ટાન્ન અને જમ્યા પછી કંઈ ફળ તથા મગફળી. બપોરે કલાકના આરામ પછી પત્રલેખન તથા પુસ્તકોનું અધ્યયન, અનુવાદ વગેરે. ૩-૩૦ વાગ્યે ચા કંઈ રોસ્ટેડ નટ્સ સાથે, સાંજે હૉસ્પિટલમાં દોઢેક કલાક પછી શટલ (બેડમિન્ટન) અથવા રીંગ રમે. સાંજનું ભોજન સાત વાગ્યે.

પછી મુલાકાતીઓ સાથે અડધો કલાક. રાત્રીસત્સંગ આઠથી નવ ક્યારેક સાડાનવ. ફરી પાછું કોઈને મળવાનું કે પત્રોમાં સહી કરવાની હોય વગેરે. દસ વાગ્યે લાઇટ બંધ. પરંતુ જો નેત્રયજ્ઞમાંથી મોડી રાત્રે બે વાગ્યે પણ પાછા ફરે તો કહેશે બા, ખાલી પેટે ઊંઘ નહીં આવે. માટે શીરો સેકી નાખો અને સુક્કો શીરો ગળે નહીં ઊતરે માટે ચા બનાવજો. છેક જમ્મુથી હૃષીકેશ ડ્રાઇવ કરીને ૧૪ કલાક લાંબો પ્રવાસ ખેડીને આવ્યાં હોય તોપણ આવતાંની સાથે ગંગાજી નહાવા જાય. નહાઈને આશ્રમના વિશ્વનાથ મંદિર, સમાધિ મંદિરનાં દર્શન કરી પૂજ્ય સ્વામી માધવાનંદજી મહારાજને મળી રસોડે જમીને પાછા રાત્રે સત્સંગમાં ખાસ્સા બે કલાક પદ્માસન વાળીને સીધા બેસી શકે. છેવટની ઘડી સુધી તેમની સ્મૃતિ, મેધા, સ્વાસ્થ્ય તન અને મન સંપૂર્ણપણે દુરસ્ત રહ્યાં.

આપણા સુરેન્દ્રનગર ખાતે રામરસોડું ચલાવનારા પૂજ્ય સંપૂર્ણાનંદજી મહારાજનું ૧૦૪મું વર્ષ આ વર્ષે અગિયારમી એપ્રિલના રોજ પૂરું થશે. પૂજ્ય બાપુ સૌરાષ્ટ્ર ગુજરાતમાં ઠેરઠેર અન્નક્ષેત્ર ચલાવે છે અને સતત આ તમામ અન્નક્ષેત્રોમાં ફરતા જ રહે છે. તેમણે ચાળીસ વર્ષ મૌન પાળેલું. આ બધો સમય તેઓ દિગંબર રહેલા. છેક હિમાલયના દેવપ્રયાગથી રાજકોટના બામણબોર સુધી પગે ચાલીને આવેલા અને હજુ પણ ફર્યા જ કરે છે.

આ બધી વાતોનો અર્થ શું ? છેલ્લાં પચાશ વર્ષનો ઇતિહાસ જોઈએ તો દેખાશે કે તે પૂર્વેની સદી કરતાં આ સદીમાં લોકોનું આયુષ્ય વધ્યું છે. સાધારણ રીતે જ લોકો ઓછામાં ઓછું ૬૫ વર્ષ તો જીવતા થયા જ છે. અમેરિકા, કેનેડા કે યુનાઇટેડ કિંગડમની દસમા ભાગની પ્રજા ૬૫ વર્ષથી ઉપરની ઉંમરની પ્રજા છે. તેનું કારણ યોગ્ય આહાર, યોગ્ય માવજત અને યોગ્ય તબીબી સહાય છે. ૬૫ વર્ષથી વધુ મોટી ઉંમરના અમેરિકનો છેલ્લા ૨૫ વર્ષમાં બમણી સંખ્યાના થઈ ગયા છે.

આપણો જન્મ થતાંની સાથે જ આપણી ઉંમર વધવા માંડે છે અને જેમ જેમ મોટા થતા જઈએ છીએ તેમ તેમ શરીરનો વપરાશ પણ વધતો જાય છે અને તેની સાથે શરીરનો ઘસારો પણ વધતો જાય છે. ખૂબ જ ધીરે ધીરે પણ શરીરના ખૂબ જ પાતળાં મસલ્સ કે સ્નાયુઓ, હાડકાં ઘસાય છે, દુર્બળ થતાં જાય છે. હાડકાં બરછટ થાય કે ફૂણાં પડી જાય અને તૂટી શકે તેવાં પણ થઈ જાય. કમર અને ખૂંધ વાંકા વળી જાય કે કરોડસ્તંભ અક્કડ

થઈ જાય તેવું પણ બને. ઢંગધડા વગર ગમે તેમ બેસવાની ટેવથી પણ કમર કે ખૂંધનો દુઃખાવો થાય અને જો ખોરાક તથા કસરત બંનેની ઊણપ હોય તો થોડોક જ ધક્કો વાગતાં કરોડસ્તંભના મણકામાં નાનું અમસ્તું ફ્રેક્ચર થાય તોપણ બે-ચાર મહિનાનો ખાટલો થઈ જાય.

છતાં પણ મોટી ઉંમર જતાં જે કંઈ શારીરિક સમસ્યાઓ ઊભી થાય છે તે બધાંનું કારણ ઘડપણ જ હોય તેવું પણ જરૂરી નથી. એક દાદીમા તેણીના ડૉક્ટરને તબિયત દેખાડવા ગયેલાં. ખભો ખૂબ જ દુઃખતો હતો. ત્યારે ડૉક્ટર મેડમ ખભાને હાથ લગાડે તે પૂર્વે જ તે દાદીમા બોલી ઊઠ્યાં...'ડૉક્ટર Be careful આ શોલ્ડર ૮૦ વર્ષ જૂનો છે...' અને વળતાં જ ડૉક્ટરે કહ્યું, 'મા ! એ તો બીજો ખભો પણ ૮૦ વર્ષનો જ છે ને ?' પરંતુ તકલીફ એકમાં જ હતી, કારણ તેમાં સ્પ્રેઇન થઈ ગયું હતું !

આપણે આપણી વધતી જતી ઉંમરને યોગ્ય અને પોષક આહાર અને પૌષ્ટિક તત્ત્વોને આધારે વધતી રોકી શકીએ. એટલે ઉંમર ન વધે તેવું નહીં, પરંતુ તેની અસર ઓછી લાગે. જે પુરુષો અને સ્ત્રીઓ સતત કામ કરતાં જ રહ્યાં છે, વજન પણ ખૂબ જ ઊંચકે છે તેઓનાં હાડકાં ઉપર વૃદ્ધત્વ જલદી દેખાતું નથી.

નાની ઉંમરના જે-તે ખાઈ શકનારા લોકો મોટી ઉંમરમાં ખાધેલું પચાવી શકતા નથી. તે સિવાય જો કંઈ પણ દવાઓ ખાય તો તેનું તેમને રીએક્શન થતું હોય છે. ઉંમર જતાં જેમ બહારની શરીરની ચામડી ઢીલી પડી જાય, તેમાં ઝુર્રીઓ પડી જાય, ત્વચા શિથિલ થઈ જાય તેવી જ રીતે શરીરની અંતઃસ્રાવ ગ્રંથિઓ ductless અથવા ડકટલેસ ગ્લેન્ડ અને એન્ડોક્રાઈનલગ્લેન્ડ્સ Endocrinal glandsની કાર્યક્ષમતા પણ ઓછી થતી જાય છે. કીડની જેવી રીતે જેટલું કામ કરવું જોઈએ તેટલું કીડની કરી શકતી નથી અને આવું જ કંઈ લીવરનું પણ ખરું જ. દૈનિક જીવન કે ખાવા-પીવામાં કંઈ પણ ડાબે-જમણે થાય તો તેની અસર આ બધી આંતરસ્રાવી ગ્રંથિઓ અને અવયવો ઉપર થવાની જ અને આવી જ રીતે વર્તમાન તબીબોને દરરોજ દવાઓની નિતનવી કંપનીઓ પોતાનાં ડ્રગ્સ ટાયલ અને એરર્સ પર આપતાં તે દવાઓની પ્રકૃતિ અને વિકૃતિ બંનેની અસર આ વડીલોનાં જીવન અને સ્વાસ્થ્ય ઉપર થતી જ હોય છે અને આમાં ખાસ કરીને ઊંઘની દવાઓ (Tranquilizer- valium) તથા સંધીવાના તાત્કાલિક દુઃખનિવારકો

(Arthritis Painkiller) દ્વારા બહુ જ મોટા પ્રમાણમાં મોટી ઉંમરના લોકોને હાનિ પહોંચતી હોય છે.

અમેરિકાના સુપ્રસિદ્ધ ઇતિહાસકારે કહ્યું છે કે પહેલાં મોટી ઉંમર થવી તે સન્માનનીય અને પૂજનીય તથા આવકારદાયક સ્તુત્ય વાત ગણાતી. પરંતુ આજે ચોરે અને ચૌટે બુઢાપો એક ભૂતાવળ જેવી સમસ્યા લાગે છે. આ તથ્ય માત્ર રોનાલ્ડ બ્લાઈથને માટે જ સત્ય નથી; આપણા ભારતમાં પણ આપણે ત્યાં કહેવત હતી કે 'ઘરડા વિના ગાડાં ન વળે' પણ હવે વૃદ્ધ આશ્રમો ઠેરઠેર થવા લાગ્યા છે. માતૃદેવો ભવ, પિતૃદેવો ભવ, આચાર્યદેવો ભવ, અતિથિદેવો ભવ, પરસ્પર દેવોભવની વાતો માત્ર કાગળ ઉપર ઇતિહાસની સ્મૃતિઓ ફંફોસવા પૂરતી રહી ગઈ છે. વર્ષે એક વાર મધર્સ ડે, ફાધર્સ ડે અને બચ્ચું હોય તેનો થેન્ક્સ ગીવીંગ ડે તે પશ્ચિમની સંસ્કૃતિ હોઈ શકે, પૂર્વની તો નહીં જ...પરંતુ દુર્ભાગ્યે હવે સંસ્કૃતિ વિકૃતિ થઈ અને પૂર્વ અને પશ્ચિમનો ભેદ જ રહ્યો નથી.

જેમ જેમ શરીર ઘસાતું જાય અને કામ કરવા માટે ક્રમશઃ ધીરે ધીરે ઓછું સક્ષમ થતું જાય ત્યારે વૃદ્ધોને માટે ધૈર્ય અને આંતરમુખ થવાની ખૂબ જ મોટી જરૂરિયાત ઊભી થાય છે, પરંતુ આ ઇન્ટરનેટ અને કૉમ્પ્યુટરના યુગમાં આ સદ્‌ગુણોનું સ્થાન ઝપાટાબંધ કામ કરવાની વૃત્તિ, બધું કામ તાત્કાલિક થવું જોઈએ અને સત્વરે જ આપણા સમાચારોની આપલે એકમેકને થવી જ જોઈએ એ લઈ લીધું છે. (Work, speed and instant communication)

નોર્થ વેસ્ટર્ન યુનિવર્સિટીની મેડિકલ સ્કૂલના સુપ્રસિદ્ધ મનોવૈજ્ઞાનિક પ્રાધ્યાપક ડૉ. ડેવીડ ગુટમાનનું એવું માનવું છે કે વૃદ્ધત્વ અને બાળપણ એ બંને જીવનને સંતુલિત કરે છે. બાળપણ અબુધ રમતિયાળ અને ધીંગામસ્તીમાં વીતે છે ત્યારે જીવનશૈલીના ખૂબ જ મહત્ત્વના પદાર્થપાઠોનું શિક્ષણ તેમને આપવું જરૂરી હોય છે. જે આ અનુભવનો પરિપાક બાંધીને બેઠેલા વડીલો ચોક્કસ તેમને આપી શકે છે. આ દાદા-દાદીમાંથી જ આપણે જ્ઞાનવાન સુજ્ઞ પ્રકાશપથ દર્શક વડીલોની ઉપલબ્ધિ થઈ શકે.

વૃદ્ધાવસ્થાના વિસામામાં જ વિસામણમાં પડ્યા વગર વૃદ્ધો પોતાના વીતેલા જીવનની કેડી પર પાછી મીટ માંડી શકે છે. જીવનનાં જોખાંલેખાંમાંથી ભર્યુંભાદર્યું ભાથું ભવિષ્યની પેઢીને ચોક્કસ આપી શકાય. જ્યારે રાવણ

મૃત્યુશય્યા ઉપર હતો ત્યારે શ્રીરામે લક્ષ્મણને કહેલું, 'જા...તેની પાસેથી તેની ચઢતી અને પડતીનાં કારણો જાણી લાવ.' રાવણે કહેલું કે જે મારે આજે જ કરવું જોઈતું હતું તે મેં સદાયે કાલ ઉપર ટાળ્યું...અને જે વિચારીને શાંતિથી પૂરી સલાહપૂર્વક કરવું જોઈતું હતું તે વિચાર્યા વગર તત્કાળ જ કર્યું. આમ મારો હ્રાસ થયો માટે સમજણપૂર્વક જીવનરેખાનું લંબાણ યોગ્ય દિશામાં, યોગ્ય અંતરે કરવું જોઈએ. તમોએ જે ભાથું આ દીર્ઘ અંતરાળને ઓવારે બાંધ્યું છે. બાળકો નાનાં હોય અને વળી બાળઅવસ્થા રમતગમતમાં ચાલી જાય. જીવન શું ? જીવનનો અર્થ શો ? જીવનનો ઉપયોગ શું ? બાળપણમાં પામેલું મોટી ઉંમર સુધી સચવાય છે. માટે સારું સંઘરવું. મોટી ઉંમરે સમજણ વધે, પરંતુ યાદશક્તિ ઓછી થાય. નાની ઉંમરમાં યાદ કરેલું જીવન પાથેય લાંબાકાળ સુધી ટકી રહેતું હોય છે. માટે નાની ઉંમરમાં ગીતા, ઉપનિષદ, રામચરિતમાનસ, ભીષ્મસ્તુતિ, ગજેન્દ્ર મોક્ષ, શ્રી વિષ્ણુસહસ્રનામ, ગાયત્રીનું સંધ્યાવંદન, ગોપીકા ગીત, મધુરાષ્ટકમ્ વગેરે નિયમિત બાળકોની સાથે બોલવામાં આવે કે તેમને આ બધું ઉત્સાહપૂર્વક શીખવવામાં આવે તો તે જ્ઞાનભંડાર લાંબા જીવનનો સથવારો થઈને રહેશે. પરંતુ આ કરે કોણ ? વડીલોએ જ કરવું પડશે. અમેરિકા ગયેલા વડીલો વિચારે કે આજથી ૫૦ કે ૬૦ વર્ષ કે તેથી વધુ વર્ષો પૂર્વે તમો અમેરિકા ગયેલા ત્યારે એકમાત્ર જીવનસ્થાયી કરવા માટેની (Struggle for existence) સિવાય બીજું કંઈ જીવનમાં ભાગ્યે જ હતું ! તેથી આપણે આપણાં નાનાં-નાનાં બાળકોને સાથે લઈને આવેલાં કે અહીં આવીને બાળકો થયાં તેમને આપવા માટેનું આપણી પાસે કંઈક હતું અને હોય તો આપણને સમય હતો ? તેથી બીજી પેઢી સાવ કોરીધાકોર રહી. પરંતુ તેમને સંસ્કાર, સંસ્કૃતિ કે સુસંસ્કૃતતા અને ભારતીય જીવન નહીં મળ્યાનો વસવસો છે તે ગૌરવની વાત છે. તેથી તેઓ પોતાનાં બાળકોને આ સત્ય અને તથ્યથી વિહોણાં રાખતા માગતાં નથી. તેથી જ ચિન્મય મિશન, સ્વાધ્યાય પરિવાર, શ્રી બોચાસણવાસી અક્ષરપુરુષોત્તમ સંસ્થા, સત્યસાંઈ સંચાલિત બાલ વિહારના વર્ગોની જબરી માંગ છે. માટે વડીલો ઘેરબેઠાં પણ બાળકોને આપણી પેલી ચિરંતન જૂની પરંતુ શાશ્વત સત્યને વાગોળનારી કવિતા 'પ્રભો અંતરયામી જીવન જીવના દીન શરણા...અસત્યો માંહેથી પ્રભુ પરમ સત્યે તું લઈ જા...ઊંડા અંધારેથી પ્રભુ પરમ તેજે તું લઈ જા.' વગેરે તથા 'સતનું ચિત ચિંતન રે કરીએ...સત વાયક

નિશ્ચેઉચરીએ...અથવા તો 'તરુનો બહુ આભાર જગત માંહી તરુનો બહુ આભાર...આ બધાં કાવ્યો જોડકણાં ન હતાં. આમાંથી જીવનનું સત્ય સમજાતું, પર્યાવરણની શિક્ષા મળતી. કલાપીનું કાવ્ય "ભરી દેને બીજું પ્યાલું...રસ શેલડીનું" વગેરે પ્રજા પ્રત્યે રાજાના કર્તવ્યની તથા જીવનવીથિમાં દરેક ક્ષેત્રે સૌએ પોતપોતાનું કર્તવ્ય પ્રમાણિકતાથી કરવાનું છે તે સમજાતું. તે હવે સમજાવવા કોણ રહ્યું ? Jack & Gillની કવિતા અથવા Twinkle Twinkle Little Starની વચ્ચેનો ભેદ સમજી કે પારખી શકાય તેમ છે. એ ગગન સદશ ઈશ્વર મહિમાનો અને પ્રભુની વિરાટ ક્ષમતાનો, વિભુના વૈભવનો ખ્યાલ આપે છે. જ્યારે બીજું સદંતર By the way...આપણાં નવાં કાવ્યો. 'કાળુડી કૂતરીને આવ્યાં ગલૂડિયાં ચાર કાળિયાં ને બે ભૂરિયાં જી રે'... જેવું છે.

માટે વૃદ્ધત્વનો મહત્ ઉપયોગ થાય. જ્ઞાનકુંજમાંથી ભાવિ પેઢીને કંઈ મળી રહે તેવું પરબ બંધાય તો તેવી પ્રવૃત્તિથી આપણે આપણી જીવનસંધ્યા વસમી અને વિરહ કે વેદના ભરેલી નહીં લાગે. બાળકોને જ્ઞાન સાથે ગમ્મત આપો, તેના પતંગની કન્ના બાંધી આપો. તેમની ફીરકી પકડી ઠૂમકી મારી આપો. તેમની કૂદવાની દોરી લઈને (Jump Rope) લઈને કૂદી બતાવો. તેમના પીયાનો પર પેલું જૂનું બાક કે બીથોવન અથવા તો આપણા દેશનું જ બહુ પ્રચલિત ગીત 'સારે જહાં સે અચ્છા હિંદોસ્તાં હમારા' વગાડી દેખાડો, તેમના માઉથ ઓરગનમાં જૂની ફિલ્મોની ધૂન સંભળાવો. જીવન સંતુલિત થશે, તમારા વૃદ્ધત્વની જૂની ડાળે નવયૌવનની કૂંપળો ફૂટશે. ચીરૂટ લઈને ફૂંકવા કરતાં હાથમાં બ્રશ લઈને કોઈ ચિત્રકામ કરવાનો શોખ કેળવી શકાય તો બુઢાપો દુષ્કર નહીં બને.

વહેલી સવારે બ્રાહ્મમુહૂર્તમાં ઊઠીને પ્રાર્થના, જપ, લાંબું ફરવાનું, બગીચામાં માળીકામ, ઘરની થોડી સાફસફાઈ વગેરે લોહીને ફરતું રાખશે. જીવન ભારે નહીં લાગે. યોગ અભ્યાસ, પ્રાણાયામ, ધ્યાન, સદ્ગ્રંથોનો અભ્યાસ તો છે જ પરંતુ તેની વાત આવતે વખતે કરીશું. ત્યાં સુધી નાની સાઇકલ લઈને લાંબી સફર કરી આવો. હરિ ૐ તત્સત્.

❐

# ૧૭. વડીલોની ઓથે-૨...

માનવના સુખદુઃખનું કારણ માનવ સ્વયં છે તે વાત વિશ્વવિદિત છે. પરંતુ આપણે આપણા વિચાર કે વ્યવહાર અથવા વાણી વિનિમયથી કોઈને જાણ્યે કે અજાણ્યે શરીર કે મનથી દુઃખ તો પહોંચાડતાં નથી ને તેવી જાગૃતિ આપણા કેટલા લોકોમાં હોય છે ? પહેલાં આપણે ટેવ પાડીએ છીએ, પછી ટેવ આપણને પાડે છે તે વાત પણ કંઈ નવી નથી. પરંતુ મોટી ઉંમર થાય પછી પણ જૂની ટેવો અને સ્વભાવમાં કંઈ પરિવર્તન થઈ શકે ખરું ? તેવો પ્રશ્ન મોટા ભાગના વડીલો પૂછતા હોય છે. પરંતુ મારો એક પ્રશ્ન છે કે આપણે આપણા સ્વભાવમાં પરિવર્તન કરવા માટે પ્રયત્ન કર્યો છે ? થોડો પણ પ્રામાણિક પ્રયત્ન હોય તો આ જગતમાં કશુંયે અસંભવ નથી.

ટેવ પણ એક જ દિવસમાં પડતી નથી. દરરોજ નિયમિત કંઈક સત્-અસત્ કરવાના લાંબાગાળાના પ્રયત્નથી જ પાછળથી ટેવ પડી જતી હોય છે. મોટી ઉંમરમાં મુશ્કેલીઓનું મૂળ આપણા પોતાનો જ સ્વભાવ છે. તેના ઉપર નિયંત્રણ કેમ ન કરી શકાય. અમારા એક ઓળખાણવાળા ભાઈની સાથે એક વાર કોઈના લગ્નમાં જવાનું થયું. તેમની સંસ્થાનો એ વિદ્યાર્થી હતો. આજે પરણતો હતો. હવે જેવું સર્વત્ર થાય છે તેવું લગ્નમાં આવેલા બધાં નાનાં-મોટાં સરસ મઝાનાં રંગબેરંગી કપડાં અને બહેનો હોય તો ... મોઢાં ચિતરામણ પણ કરે. પણ પેલા ભાઈ ! ... અનુશાસનનું ભૂત હંમેશાં પોતાના માથા ઉપર લઈને ફર્યા કરે. અનુશાસન હોવું જોઈએ તે આવશ્યક વાત છે. સંસ્થાના નીતિનિયમો પણ હોવા જોઈએ. પરંતુ વિવેકની વાતો, વિચાર અને વ્યવહારમાં સાધારણ કોમનસેન્સને અળગી મૂકીને જડ થઈ જઈ વ્યવહાર કરીએ તો ભલા ક્યાં સુધી ઉચિત કહેવાય ? નિષ્ઠા અને મૂલ્યોના નામે આપણે આપણો અહંકાર જ પોષતા હોઈએ છીએ તેવું થયું. આ

સંસ્થાવાળા ભાઈએ વરઘોડાની વચ્ચે વરરાજાને ઝાપટ મારી દીધી !! એટલું જ નહીં પાછું પોતાનું ચાંદલું.....મને દેખાડીશ નહીં. વગેરે વગેરે. વૃદ્ધાવસ્થા તો બાળક જેવી સરળ હોવી જોઈએ. નહીં કે બરછટ. ... પડ્યું એટલે તૂટ્યું. હા ! પોતાની નિષ્ઠા અને પોતાના નિયમો જો સમાજ ઉપયોગી હોય અને તેમાંથી જાણ્યે કે અજાણ્યે સમાજના કોઈ પણ અંગની હાનિ ન થતી હોય તો તેવી નિષ્ઠા અને અનુશાસન સદૈવ આવકાર્ય છે. શ્રી ગુરુદેવ સ્વામી શિવાનંદજી મહારાજની શતાબ્દી પૂર્વે અમો અખિલ ભારત પ્રચાર યાત્રામાં ગયેલા. ત્યાં મુંબઈ ખાતેનો કાર્યક્રમ ભારતીય વિદ્યાભવન ખાતે યોજાયેલો. પૂજ્ય મોરારજીભાઈ દેસાઈ તેમાં પધારવાના હતા. તેઓ ૯૦ વર્ષના હતા. તેમના નિશ્ચિત કરેલા સમયની અડધી મિનિટ પૂર્વે સ્ટેજ પર આવી પહોંચ્યા અને નિશ્ચિત કરેલા સમયે જ બરોબર સ્ટેજ ઉપરથી ઊભા થઈને ચાલ્યા ગયા. કોઈ ઔચિત્ય નહીં. કોઈ દેખાવ નહીં, કોઈ આડંબર નહીં. ......

અમે નાના હતા ત્યારે અમારાં દાદી કહેતાં કે તેમની ઓળખાણવાળા એ મોટી ઉંમરનાં બહેન તેમના ગામમાં હતાં. સ્વભાવ બહુ જ કડક. ત્રણ વર્ષે પરણેલાં. સાત વર્ષે વિધવા થયેલાં. પછી પિયરમાં જ રહેલા. પરંતુ આખુંયે જીવન તેમણે નાનાં-મોટાં સૌ ઉપર કડક જાપ્તો રાખેલો. પોતે સાત વર્ષે વિધવા થયાં હતાં તેથી જીવનસારણીનો ઉપક્રમ અસાધારણ થઈ ગયેલો. તેથી કોઈના જીવનની સુરેખ રેખા સાંખી શકતા નહીં. સવારની ચાને જ ચૂલાની રાખમાં ધરબી રાખે. ચામાં લાકડાંના બળવાની વાસ હોય તોપણ તે જ પીવાની. તેમની ભત્રીજા વહુને પણ વૈધવ્ય આવેલું. તે તો મોટા ઘરની દીકરી હતી, પરંતુ તેમણે તે બહેન ઉપર અમાનુષી અત્યાચાર કરેલો. કહે, 'વિધવાથી સાબુએ નહવાય નહીં.' ચીકણી માટીથી નહાવાનું. માટીથી જ કપડાં ધોવાનાં. વિધવાથી ચા પીવાય નહીં, અથાણાં ખવાય નહીં. કપડાં કાળાં જ પહેરવાનાં, દર મહિને માથાના વાળનું મુંડન કરાવી નાખવાનું વગેરે... આવી યાતનાથી જ બંગાળની મોટા ભાગની વિધવાઓ ધર્મના નામે છેક બંગાળથી વૃંદાવનમાં આવીને વસી છે. અને અહીં આવ્યા પછી પંડાઓ અને યાત્રીઓ સાથે દેહ વેચીને જીવનનો ગુજારો કરે છે. કેટલી બધી કરુણા ! વડીલો ઉંમરમાં વૃદ્ધ થાય ત્યારે પણ તેમના વિચારો અને વ્યવહારમાં યૌવન કેમ ન થનગની શકે. આપણે આ દિશામાં કદાપિ વિચાર કર્યો જ નથી.

અમારા એક મિત્ર ડૉ. ગોપાળ મર્ચન્ટના બનેવી પણ ૯૦ ઉપર જીવ્યા.

કલકત્તાની અંગ્રેજી વસાહતમાં કામ કરેલું. સાહેબની જેમ જીવ્યા અને સાહેબની જેમ મર્યા. પેઇન્ટિંગનો ભારે જબરો શોખ. યામિની રોયનાં ચિત્રોની પ્રતિકૃતિ બનાવે આબેહૂબ. તેમનાં ચિત્રોને નિહાળવાં એ પણ એક લહાવો.

બીજા એક ડૉક્ટર કાકાનાં બહેન...નામ ગૌરીબહેન. લોકો મન બહેન પણ કહેતા. તેઓ પણ ૬ વર્ષે પરણેલાં અને અગિયાર વર્ષે વિધવા થયેલાં. બાળપણમાં જ શીતળામાં તેમની આંખો ચાલી ગયેલી, પરંતુ આખીયે ગીતા તેમણે કંઠસ્થ. નાનાંમોટાં સૌને ગીતાજી શીખવે. હજારો ભૂલકાંઓના જીવનમાં તેમણે ગીતાનું જીવન પાથેય બાંધી આપ્યું. પોતાના જીવનસંગીતની મધુર સુરાવલીઓથી અઢળકનાં જીવન ઝંકૃત કર્યાં.

જામનગર ગીતા વિદ્યાલયના અધિષ્ઠાતા અને આદ્ય સંસ્થાપક પૂજ્યશ્રી ભાગવતાચાર્ય[1] મનહરલાલજી મહારાજશ્રી સૌરાષ્ટ્રમાં ગામડે-ગામડે ગીતા વિદ્યાલયો ચલાવે છે. પોતાને ભાગવતકથા દરમિયાન જે કંઈ દક્ષિણા મળે તે બધી આ બાળકોનાં વાચન માટે પુસ્તકો વસાવવામાં, સારી કૅસેટો ખરીદવામાં, તેમને માટે પ્રસાદ, ગીતા વિદ્યાલયોના ભવનનિર્માણમાં ખર્ચે છે. ઉંમર પાકી છે. શરીર તકલીફ કરે છે. ચાલવા, ઊઠવા, બેસવાની તકલીફ છે, પરંતુ મન થાક્યું નથી અને એમના જેવા જ પૂજ્ય દાદાજી શ્રી કૃષ્ણશંકર[2] શાસ્ત્રીજી મહારાજ પણ ભાગવત વિદ્યાપીઠનું સંચાલન અગણિત વિદ્યાર્થીઓનાં જીવનમાં સંસ્કૃતિ અને સંસ્કારનું સિંચન આ નવ દશકા વિતાવ્યા પછી કરે જ છે ને ? તેનાથી મોટું અને કીમતી ઘરેણું છે. અમદાવાદના પૂજ્યશ્રી કે.કા. શાસ્ત્રીજી...હવે તેઓ ૧૦૦મા વર્ષમાં છે. પોતાને ઘેરથી ચાલીને વલ્લભ સદન જાય છે. અખિલ હિંદુ-હિંદુ વિશ્વ પરિષદ, ગૌરક્ષાનું કામ કરે છે. પુસ્તકોનું વાચન, ગ્રંથોનું અધ્યયન તેમજ સંશોધન હજુ પણ કરે જ છે. છતાં જો તેમને કંઈ બોલવાનું કહો તો ઓડિયન્સમાંથી સ્ટેજ પર કૂદીને ચઢી જાય છે અને ઊભા રહીને જ બોલે છે. આ બધું કેમ સંભવી શકે ? કારણ કે જીવવાની જ માત્ર આશા નથી, પરંતુ જીવનની અંતિમ પળ સુધી મોતને ભેટતાં સુધી સારી રીતે અને ઉપયોગી જીવન જીવવાની તમન્ના છે. આપણે આપણા જીવનને અડધું અધૂરું રાખી ૬૦ સુધી પહોંચતાં જ વૃદ્ધાવસ્થામાં પહોંચ્યાનો જાણે કે લહાવો લેતા હોઈએ તેમ ધીરે ધીરે ચાલવાનું, ધીરે ધીરે બોલવાનું. આમ વૃદ્ધાવસ્થાને આલિંગન આપી 'આવ

૧-૨. બન્ને હાલ બ્રહ્મલીન છે.

કુહાડી પગમાં વાગ' જેવો ઘાટ કરીએ તો સૃષ્ટિ નિયંતા પણ લાચાર થઈ જવાના. માટે ઉત્સાહ કેળવી શકાય, વાયોલિન વગાડી શકાય, બગીચામાં માત્ર લટાર જ નહીં પણ ક્યારા કરવા, ગોડ કરવી, પાણી પાવું,રોજ રોજનું ઘરનું નાનું-મોટું તમામ દૈનિક કામ કરવું, આ બધું કરી શકાય તો લોહી ફરતું રહેશે. તરેહ તરેહનાં સલાડ બનાવવાં, વિવિધ રીતે તેના પેટર્ન બનાવીને શણગારવાં, ઘરમાં ઘારી, રાતડાં, મઠિયાં, સેવ, મમરા (વઘારેલાં), ગાંઠિયા, ગળી પૂરી, ખારી પૂરી વગેરે બનાવતા રહેવું. તેથી બાળકોને પણ આપણો ભારતીય સ્વાદ રહેશે. ખાંડવી, હાંડવો, ઢોકળાં, ખમણ, પુરણપોળી, મગજ, મોહનથાળ, ચકલી, ઘૂઘરા વગેરે અઠવાડિયે એક-બે વાર બનાવવાં. ભાખરવડી અને લીલા ચેવડાનો પણ મહાવરો રાખવો. જીવન ભર્યુંભર્યું થઈ જશે.

યોગ એટલે માત્ર શીર્ષાસન જ નથી. યોગ તો જીવન જીવવાની કળા છે. જૂની કવિતા છે ને ? એ કોણ છે જે એવું જેણે સૌને જિવાડ્યાં ? જે જીવી શકે જિવાડે જે તરી શકે તે તારે. એ કોણ છે જે એવું જેણે સૌને તાર્યાં...જીવન દુષ્કર નથી જ. આકાશના તમામ રંગોનો આનંદ માણી થાય છે માટે આપણે આપણા ધર્મ સંભાળવા. આ તો બારીમાં ઊભા રહીએ અથવા તો સવારથી જ ફોન ઉપર કે E-mail પકડીને પારકી પંચાતમાં પડીએ તો સુખવારો ન જ આવે.

વડીલો એક વખત જ્યારે વડીલપણાની સત્તા ભોગવતા હતા. તેઓની ઉંમર વધતાં તેઓ ઓશિયાળા બનતા જાય છે અને છોકરાંઓ મોટાં થતાં તેમને મળેલું પ્રભુત્વ તેમના વ્યક્તિગત અહંકારને ફંફોસી ખાય છે. આ બંને વચ્ચેનું સંતુલન કરવાનું હંમેશાં દુષ્કર બની રહેતું હોય છે. આ સમયે મોટાં થયેલાં બાળકોએ હવે જે જવાબદારી સંભાળવાની છે તેમાં તેમણે એ ન ભૂલવું જોઈએ કે તેમના વડીલોએ તેમને કેટલી બધી પળોજણ કરીને મોટા કર્યાં છે. કેટલું બધું શિક્ષણ અને રક્ષણ આપ્યું છે. વડીલોની કાળજી રાખવાનું દુષ્કર બનતું જોય છે. તેનાં પ્રમુખ કારણો માનસિક તૈયારીની ખામી, લાગણી અથવા તો મમત્વનો હ્રાસ અને આર્થિક રીતે પણ ભાર લાગે તેવું બને. વડોદરાના ડૉક્ટર હર્ષદ વૈષ્ણવ અને તેમનાં શ્રીમતી ડૉ. ઉમા. ડૉક્ટર સાહેબનાં માતુશ્રીને પક્ષાઘાત થયેલો. સાત-આઠ વર્ષ પથારીમાં રહ્યાં. બંનેએ સરકારી નોકરી છોડી દીધી. પ્રાઇવેટ પ્રેક્ટિસ ચાલુ કરી. જેથી સરકારી

નોકરીના સમયના બંધનમાંથી છૂટી જવાય અને એક અથવા બીજાં વૃદ્ધ બીમાર માતાની સેવા કરી શકે. તેમનાં માતાને ભૂખ પૂરી લાગતી. તેઓ બંને વખત પૂરું ભોજન જમતાં પરંતુ કસરત નહીં હોવાથી શરીર ભારે થઈ ગયેલું. છતાં બંને ડૉક્ટર દંપતીએ કાળજી એટલી બધી કરી કે એક પણ બેડસોર થયો ન હતો.

માટે અસંભવ કશું જ નથી. ખામી આપણી રુચિમાં છે. ખામી સારું પાચન, સારા સંગ અને આત્મચિંતનમાંથી મેળવી શકાય. બીજું સત્સંગ વિવેક ન હોઈ આધ્યાત્મિક સંસ્થાઓમાં વાડાબંધી છે, પોલિટિક્સ છે, તેવું કહેવું નહીં કે તેવું કંઈ જોવું પણ નહીં. આપણે જે-તે સંસ્થાઓનો પૂરેપૂરો લાભ લેવો.

જીવનમાં વિનિમય થાય તે પ્રમાણે પ્રયત્નશીલ રહેવું. જે કંઈ બની શકે તેવી નાની-મોટી સેવા કરવી. પ્રસન્ન રહેવું. પ્રસન્નતા બક્ષવી. દુઃખી થવું નહીં. દુઃખી કરવાં નહીં. ભગવાન ભેગો જ છે. એટલું સમજાય તો ભાથું જીવનમાં બંધાય.

હવે પ્રશ્ન એ છે કે અંતકાળ સુધી આનંદિત, સ્વસ્થ અને પ્રસન્ન કેમ રહી શકાય ? ભાવનગર શિશુવિહારના પૂજ્ય માનભાઈ[1] ભટ્ટ ૯૪ વર્ષના હાલ બ્રાહ્મણ છે. હજુ અડધી ચડ્ડી અને ખોસ્યા વગરનું શર્ટ પહેરે છે. કાંસાના એક છાલિયામાં બધું ભેગું કરીને ખાય છે. ઋષિતુલ્ય જીવન જીવે છે. શિશુવિહાર સંસ્થાનું છેલ્લા પચાસ વર્ષથી સફળ સંચાલન કરે છે. જેમ કબીરે વડની એક વડવાઈનું દાતણ કર્યું અને તેમાંથી આખો વડ ઊભો થયો તેમ પૂજ્ય માનભાઈએ પોતે બાળપણમાં ખૂબ જ ગરીબી વેઠેલી. બાળપણનો મલકતો આનંદ માણ્યો ન હતો. તેથી પોતાના આંગણામાં બાળકો માટે એક હીંચકો બાંધ્યો. હવે હીંચકા, લસરણાં, ફઝરફાળકા વધતા ચાલ્યા અને ખાસ્સું મોટું ક્રીડાંગણ તથા બાલ ઉપવન ઊભું થયું. સાંજ પડ્યે પક્ષીઓના કિલકિલાટ જેવું બાળકોના કલબલાટથી પ્રાંગણ ગુંજી ઊઠે છે, ત્યાં બાળમંદિર ઊભું થયું. પછી સ્કાઉટીંગ થયું. આ જ પ્રાંગણમાં રેડક્રોસ સોસાયટી થઈ, ત્યાર બાદ રક્તદાન શિબિરો યોજાઈ, ત્યાર બાદ નેત્રયજ્ઞો આરંભાયા. ટેક્નિકલ સ્કૂલ થઈ. યુવાનીમાં રક્તદાન, મૃત્યુ પછી ચક્ષુદાન અને સંભવ હોય તો દેહદાનની પ્રવૃત્તિ ચાલી. તેઓ રક્તપિત્તિયાઓની સંસ્થામાં જાય. વૃદ્ધાશ્રમમાં જાય અને

૧. હવે હયાત નથી.

પોતાના શર્ટની પાછળ રક્તદાન અને નેત્રદાનની જાહેરાતનું છાપકામ લટકાવીને આખાયે ગામમાં માત્ર ચંપલ પહેરીને સાઇકલ ઉપર ફર્યા જ કરે છે. તેમની ઉંમર નથી વધી. તેમના શરીરની વધી છે. અને તેથી તેઓ નિષ્ફિકર છે.

સો વાતની એક વાત. આ ફિકરની ફાકી કરી શકાય તો આપણે સૌ રાજા જેવું જીવન જીવી શકીએ. બીજું દરરોજ સવારે એક ગોળી ગળી જવી. 'M.Y.O.B.' એટલે 'Mind Your Own Business.' આટલું થયું તો બસ...ભયો ભયો...માટે આપણે આપણા ધર્મ સંભાળવાના. બારીમાં ઊભા રહીએ અથવા તો સવારથી જ ફોન ઉપર કે E-mail પકડીને પારકી પંચાતમાં પડીએ તો સુખવારો ન જ આવે. હરિ ૐ તત્સત્.

❒

# ૧૮. વડીલોની વહારે-૩

હવે આપના જીવનના સાત દશકા પૂરા થયા છે તો આનંદ માણવાનો જ. જૂની વાતોમાં જે કંઈ આનંદદાયક હોય તેને વાગોળવું. જે દુઃખદાયક હતું તેમાંથી મળેલી શિક્ષા નવી પેઢીને આપી શકાય. સિત્તેર પૂરાં થયાં એટલે આપણા જીવનના ઉમંગ અને ઉત્સાહમાં વળતાં પાણી આવે જ એવું કંઈ જરૂરી નથી જ. શ્રી નરેન્દ્રશંકર માથુર અમારે ત્યાં ઉત્તરપ્રદેશ સરકારના I.A.S. અધિકારી અને એન્ડોન્ટમેન્ટ કમિશનર હતા. ત્યાર બાદ નૈનિતાલ ખાતેની એડમિનિસ્ટ્રેટીવ ટ્રેનિંગ અકાદમીના ડાયરેક્ટર નિમાયેલા, ત્યાંથી પંતનગર યુનિવર્સિટીના વાઇસ ચાન્સેલર થયેલા. નિવૃત્ત થયા બાદ પોતાના દીકરાને ત્યાં જઈને રહેલા. ત્યારે તેમણે સંસ્કૃત અને હિન્દી શીખવા માટે બે ટ્યુશન રાખેલાં. કારણ કે તેઓ બધું પર્શિયન અને અંગ્રેજીમાં જ ભણ્યા હતા. તેથી તેમને હિન્દી તથા સંસ્કૃત ભાષાનું જ્ઞાન નહોતું જ. પરંતુ તેઓ હારમોનિયમ વગાડતાં શીખ્યા. શ્રી રામચરિત માનસનો પર્શિયન ભાષામાં અનુવાદ કર્યો. ત્યાર બાદ અલ્હાબાદ આવ્યા. ત્યાં દિવ્ય જીવન સંઘના અધ્યક્ષ થયા. મહાકુંભમાં છાવણીનું ખૂબ જ પ્રશંસનીય આયોજન કર્યું.

પ્રોફેસર જગન્નાથ મોદગીલ અત્યારે ૯૨ વર્ષના છે. હમણાં મિલેનિયમ ફેસ્ટિવિટીમાં ભારતમાં પચાસ વર્ષ પૂર્વે કમ્પ્યૂટરનો પ્રચાર કરવા માટે તેમનું બહુમાન કરવામાં આવ્યું. સુપ્રસિદ્ધ બેન્જામીન, ફ્રેન્ક્લીને ઈ.સ. ૧૭૮૭માં ત્યારે તેમની ૮૧ વર્ષની વયે યુનાઇટેડ સ્ટેટ્સના બંધારણ બનાવવામાં પ્રમુખ ભાગ ભજવેલો. વિન્સ્ટન ચર્ચીલ જ્યારે ફરીથી બીજી ટર્મમાં પણ બ્રિટિશ પ્રાઇમમિનિસ્ટર થયા ત્યારે તેમની ઉંમર ૭૭ વર્ષની હતી. ફ્રાન્સની બહુ ચર્ચિત પ્રેમગાથાની લેખિકાએ પોતાનાં પ્રેમપ્રકરણોની રસપ્રદ વાર્તા ૭૧ વર્ષની વયે જ લખેલી. ગ્રાન્ડમા મોસેસે વર્જિનિયા ખાતે પોતાનાં ચિત્રોનું પહેલું

પ્રદર્શન તેઓ જ્યારે ૮૦ વર્ષનાં હતાં ત્યારે યોજેલું. ફ્રાન્સના ક્લાઉડે મોનેટની સુપ્રસિદ્ધ પાણીનાં પોયણાં (Water lily)ની પેઇન્ટિંગ સીરીઝ તેની ૮૪ વર્ષની ઉંમરે જ આયોજાયેલી. અને તે જ પ્રમાણે અમેરિકાનાં બારબરા મેકલીન્ટીકને દવાઓનાં સંશોધન માટે ૧૮૮૩માં નોબેલ પ્રાઈઝ મળ્યું ત્યારે તેઓ ૮૧ વર્ષનાં હતાં. આપણાં મધર ટેરેસાને ફર્સ્ટ પોપ જ્હોન દ્વારા શાંતિદૂતનું સન્માન ૧૯૭૧માં મળ્યું ત્યારે તેઓ ૬૧ વર્ષનાં હતાં અને જ્યારે આંતરરાષ્ટ્રીય શાંતિ પ્રયત્નો માટેનું નોબલ પ્રાઈઝ મળ્યું ત્યારે ઈ.સ. ૧૯૭૯માં તેઓ ૬૯ વર્ષનાં હતાં. વિશ્વના અનેક વડીલોએ અનેકવિધ પ્રશંસનીય કાર્યો કર્યાં છે. કારણ તેઓ નિરાશ થયા નથી. ઉંમર વધે તે પૂર્વે અને પછી બધાંનું સ્વાસ્થ્ય અને નાણાકીય સદ્ધરતા એક જ સરખાં હોય તેવું જરૂરી નથી. છતાં આપણે આપણાં સીમિત ક્ષેત્રોમાં આપણી સારસંભાળ અમુક રીતે તો રાખી જ શકીએ ને ? તો આવો. આ સંબંધી થોડી નજર આપણા અંગત જીવન પર કરીએ.

(૧) લાગણીસભર જીવન, ભાવુકતા, માનસિક દુરસ્તી અને ફાજલ સમયનો ઉપયોગ.

(૨) કામ, પૈસો અને વ્યવહાર તથા પારિવારિક જીવન.

(૩) શારીરિક સંભાળ અને શરીર સૌષ્ઠવ માટે ઉપાયો.

(૪) ખોરાક અને ખાણીપીણીની ટેવો.

(૫) સ્વાસ્થ્ય સંભાળ અને સારવાર

આવો, હવે આ બધી વાતો પર વિગતવાર ચર્ચા કરીએ.

આપણે જે કંઈ પણ કામકાજમાં રોકાયેલા હોઈએ ત્યાંથી અમુક ઉંમરે નિવૃત્ત તો થવાનું હોય જ છે અને આ નિવૃત્તિ આવે તે પૂર્વે પાંચેક વર્ષ પહેલાંથી જ નિવૃત્ત થયા પછી શું કરવાનું છે તેની તો આપણને ખબર જ છે. તો આપણે થોડા સમય પછી રિટાયર થવાનું છે તેની જાણ તમારા નિકટના વર્તુળમાં અને તમારા મિત્રોને કરો. માત્ર ભારતમાં જ નહીં, પરંતુ અમેરિકામાં પણ ૮૦% થી ૮૫% લોકો નિવૃત્ત થયા પછી ફરી પાછું રિ-ટાયર કરવા માગતા જ હોય છે. તેનું કારણ પારિવારિક આર્થિક પળોજણ પણ હોઈ શકે. એક કામ છોડીને બીજું કરવાનું ખોટું નથી જ. ભારતની સૌથી મોટી મુશ્કેલી સૌનાં જીવન ભારેલા અગ્નિ જેવાં છે. લોકો પોતાની વાત પેટમાં રાખે. ધૂંધવાય, ગૂંગળાય, મન મોકળું કરે નહીં. પરંતુ અમેરિકામાં એવું નથી. જે કંઈ સમસ્યા હોય તે બધું જગજાહેર અને તેનું સમાધાન પણ સત્વરે જ

અને એ સાચું અને સારું પણ છે. માટે આપણે નિવૃત્ત થવાના છીએ તેની જાણ આપણા હિતેચ્છુઓને હોય તો નિવૃત્ત થયાના બીજા દિવસથી જ આપણે ફરી પાછા કામને રાજમાર્ગે.

ઘણા લોકો આખા દિવસનું કામ નહીં તો પાર્ટટાઇમ કામ પણ કરતા હોય છે, પરંતુ વરસે દહાડે ૨૦૦૦ કલાક ફાજલ બેસી રહેવાનું સહેલું તો નથી જ. પૈસેટકે સદ્ધર હોઈએ તો સમાજસેવી સંસ્થાઓ, હૉસ્પિટલો કે ધાર્મિક સંસ્થાઓમાં પણ સેવા આપી શકાય. કશુંક નિયમિત વાંચવું, લખવું વગેરે પણ કરી શકાય. વૃદ્ધોની સંસ્થાઓ હોય છે, બગીચામાં વડીલો સાંજે ભેગા થાય છે. તેમની અનેકવિધ ઘરગથ્થુ સહાય કરી શકાય. જેને અમેરિકામાં The Senior Companion Programme કહેવામાં આવે છે. તેમને સૌને સહાય કરી શકાય અથવા તો કંઈ ન કરીએ અને તેમને વારંવાર મળતા રહેવાય તોપણ જીવન એકલવાયું નહીં લાગે. આવી જ બીજી સંસ્થા યુનાઇટ સ્ટેટ્સમાં (SCORE) છે. The Service Corp of Retired Executivesમાં જોડાઈ શકાય. આ સંસ્થા નિવૃત્ત થયા પછી આપની યોગ્યતા, આપની પસંદગી અને શારીરિક ક્ષમતા પ્રમાણે આપ શું કરી શકશો તે જાણી, સમજી અને આવશ્યક માર્ગદર્શન અને જરૂરી હોય તો આર્થિક મદદ પણ આપે છે.

આવું જ એક ત્રીજું સુપ્રસિદ્ધ સંગઠન (RSVP) The Retired Senior Volunteer Programme છે. તેના માધ્યમથી Day-care કેન્દ્રો, નર્સિંગ હોમ્સ, લાઇબ્રેરી, કોર્ટ, શાળાઓ, મ્યુઝિયમ્સ વગેરેના સેવાકીય કાર્યક્રમોમાં જોડાઈ શકાય. આ જનહિતના કાર્યક્રમો પોતાના સ્વયંસેવકોને આવવા-જવા માટે વાહનવ્યવસ્થા તથા મધ્યાહ્નના ભોજન વગેરેની સવલતો પૂરી પાડે છે.

આ જ પ્રમાણેની એક ચોથી સંસ્થા છે Tax Aid and Volunteer Income Tax Assistance. અહીં નિવૃત્ત લોકો વડીલોએ ટેક્ષ કેમ, ક્યાં અથવા કેટલો ભરવાનો હોય અથવા તો તેમને ક્યાં ક્યાં રાહત મળે છે તે સમજાવવાની તાલીમ આપે છે અને આ જ્ઞાન તેઓ નવી પેઢીને આપી શકે અથવા તો તે સંબંધી વર્ગો સંચાલન કરી શકે તેવી સુવિધા પણ પૂરી પાડવામાં આવે છે.

આ બધામાં પ્રમુખ સમજણ એટલી કે ખાલી બેસી રહેવાથી કે ચિંતા,

પ્રમાદ અથવા તો કામ વગરનો ફાજલ સમય ધીરે ધીરે જીવનતરફ ઉદાસી અને ખાલીપો ઊભો કરે છે. પછી વડીલો આ અથવા તો ઇતર પ્રકારના શૂન્યમનસ્ક જીવનમાંથી ખિન્ન જીવન જીવતાં મનોવૈજ્ઞાનિક સમસ્યાના ભોગ થઈ જતા હોય છે. બોલે તો એક ને એક વાત વારંવાર બોલ્યા કરે. ભૂલી જાય કે તેઓ શું કહેતા હતા અથવા તો કહી ગયા કે કહી રહ્યા છે વગેરે.

લ્યુટન લંડનના સન્માનનીય શ્રી બાબુકાકા અમીન અને તેમના મિત્ર દાંતના ડૉક્ટર, ડૉક્ટરકાકા બંનેએ ૨૫ વર્ષ પહેલાં ઘરઆંગણે સત્સંગ શરૂ કરેલો. અત્યારે સનાતન ધર્મ મંદિર ખાસ્સી મોટી સંસ્થા તેઓ ચલાવે છે. જેમાં બાળકો માટે સંસ્કાર સિંચનનું કામ, બહેનો માટેની પ્રવૃત્તિ, સિનિયર સિટીઝન્સના સત્સંગ, પિકનિક પાર્ટી, આનંદવિનોદનાં સાધનો, સત્સાહિત્ય વાંચન માટે ગ્રંથાલય બધું છે. બંને સજ્જન સુખી અને સમૃદ્ધ પરિવારના છે. પરંતુ દરરોજ છથી આઠ કલાકની તેમની આ પ્રવૃત્તિથી સાત દશકા વિતાવ્યા હોવા છતાં પણ તેઓ યુવાનોને શરમાવે તેવી સ્ફુર્તિથી કાર્યરત છે.

આમ કંઈક પ્રવૃત્તિમાં જોડાઈ રહેવાથી ઉંમર વધતી હોવા છતાં ઉંમર વધ્યાનો અહેસાસ નહીં થાય. ઉંમર વધવાની સાથે માનસિક ચિંતન અને વિચારધારામાં પણ ફેરફાર થાય જ છે. આ પરિવર્તન બધા લોકોમાં એકસરખું નથી હોતું. તે એક વ્યક્તિથી બીજી વ્યક્તિ વચ્ચે તેમનાં જીવનવ્યવસાય અને જીવનપ્રણાલીને કારણે અલગ અલગ રીતનું હોઈ શકે.

ઉંમર વધતાંની સાથે ચામડી ઢીલી પડી જાય છે. વાળ ખરવા લાગે છે. આ બધું સ્વાભાવિક છે. લોકો વિયાગ્રા ખાય કે અશ્વગંધા, શીલાજીત સુવર્ણવસંત માલતી વટી ખાય પરંતુ આ બધો તો ઉપરી ઠાઠ છે. ખોટું નથી. પણ શાશ્વત પણ નથી. માટે શારીરિક પરિવર્તન આવતાં લોકોને મેઈક-અપનો ઠઠારો વધે છે. તેમ પરફ્યુમનો ઉપયોગ વધે છે. તેના કરતાં ઉચિત આહાર-વ્યવહાર અને યોગ્ય કસરત, યોગ અભ્યાસ, પ્રાણાયામ કે ધ્યાનનો અભ્યાસ કેળવવામાં આવે તો તે ઉપરોક્ત કથિત બાહ્ય ઉપકરણોની ગુલામી કરતાં વધુ સારું છે.

મોટી ઉંમરમાં બહેનોને મેનોપોઝના સમયની સાથે સાથે જ ધોવાણમાં કેલ્શિયમનું ધોવણ થતાં ઓસ્ટીયોપોરોસીસ થવાની પૂરી શક્યતા હોય છે. તેથી જ પુરુષોના પ્રમાણમાં બહેનોની કરોડરજ્જુ વધારે વાંકી વળી જતી હોય

છે. આવા સંજોગોમાં ફ્લેક્સિબિલિટીસ એક્સરસાઇઝમાં પગના અંગૂઠા, તળિયાં, ઘૂંટી, ઘૂંટણ, કમર તથા થાપાનાં હાડકાં, કરોડસ્તંભ, બાવડાં, કાંડા, કોણીના તમામ જોડાણની આમાં કસરત થાય છે. તેના સિવાય સૂર્યનમસ્કાર, ત્રિકોણાસન, ભુજંગાસન, અર્ધશલભ, નૌકાસન, દ્રોણાસન, વજ્રાસન, શશાંકાસન વગેરે તથા શિવાનંદ પ્રાણાયામ અને સુખપૂર્વક પ્રાણાયામ કે શીતલી શીતકારી અથવા કપાલભાતિ કે ભસ્ત્રિકા પ્રાણાયામ તો વડીલો નિર્ભય થઈને કરી જ શકે છે. આનાથી શરીરમાં સ્ફૂર્તિ આવશે, તાજગી આવશે. ઉષ્માનો અનુભવ થશે. ઉંમર વધતાંની સાથે ઘૂંટણના દુઃખાવા, કમરના દુઃખાવા, મ્યુક્સ કોલાઇટીસ વગેરે થાય છે. તેનાં અનેક કારણોમાં કસરતની ઊણપ પણ છે.

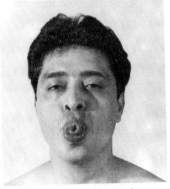

**શીતલી પ્રાણાયામ (આકૃતિ - ૩૭)**

**શીત્કારી પ્રાણાયામ (આકૃતિ - ૩૮)**

જીવનનો ખાલીપો પહેલાં ઉદાસી પછી ડિપ્રેશન અને માનસિક તનાવ આપતો હોય છે. બે પેઢી વચ્ચે સમજણનું અંતર જીવનવિધામાં મોટી તડ પાડે છે. પહેલાં વિચારો અને વ્યવહારની પારાશીશીમાં ભેદ ઊભો કરે છે અને ક્રમશઃ આ ભેદાભેદ ક્રોધ અને વિસ્ફોટનું કારણ પણ બનતો હોય છે. દા.ત. પિતા ડૉક્ટર છે. તેમણે જીવનસંઘર્ષ કરીને હૉસ્પિટલ બનાવી છે. એક જ માત્ર ધ્યેય સવાર-બપોર-સાંજ દરદીઓને જોવા, સેવા કરવી, મળેલ સંપત્તિમાંથી સેવાનો વિસ્તાર. દર્દીઓને બે પથારીમાંથી બાવીસ અને ૬૦ સુધી લઈ જઈ કોઈ પૈસા આપી શકે તો સારું, ન આપી શકે તોપણ વાંધો નહીં. પુત્રોને ડૉક્ટર બનાવ્યા-ભણાવ્યા. પરંતુ પુત્રવધૂઓમાં પણ સતત દરદીઓની જ વચ્ચે રહેવાનો ભાવ આવે કે ન પણ આવે. પિતા ટેલિવિઝનના

હિમાયતી નથી. વી.સી.ડી.ના તો કોઈ પણ સંજોગોમાં નહીં. આમ નાની-નાની વાતોમાંથી થતો ધુમાડો અંતે ભડકાનું સ્વરૂપ ધારણ કરતું જોવામાં આવ્યું છે. પરંતુ નિયમિત ધ્યાન, પ્રાણાયામ, જપ અને આત્મચિંતન સાથે યોગાસનનો અભ્યાસ, તે સિવાય થોડી પ્રવૃત્તિ બગીચો બનાવવો, ફરવા જવું, પીયાનો કે વાયોલિન વગાડવું વગેરે કંઈ પણ આઉટીંગ સ્વકીય આંતરચેતનામાં સમવાયતા સાથે તન-મનની દુરસ્તી આપે છે. શારીરિક સ્વસ્થતા માનસિક તનાવથી રક્ષા કરવામાં બૃહદ્દ ભાગ ભજવે છે. તન અને મનની દુરસ્તીની અહં ભૂમિકા જીવનની ચોપાસ સૌંદર્ય અને ઔદાર્ય અર્પી રહે છે. અમદાવાદનાં સુપ્રસિદ્ધ ગાયનેકોલોજીસ્ટ ડૉ. લલીતાબહેન પટેલ આપણા યોગવર્ગોમાં નિયમિત રીતે બે વર્ષ સુધી આવ્યાં. તેમના શરીરની સ્થૂળતા ચાલી ગઈ. દવાઓ લેવાનું સદંતર બંધ કર્યું છે. બ્લડપ્રેશર ખૂબ જ યોગ્ય અને ક્રોધ સમૂળગો ગયો છે. તેઓના નિજી જીવનનો આનંદ તેમના દરદીઓ, તેમના પરિવારના પરિજનો સર્વેના જીવનમાં સ્પંદિત થયો.

તમો ઘરનાં વડીલ છો. તમો આખુંય જીવન એક રીતે જીવ્યા છો. તમારાં બાળકોને અનેક પ્રકારની સુખસુવિધા તમો આપી શક્યા નથી, પરંતુ તમારાં પોતાનાં બાળકો જ્યારે મોટાં થશે ત્યારે તેઓ જે સુખથી વંચિત રહ્યાં છે તે બધું તેમનાં બાળકોને આપવાની કોશિશ કરશે જેમાં કાંઈ ખોટું નથી. ત્યારે અરેરે...હવે અમારે જૂની આંખે આવું બધું નવું જોવાનું ? એવો અફસોસ ન કરવો. પ્રસન્ન થવું. આ બાંધછોડ નથી. ઉદારતા પણ નથી. આ જરૂરી છે. આપણે ત્યાં પહેલાં પોસ્ટકાર્ડ આવતું તો ગામડાગામમાં એક શાળાના શિક્ષક વાંચી સંભળાવતા. હજુ આ વાતને માત્ર પચાસ જ વર્ષો વિત્યાં છે. હવે બાળકો ઇ-મેઇલથી વિચારોની આપ-લે કરે છે. પહેલાં ગામમાં તાર આવે તો કશુંક ‘અશુભ’ જ હોવાનું એવી સમજણ હતી. હવે દિવસમાં સો વાર ફેક્સ અને બસો ફોન દેશ-વિદેશના આવે છે. આ બધામાં આનંદ માણશો તો જીવન સુરભિત થશે, પુલકિત થશે, મઘમઘતું રહેશે. આમાં આપણે કશુંયે ત્યાગ કરવાનું નથી. કશુંયે ખોવાનું નથી. આપણા શિવાનંદ આશ્રમ, હૃષીકેશમાં શ્રીમતી સ્વર્ણલતા કપૂર માતાજી રહે છે. તેમના ત્રણ દીકરાઓ છે, બે દીકરીઓ છે. તેમને સૌને ત્યાં પણ બબ્બે-ત્રણત્રણ બાળકો છે અને હવે ચોથી પેઢી પણ તૈયાર થવા લાગી છે. આ કપૂર માતાજી દરરોજ સવારે ૩.૩૦ વાગ્યે ઊઠે છે. બારેય મહિના ગંગાજળથી નહાય છે. ગંગાપાણી પીવે

છે, કારણ ગંગાકિનારે છે. સવારે નહાઈ-ધોઈ ધ્યાન કરી ૪.૩૦ વાગ્યે આશ્રમના શ્રી વિશ્વનાથ મંદિરમાં અભિષેક માટે જાય છે. ૫.૦૦ થી ૬.૩૦ સુધી આશ્રમની પ્રાર્થનામાં હાજર રહે છે. ૬.૩૦ થી ૯.૦૦ વાગ્યા સુધી ગીતાપાઠ, જપ વગેરે કરે. બરાબર નવ વાગ્યે જમી લે. ૯.૪૫ થી ૧૦.૦૦ સુધી બહાર આંગણામાં તડકામાં બેસે. ૧૦.૦૦ થી ૧૧.૩૦ સુધી સૂઈ જાય. ૧૧.૩૦ થી ૧.૩૦ સુધી મંત્રલેખન કરે. ૧.૩૦ થી ૩.૦૦ સુધી યોગવાસિષ્ઠ વાંચે. ૩.૦૦ થી ૪.૦૦ આશ્રમના અખંડ મહામંત્ર કીર્તનમાં જાય. ૪.૦૦ થી ૫.૦૦ આશ્રમના માતૃસત્સંગમાં જાય. ૫.૦૦ થી ૬.૦૦ જંગલમાં એકલાં જ ફરવા જાય. સાંજે ૬.૦૦ થી ૮.૩૦ પાછું જપ અને ધ્યાન કરે. ૮.૩૦થી ૯.૩૦ આશ્રમના રાત્રી સત્સંગમાં જાય. ૯.૩૦ થી ૧૦.૦૦ જપ કરી એક ગ્લાસ ગરમ દૂધ પીને સૂઈ જાય. પરંતુ આ બધી દિનચર્યા આશ્રમમાં. દર વર્ષે ઉનાળામાં મુંબઈ જઈને બે મહિના દીકરાઓને ત્યાં રહે. ત્યારે જેમ લોકો રહે તેમ તેઓ રહે. જ્યારે બધાં જમે ત્યારે તેઓ જમે. નળમાં જે પાણી આવે તે જ ગંગાનહાયા. એટેચ્ડ હોવા છતાં ડીટેચ્ડ છે. જોડાયેલાં હોવા છતાં છૂટેલાં છે.

ઉંમર વધતાં હતાશા, નિરાશા, તનાવ, બ્લડપ્રેશર થાય છે. તેમાં મોટા ભાગનું પ્રમુખ કારણ આપમાં પોતાના વ્યક્તિગત સ્વભાવ જ છે. તેમાં Adjust, Adopt, Accomodateનું સૂત્ર અપનાવી શકાય તો ભઈ ભયો ભયો.

બીજી જે પ્રમુખ વાત છે તે એ કે બુઢ્ઢા ને બાળક બંને સરખાં એવું આપણે સાધારણ રીતે કહેતા હોઈએ છીએ. બાળક અણસમજુ હોય છે તેથી હઠ કરે. પરંતુ વડીલોએ કદી પણ જીદ કરવી નહીં. તેથી આપણા અહંકારને પોષવા સિવાય બીજું કંઈ પણ તથ્ય સરતું નથી. આપણા કોઈ પણ વિચારથી જાણ્યે કે અજાણ્યે કોઈને પણ દુ:ખ થાય તેવું ન કરવા જાગૃત પ્રયત્ન કરવો. આપણે જે શ્વાસ લઈએ તે શ્વાસ પણ કોઈનેય ઉપયોગી થઈ શકતો હોય તેટલો લેવો.

તેથી વધુ વિશેષ વાત એ આપણો ખોરાક છે. જે રુચે તે ન ખાવું, જે પચે તે ખાવું. ખોરાક આવશ્યક છે. તેમાં પ્રોટીન, કાર્બોહાઇડ્રેટ્સ, ચરબી, કોલેસ્ટ્રોલ બધું જ સંકળાયેલું હોય છે. તેથી ખોરાકમાં વૈવિધ્ય હોય તે ખૂબ જ જરૂરી છે, છતાં આપણી પાચનક્રિયા અને આવશ્યકતા બંને તરફ દૃષ્ટિ

હોવી જરૂરી છે. આપણે જે કંઈ ખાઈએ છીએ તે મોઢું, દાંત, Esophagus, ગૉલબ્લેડર, પેટ (Stomach), નાનું આંતરડું અને મોટાં આંતરડામાંથી પસાર થાય છે. માટે જે ખોરાક ખાઈએ તે બધો વધુ ચીકણો (Sticky) કે ખાંડ (Sugar)વાળો ન હોય તે ખૂબ જ જરૂરી છે. તેમ થવાથી દાંતોની વધુ રક્ષા થશે. એક સામટું ખૂબ ન જમી લેતાં દિવસમાં ત્રણ કે ચાર વખત ખૂબ થોડું થોડું ખૂબ જ ચાવીને ખાવું. બહુ મેંદાવાળું, તેલ, મરચાં, વઘાર, ખૂબ ખાટું, ગળ્યું વગેરે તથા વાસી અથવા તો મોટી ઉંમર થયે માંસાહારી ખોરાકનો સમૂળગો ત્યાગ કરવો. પાચનક્રિયામાં સૌથી મોટો અવરોધ ધૂમ્રપાનની ટેવ છે. સદ્ભાગ્યે અમેરિકનો આ બાબતે ખૂબ જ ધન્યવાદને પાત્ર છે કે ભાગ્યે જ ૧૨ થી ૧૫ ટકા લોકો અમેરિકામાં ધૂમ્રપાન કરે છે, પરંતુ જે કોઈ પણ કરતા હોય તેમણે પોતાનાં દીર્ઘ અને સુખદ સ્વાસ્થ્ય માટે ધૂમ્રપાન ત્યાજ્ય કરવું જ પડશે. જે કંઈ પણ ખાઈએ તેમાં ભાજી વગેરે અથવા દાળ અને કઠોળ પણ છોડાંવાળાં ખાવાથી High-fiber diet મળવાથી મોટાં આંતરડામાંથી મળ નિકાસની સુવિધા રહે છે. સંતરા-મોસંબીનો રસ કાઢીને પીવા કરતાં માત્ર બી અને છાલ જ કાઢીને બાકી બધો ગર્ભ તેના ફાઈબર્સ સાથે ચાવી જવાથી તથા કૂણી છાલની કેરી અને સફરજન છાલ સાથે ખાવાથી રફેજ વધુ મળી રહે છે. આજકાલ ખૂબ જ દવાઓ છાંટીને શાકભાજી અને ફળને મોટાં રૂપાળાં કરવામાં આવે છે. તેથી તમામ શાકભાજી તથા ફળને હલકા ગરમ પાણીમાં થોડી વાર પલાળીને સારી રીતે ધોઈને ખાઈ શકાય છે, જેથી દવાઓની અસર નિવારી શકાય.

તરવા જવાનું અને ફરવા જવાનું જરૂર રાખવું. પરંતુ આમતેમ ચરવા જવાનું ટાળવું. ગમે ત્યાં પાર્ટીઓમાં જમવાથી એક તો વધુ ખાઈ લેવાય, બીજું મોડેથી જમવાનું થાય. ત્રીજું પાર્ટીઓનાં ભોજન વધુ મરી, મસાલા અને તેલવાળાં હોય છે. મિષ્ટાન્ન પણ હોય. આ બધું આપણે પચાવી જ શકીએ તે જરૂરી નથી જ. માટે જીભનો સ્વાદ ખૂબ જ નિયંત્રણમાં રાખવો.

ગમે તે હોય સવારે અને સાંજે તમારી અંગત પ્રાર્થના અને ધ્યાન અચૂક કરવાં. તમોને જોઈને તમારી સાથે વધુ પ્રેમ ધરાવતાં તમારાં નાનાં ગ્રાન્ડ ચિલ્ડ્રન્સ પણ ધ્યાનમાં બેસતાં શીખશે. પ્રભુસ્મરણમાં આખોયે પરિવાર એક વાર સાથે બેસી શકે તો સારું. નહીં તો ખૂબ જ નાનપણથી જ પૌત્ર-પૌત્રીઓની ગળથૂથીમાં વહાલથી, પ્રેમથી આ દિવ્ય જીવનનું અમૃત પાજો. થોડા શ્લોકો

તેમને શીખવજો. ગીતા અને ગાયત્રીનું જીવનપાથેય તેમને આપજો. તમારો પોતાનો પાઠ પાકો થશે. સમાજનું ભાવિ પણ ઊજળું થશે. જીવનસંધ્યાના રંગ ભયાવહ થાય જ તેવું જરૂરી નથી. સંધ્યાના રંગ પ્રભાતના જેવા જ આકર્ષક, ભવ્ય અને ગૌરવભર્યાં હોઈ શકે છે, પરંતુ તેનો આધાર દિવસે સૂરજ કેટલો તપ્યો છે તેના ઉપર હોય છે. ઢળતી બપોરે આકાશ વરસ્યું હોય તો સંધ્યા વધુ સલુણી લાગે છે. જીવન આખું શ્રમ કરો, ઢળતી ઉંમરે ઉદાર બનો, જીવનસંધ્યા સુભગ બનશે જ. આપનું વૃદ્ધત્વ આપની નવી પેઢીને પ્રેરણાસ્પદ બની રહે તે જ શુભેચ્છા. ૐ શાંતિ.

❐

# ૧૯. વડીલોની વહારે-૪...

વડીલોની વહારે છેલ્લા ત્રણ લેખાંકનો પડઘો સારો પડ્યો છે. મને એક વાત યાદ આવી. એક મુસલમાન ભક્ત દરરોજ મસ્જિદમાં જઈને એક જ નક્કી કરેલ સ્થાને બેસીને નમાજ પઢતો. એક દિવસ તે સ્થાને બીજું કોઈ બેસેલું. તે ભક્તે ખૂબ જ વિનમ્ર ભાવે તે નવાગંતુકને કહ્યું, 'ભાઈ ! વરસોથી હું અહીં જ બેસું છું. તમો થોડું ડાબે-જમણે ખસીને બેસો તો આભારી થઈશ.' પેલા સજ્જને પૂછ્યું, 'શા માટે ? તમો ડાબે-જમણે બેસો તો શું થશે ?' ભક્ત બોલ્યો, 'કદાચ નવી જગ્યાએ બેસવાથી અલ્લાહ મારી નમાજ કબૂલ ન પણ કરે.' અને સૌના આશ્ચર્ય વચ્ચે આકાશવાણી થઈ, 'તું ગમે ત્યાં બેસીને નમાજ પઢ. હજુ સુધી તારી કોઈ પણ એક પણ નમાજ કબૂલ થઈ નથી.' અને અલ્લાહનો તે બંદો નાચી ઊઠ્યો. લોકોએ કહ્યું, 'નમાજ પઢી પઢીને ઘૂંટણ છોલાયાં, જ્યાં નમાજ પઢે છે તે પણ આરસ ઘસાયો પણ એકેય નમાજ કબૂલ નથી થઈ. તે જાણીને ગાંડો થઈ ગયો છે.' પરંતુ તે બંદો ફિરસ્તો બની ગયો, તેણે કહ્યું 'કબૂલ થાય કે ન થાય પણ આજે એટલી વાત તો પાકી થઈ ગઈ કે હું નમાજ પઢું છું તેની અલ્લાહને ખબર તો છે જ !' અને તેવું જ તમો સૌ આ 'યોગ અને આરોગ્ય' વાંચો છો અને તેથી જ તમારા મનના ભાવો વ્યક્ત કરો છો ને ?

મોટા ભાગના વડીલોની સમસ્યાને એકસૂત્રે બાંધી શકાય તેમ નથી. દેશ કે પરદેશમાં વડીલોની સુવિધા બધે એકસરખી નથી હોતી. થોડા વડીલો જીવનની અંતિમ પળો સુધી કાર્ય કરવાની ખેવના રાખે છે અને કર્યા જ કરે છે તો તેઓ શરીરથી સ્વસ્થ છે. મનમાં પ્રસન્ન છે. ચિત્ત આનંદિત અને પુલકિત છે. વળી તેમાંના થોડા બીજા વડીલો પોતાના શરીરથી ન થાય તોપણ શરીરની પરવા કર્યા વગર કામ કર્યા જ કરે. રાત્રે મોડે સુધી, સવારે વહેલા

ઊઠીને થોડું જમે, ક્યારેક ન પણ જમે. કોઈ પૈસા માટે, કોઈ યશ અને કીર્તિ માટે, કોઈને ટેવ જ પડી. હાયપર એક્ટિવિટી તેમના જીવનનું અવિભાજ્ય અંગ બની રહે. પછી તનાવમાં ને તનાવમાં પણ કામ તો છોડે જ નહીં. પછી ડાયાબિટીસ થાય, બ્લડપ્રેશર લો થાય અને એ તેમના શરીરની લાપરવાહીમાં એક દિવસ હૃદય કામ કરતું બંધ થઈ જાય. જે વાત બરોબર નથી જ. ગીતાએ યોગને 'સમત્વ' એવું નામ આપ્યું છે. જે વિચાર, વ્યવહાર કે જીવનશૈલી સંતુલિત નથી તેને દિવ્ય જીવન કે યૌગિક જીવન ન કહેવાય. માટે બિલકુલ બેઠાડુ જીવન જે રીતે બરોબર નથી તેવી જ રીતે સતત ભાગદોડવાળું ધમાલિયું જીવન પણ બરોબર નથી.

કોઈ કોઈ વડીલોની પરિસ્થિતિ એવી હોય છે કે તેમને જીવનમાં કામ કરી અર્થ ઉપાર્જન કર્યા વગર છૂટકો જ નથી. કોઈને માટે અર્થઉપાર્જન મહત્ત્વનું હોય કે નહીં પણ થોડુંઘણું કંઈ પણ કામ કરે તો એક્ટિવ રહેવાય તેવી તેમની સમજણ છે. આ બધી વાત સાચી, પરંતુ આ બધાંની વચ્ચે પોતાના દૈનિક જીવનની આવશ્યકતા, ચોપાસનું જીવન એ બધામાં પણ થોડું કામ થઈ શકતું હોય તો તે આપણા જીવનને વધુ સુદૃઢ અને સૌષ્ઠવપૂર્ણ બનાવી શકે.

આપણે સવારે ઊઠીને આપણું વેક્યુમ ક્લીનીંગ કરી શકીએ. સવારનો નાસ્તો દરરોજ દેશની જેમ જ તાજો બનાવી શકીએ. રસોઈ બેસીને બનાવીએ. કંઈક પણ ભરત-ગૂંથણની ટેવ પાડીએ. કશુંયે ના હોય તો હાથ-પગનાં મોજાં ગૂંથવાનાં, મફલર ગૂંથવાનું કામ તથા અડધાં ઉભડક બેસીને બગીચામાં ખૂરપી લઈને નીંદામણ (વધુ પડતું બિનજરૂરી ઘાસ) કાઢવાનું કામ કરી શકીએ. આંગણું ન હોય તો ઓશરી કે પોર્ચમાં તૂટેલાં ટબ, બકેટ્સમાં વાવેલાં મેથી, ધાણા, પાલક, ફુદીનો, તુલસી તો વાવી જ શકીએ. આ કૂંડાઓને અઠવાડિયે બે વાર અંદર-બહાર કરવાં. કપડાં જે લોન્ડ્રી મશીનમાં ધોવાયા હોય તેને ઇસ્ત્રી કરવાનું કામ કરી શકાય. આ બધું આપણાં ઘૂંટણ, કમર, ખભા, કોણી કાંડા અને આંગળીઓના જોડાણની સારી એવી કસરત આપી શકશે.

થોડી વાતો એવી પણ જાણવા મળી કે તમારાં સંતાનો તમો કંટાળી ન જાવ માટે બેબી સિટિંગના ડે-કેર જેવા વડીલોની કેર સંસ્થાઓ, મંદિરે, સનાતન સભાના હૉલ, લાઇબ્રેરી કે સંબંધીઓને ત્યાં મૂકતા જાય છે. પરંતુ

તેનો અણગમો ન કરવો. ત્યાં જઈને પણ કંઈક કામ કરવું. આઉટીંગ પણ થયું અને સોશિયલ પણ. આપણી ઓળખાણવાળા પ્રો. જગન્નાથ મોડગીલ હવે ૯૨ વર્ષના છે. તેમનો દીકરો પહેલાં પ્રિન્સિપાલ હતો. હવે સેવાકીય પ્રવૃત્તિ માટે ફર્યા કરે છે. તેમની એકની એક આર્કિટેક્ટ દીકરીનું ચારેક વર્ષ પૂર્વે હાર્ટફેઇલ થયું છે. આશરે દશેક વર્ષ પૂર્વે તેમનાં પત્નીનું કેન્સરમાં અવસાન થયું છે. આ મોડગીલ અન્કલ પૂર્વે દિલ્હી એન્જીનિયરીંગ કૉલેજના પ્રિન્સિપાલ હતા. ભોપાલ રીજીઓનલ અન્જિનિયરીંગ કૉલેજના પણ પ્રિન્સિપાલ હતા. દિલ્હીની ઇન્ડિયન ઇન્સ્ટિટ્યૂટ ઓફ ટેકનોલોજીના સંસ્થાપક છે. પરંતુ હવે જીવન તદ્દન એકાકી થયું છે. છતાં ઓળખાણવાળાં તેમનાં સગા-સંબંધીઓ, દૂરના ભાઈ, ભત્રીજાં, ભાણેજ, સાળા, સાઢુ કે મિત્રોને ત્યાં બબ્બે અઠવાડિયાં જઈને રહે છે. જ્યાં જાય ત્યાં બધા નળના વૉશર બદલી આપે. છરી-ચપ્પુ, કાતરની ધાર તેજ કરી આપે. પંખામાં લુબ્રિકેશન, મહેંદીની વાડ કાપવાની, લૉનને ઓર્ડરમાં કરી આપવાની, પુસ્તકોનાં પૂંઠા બદલી આપવાનાં, લાઇબ્રેરી અપ-ટુ-ડેટ કરી આપવાની વગેરે કંઈક કંઈક કર્યા જ કરે. જ્યાં જાય તેની આજુબાજુના ધાર્મિક કે જોવા જેવાં સ્થળોના ફોટા પાડે. તેનો ઇતિહાસ જાણે. નાનામાં નાની વાતોની નોંધ રાખે. તે સંબંધી લેખો લખે. જેને ત્યાં રહ્યા હતા તેમનાં નામોનો અને આ બધું જોવા સમજવા જેમણે સહાય કરી હતી તેમનો ઉલ્લેખ કરે. આ બધું છાપાંઓ, પત્રિકાઓ, મેગેઝિન્સમાં છપાવે. લોકોના કે જેમને તેઓ મળે છે, જ્યાં રહે છે, જેમના મિત્રો-સંબંધીઓ વગેરે સૌના ફાટાઓ પાડે, તેમને આભાર સાથે પત્રો લખે.

ભોજન બહુ જ ઓછું ખાય. લોકો આગ્રહ કરે તો કહેશે મારું ચોકઠું બરોબર નથી તેથી ચાવવાની મુશ્કેલી હતી. તેથી હવે ઓછું જ ખાવાની ટેવ પડી ગઈ છે. માટે એકાદ રોટલી દાળમાં પલાળીને ખૂબ જ થોડાં દાળભાત અથવા તો આ બધું જ તથા થોડું તાજાં શાકભાજીનો સલાડ બધું જ મિક્સરમાં કચરી કાઢે અને પછી સ્વાદ સારો કરવા આવશ્યક મીઠું, મરી કે લીંબું નાખીને એકાદ બાઉલ જેટલું જમી લે. તેમાં તેમને બધાં પૌષ્ટિક તત્ત્વો મળી રહે છે. પેટને ઓવરલોડ થવા દેતા નથી. કામ કરવાથી પોતાનું શરીર તો એક્ટિવ છે જ, પરંતુ જેમને ત્યાં જઈને તેઓ રહે છે તેઓ બધાં જ ફરીથી જલદી આવજો હો...એવું કહીને હૃદય ભારે કરી ભારે હૈયે વિદાય આપે છે. તેઓ પ્રસન્ન છે. આનંદમાં રહે છે. જ્યાં જાય છે તેમને સૌને આનંદ આપે છે.

દુઃખી થતા નથી, કોઈને દુઃખી કરતા નથી. અને ભગવાનને પોતાની ભેગો જ ફેરવે છે. શરીર છે...ક્યારેક ઉંમર પ્રમાણે કોઈ મુશ્કેલી ઊભી પણ થાય તો લોકો હોંશે હોંશે તેમને પૂરેપૂરી મેડિકલ તપાસ, સહાય કરાવે છે. તેમનું જીવન તેમને ભારે નથી. સમાજે તો કદી એવું અનુભવ્યું જ નથી.

આ બધાનો સાર એટલો કે મોટી ઉંમરે શરીર નકામું થઈ જાય છે, તેનું પ્રમુખ કારણ એ કે આપણે જ તેને બિનઉપયોગી બનાવી નાખ્યું છે. વળી બીજો પ્રશ્ન જો બિનઉપયોગી થઈ ગયું હોય તો ઉપયોગી થઈ શકે ? હા ! ચોક્કસ થઈ શકે.

કેવી રીતે ?

તો સાંભળો–જુઓ પ્રાણાયામથી ખૂબ જ સ્ફૂર્તિ રહેશે. જો પલાંઠી વાળીને બેસી શકતા હો તો તેમ બેસવું. જો ન બેસી શકાય તો જમીન ઉપર બંને પગ બરોબર (અધ્ધર નહીં) રહે તેમ એકમેકને સમાંતર રાખીને બેસવું. પછી ખૂબ જ ધીરેથી ઊંડો શ્વાસ લેવો અને ખૂબ જ ધીરે ધીરે તે શ્વાસ છોડવો. આવી રીતે વીસ શ્વાસ લેવા. ત્યાર બાદ થોડા વધુ ઝડપથી વીસ શ્વાસ લેવા અને છોડવા. ત્યાર બાદ કપાલભાતિ તથા ભસ્ત્રિકા પ્રાણાયામ કરવા.

કપાલભાતિ એટલે કપાળનું ચળકવું. ખૂબ જ ધીરેથી શ્વાસ લો અને એકદમથી છોડો. આ ક્રિયામાં ડાયાફ્રામ ઉપર અને નીચે થશે. પેટ થોડું આગળ પાછળ થશે. પરંતુ ખભા કે શરીરનો બીજો કોઈ ભાગ ઉપર-નીચે ન થવો જોઈએ. તેમ ચહેરા ઉપરના કોઈ પણ મસલ્સને સ્ટ્રેઈન ન પડવું જોઈએ. આ પ્રમાણે શ્વાસ ખૂબ જ ધીરેથી લઈને ઝડપથી છોડવાની આ કપાલભાતિ ક્રિયા પણ વીસ વખત કરવી. દરેક વખતે શ્વાસ નાકથી જ લેવો અને નાકથી જ છોડવો.

ભસ્ત્રિકા પ્રાણાયામ માટે કપાલભાતિ ક્રિયાની જેમ જ દરેક વખતે શ્વાસ નાક વડે જ લેવાનો તથા છોડવાનો છે. પરંતુ કપાલભાતિમાં આપણે શ્વાસ ખૂબ જ ધીરે ધીરે લેતા હતા અને ઝડપથી છોડતા હતા, જ્યારે અહીં ભસ્ત્રિકા પ્રાણાયામમાં શ્વાસ ખૂબ જ ઝડપથી લેવાનો તથા ઝડપથી છોડવાનો છે. પરંતુ શ્વાસ લેતી તેમજ છોડતી વખતે શ્વાસ લેવા અને છોડવાની રિધમ-તાલબદ્ધતા અથવા તો લયબદ્ધતા જાળવી રાખવાની છે. હૂડઝૂડિયાવેડા કરવાના નથી. ઝીંઝકાવાળીની જેમ ધૂણવાનું પણ નથી. સ્વસ્થ બેસવાનું. સ્થિર

બેસવાનું. કમર સીધી રાખવી. શરીરનું હલનચલન નહીં. પલાંઠી વાળી શકાય તો સારું. ન વળાય તો બંને પગ બરોબર જમીન ઉપર રહે તેમ બંને હાથ સાથળ ઉપર. પછી ચહેરાની કોઈ પણ માંસપેશીમાં વિકૃતિ ન આવે તે પ્રમાણે ઝપાટાબંધ શ્વાસ લેવા અને છોડવા. ધમણની જેમ પેટ અંદર બહાર થશે. ડાયાફ્રામ પણ થોડા પ્રમાણમાં ઉપર-નીચે થશે. પરંતુ તેનાથી શ્વસનક્ષમતા વધશે. આખુંય શરીર હળવું ફૂલ જેવું લાગશે. તેથી સમગ્ર દિવસ પ્રસન્નતામાં વ્યતીત થશે.

જ્યાં સુધી આસનોનો પ્રશ્ન છે, તમો જમીન ઉપર ધાબળો પાથરીને ચત્તા સૂવો. પછી એકપાદઉત્તાન અને તેની શ્રેણીનાં ઉત્તાનપાદ, નૌકા, પવનમુક્ત, અર્ધપવનમુક્ત, દ્રોણ, ગર્ભાસન, ભુજંગ આસન, વૃક્ષાસન, ગરુડાસન, તાડાસન અને તેની સાથે સૂર્યનમસ્કારની આઠમી સ્થિતિ, શીર્ષાસનમાં હાથ રાખીએ છીએ તેમ હાથ રાખવા. માથું જમીન ઉપર ત્યાર બાદ ઘૂંટણ ઊંચા કરવા, કમર ઊંચી કરવી. જે ત્રિકોણ થશે તેમાં માથું જમીન ઉપર છે. હૃદય ઉપર આવે છે તેથી સાધારણ પરિસ્થિતિના પ્રમાણમાં માથાને એટલે કે સેરિબ્રમને, સેરીબેલમને, પિચ્યુટરીને, પીનિયલને, થાયરોઇડને, પેરાથાયરોઇડને અને ફેફસાં તથા હૃદયને પોતાને પણ લાભ છે જ. ઓછી મહેનતે લોહીને મસ્તિષ્ક

**ગર્ભાસન (આકૃતિ - ૩૯)**

**વૃક્ષાસન (આકૃતિ - ૪૦)**

ગરૂડાસન (આકૃતિ - ૪૧)

દાદીમાનું શીર્ષાસન (આકૃતિ - ૪૨)

તરફ પહોંચાડવાનું કામ આ પરિસ્થિતિ કે જેને 'ઓલ્ડ લેડીનું શીર્ષાસન'
'દાદીમાનું શીર્ષાસન' એવું નામ આપી શકાય તે બધું કોઈ પણ મુશ્કેલી
વગર જ કરી શકાય.

એકપાદઉત્તાનઆસન માટે ચત્તા સૂઈને એક પછી એક પગ વારાફરતી

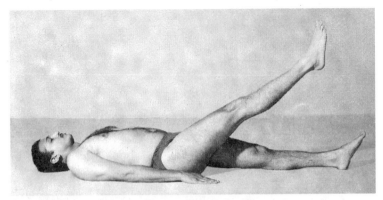

એકપાદ ઉત્તાનઆસન (આકૃતિ - ૪૩)

પવન મુક્તાસન (આકૃતિ - ૪૪)

ઊંચો કરવાનો હોય છે. જો બંને પગ સાથે જ ઊંચા કરીએ તો તેને ઉત્તાનપાદ આસન કહેવામાં આવશે. જો એક પગને વાળીને તેના ઘૂંટણને છાતી ઉપર બંને હાથથી દબાવીને માથું ઘૂંટણમાં દબાવીએ તો તે અર્ધપવનમુક્ત આસન કહેવાય. પરંતુ બંને ઘૂંટણ વાળીને પેટમાં દબાવીએ અને માથું ઊંચું કરીને ઘૂંટણમાં અડકાડીએ તો તેને પવનમુક્ત આસન કહેવાય. ઊંડા શ્વાસ લઈને બંને હાથ માથાની પાછળ લઈ જઈએ. પછી ખભા, હાથ અને માથું એક તરફ અને બંને પગ છેક સાથળમાંથી બીજી તરફ ઊંચા કરીએ તો નૌકા જેવો આકાર થશે. તે નૌકાસન કહેવાય. સાદી પલાંઠી અથવા તો શક્ય હોય તો પદ્માસન વાળીને બંને હાથને નિતંબની નીચે રાખીને બેસવું. પછી ઉપર કમરથી માથાં સુધી અને નીચે પદ્માસન બંને ઘૂંટણ સાથે ઊંચા કરવાથી શરીરનો આકાર ત્રાજવાના પલડાં જેવો થઈ જશે. આ એકપાદ ઉત્તાન,

પદોત્તાન, નૌકાસન, અર્ધપવન, પવન, ગર્ભાસન વગેરેથી પાચનક્રિયા વધુ સારી થાય છે. પેટનો ગૅસ ઓછો થાય છે. બ્લેડર, ઇન્ટેસ્ટાઇન, લીવર, કીડની પેન્ક્રિયાસ સ્પ્લીન અને એડ્રીનલ આ બધી ગ્રંથિઓની કાર્યક્ષમતા વધે છે.

આમાંથી જે થાય તે કરવું. કશું ન થાય તો ત્રિકોણ આસન અને સૂર્યનમસ્કાર તો થઈ જ શકશે. જો તે ન થાય તો ફ્લેક્સિબિલિટીસ (સૂક્ષ્મ વ્યાયામ) તો ચોક્કસ થશે જ. તે પણ ન થાય તો સવાર, બપોર, સાંજ, રાત દિવસમાં ચાર વખત ૨૦-૨૦ વખત ૐકાર પ્રણવનું દીર્ઘ ઉચ્ચારણ કરવું. ત્યાર બાદ ઊંડા શ્વાસ વીસ વખત લેવા. તમો સ્વસ્થ રહેશો જ.

વડીલો સમાજની મૂડી છે. સમાજની થાપણ છે. તમારાં આયુષ્ય અને સ્વાસ્થ્યની પળોજણ એટલે સમાજના જ્ઞાન અને અનુભવનું રક્ષણ છે. આપનો આનંદ એ અમારો આનંદ છે. માટે સદૈવ આનંદમાં રહો. ઉંમર વધે તેમ ખોરાક ઓછો કરવો. જપ વધારવા. ઉંમર વધે તેમ બોલવાનું ઓછું કરવું. ધ્યાન વધારવું. ઉંમર વધે તેમ બહારના સંપર્ક ઓછા કરી આંતરિક સંબંધને વધુ સુદૃઢ કરવા. આનંદનો સ્રોત અંદર જ છે. પરમ શાંતિનું ઝરણું આપણી અંદર જ વહી રહ્યું છે. જપ, ધ્યાન, પ્રાર્થના, સ્વાધ્યાય, નિષ્કામ સેવાની પંચાયતનમાં એક પૈસો લાગતો નથી. જગ્યા લાંબી જોઈતી નથી. હાથ-પગ વધુ હલાવવાં પડતાં નથી. માટે આ અધ્યાત્મપથનો આશ્રય લઈને જીવનસંધ્યાને સોહામણી કરો એ જ અભ્યર્થના. ઢળતી ઉંમરનું હાસ્ય વિશેષ સૌંદર્ય ઊપજાવતું હોય છે. તેવાં નિર્મળ હાસ્ય, સુરેખ જીવન, ચળકતી આંખોનાં પારદર્શક ચારિત્ર્યની શુભકામનાઓ સાથે આપનો જ આત્મા, અધ્યાત્મ. ૐ શાંતિ.

❐

# ૨૦. સમસ્યા અને સમાધાન-૧...

❍ નોર્થ કેરોલીનાથી શ્રી પરેશભાઈ પટેલ કહે છે કે, ‘સ્વામીજી, તમો જે કંઈ લખો છો તે બધું જ સાચું જ છે એવું માની લઈએ છીએ અને ક્યારેક ડૉ. ભરતભાઈ નાયક સાથે શિકાગોમાં ચર્ચા પણ કરીએ છીએ. સ્વામીજી ! મિલેનિયમને ઓવારે... તમારો લેખ ગુજરાત ટાઇમ્સમાં વાંચ્યો. તેમાં તમે શિકાગોના ગણપતિ મંદિરના પૂજારીના પ્રશ્નની વાત લખી. તો તમારો લેખ વાંચીને તેને ખોટું તો નહીં લાગે ને ?’

કેટલી મઝાની વાત ! ગણપતિ મંદિરના પૂજારી દક્ષિણ ભારતીય છે. તે ભલા ગુજરાત ટાઇમ્સ ક્યાંથી વાંચવાના ? બીજી વાત તે લેખમાં બધી જ વાત સાચી છે. આ લેખ અમેરિકન પ્રજા માટે લખાયો એટલે તેમાં શિકાગો તેવું લખ્યું. બાકી આ વાત ડોમ્બવલી (મુંબઈ)ના ગણપતિ મંદિરની છે. અસ્તુ.

❍ ન્યૂયોર્કથી નરગીસ કાટપીટિયાનું પૂછવું છે કે શું યોગ દ્વારા મનની એકાગ્રતા થાય ?

હા ! થાય.

યોગાસનોથી શરીર, શરીરથી પ્રાણ, ઇન્દ્રિય, મન અને બુદ્ધિ ક્રમશઃ નિયંત્રિત થાય.

એક ઘડો પાણીથી ભરો. પાણી ડોળાયેલું, માટીવાળું હોય. હવે ઘડાનું હલનચલન થાય તો તેમાંનું પાણી પણ હલે, ડોળાયેલું પણ રહે. તેમાં પડછાયો કે પ્રતિબિંબ ન દેખાય. તેને માટે ઘડાને સ્થિર કરીએ તો પાણી સ્થિર થાય. સ્થિર થયેલા પાણીની માટી નીચે બેસી જશે એટલે નીતરેલા સ્વચ્છ થયેલાં પાણીમાં પડછાયો કે પ્રતિબિંબ જોઈ શકાશે.

તેવી જ રીતે યોગાસનોથી આપણે આરંભમાં શરીરનું નિયંત્રણ અને

ત્યારબાદ શ્વાસ, ઇન્દ્રિયો અને મનનું નિયંત્રણ કરી શકીએ.

છતાં યોગાસનો સાથે પ્રાણાયામ અને તેમાં પણ ખાસ કરીને શીતલી, શીતકારી, ૐકારનો અભ્યાસ નિયમિત કરવો. શીર્ષાસન કરી શકાય તો ઉચિત પણ જો ન થઈ શકે તો સર્વાંગાસનનો અભ્યાસ તો જરૂર કરવો. જો તે ન થાય તો વિપરીત કરણી મુદ્રાનો અભ્યાસ કરવો. તે બધું તથા પદ્માસન, સિદ્ધાસનમાં દસ મિનિટથી આરંભ કરીને આરંભમાં એક કલાક પછી ધીરે ધીરે સમય વધારીને ત્રણ કલાક સ્થિર બેસવાનો અભ્યાસ કરવો. માથું, ગળું અને કમર તથા કરોડસ્તંભ એક લાઇનમાં સીધાં રાખવાં. માનસિક એકાગ્રતા તથા માનસિક શક્તિનો વિકાસ થશે જ.

❍ ડલાસના જિતેન્દ્રભાઈ કણસાગરાનો પ્રશ્ન છે કે સ્વામીજી, આપણે દેવદેવીઓનાં ચિત્ર અને મૂર્તિ ઉપર ધ્યાન કરીએ તો તેનાથી એકાગ્રતા અને ધારણા વધે ને ?

હા ! ચોક્કસ વધે.

પરંતુ આ જે કોઈ પણ ગુરુ, સંતો, દેવ કે દેવીઓનાં ચિત્રો કે મૂર્તિઓનું આપણે ધ્યાન કરીએ તે પૂર્વે કે તેની સાથે સાથે તેમના સંબંધી સાહિત્યનું વાંચન પણ કરવું જોઈએ.

આ વિષયને સત્સંગ અને સ્વાધ્યાય એવું નામ આપવામાં આવ્યું છે.

દા.ત. એક પક્ષીને આકાશમાં ઊડવાને બે પાંખો જોઈએ. તો તેને પૂંછડું પણ જોઈએ અને જો તેના પગમાં પથરો બાંધો કે પથરે પગ બાંધો તોપણ તે ઊડી શકે નહીં.

જે ચિત્ર કે મૂર્તિનું આપણે ધ્યાન કરીએ તેમના જીવનકવન અને ઉપદેશ સંબંધી જ્ઞાન હોય તો ધ્યાનમાં આપણે આ વિચાર ઉપર આપણા મનને કેન્દ્રિત કરી શકીએ. તેથી એકાગ્રતા અને ધારણા વધે.

પરંતુ આટલી વાત પૂરતી નથી. આપણા જીવનમાં વ્યક્તિગત રીતે વિચાર, વાણી અને વર્તનશુદ્ધિ પણ હોવી જોઈએ. જો મન વ્યક્તિગત, જાતિપ્રદાયક, ધન-જનના, અહમ્‌માં બંધાયેલું હોય તો મન વિકારોના તાણાવાણા વચ્ચે સદૈવ ચકડોળે ચઢેલું રહેશે. એકાગ્રતા કે ધારણા નહીં વધી શકે. માટે મનને વિકાર રહીત કરવા જાગ્રત પ્રયત્ન, પ્રમાણિક પ્રયત્ન કરવો જ જોઈએ.

❍ શ્રીમતી જ્યોત્સ્ના પરીખ ઓર્લાન્ડોથી પૂછે છે કે આ દેવી-દેવતાઓની

પૂજા આપણા આત્માનું કલ્યાણ કરી શકે ?

ચોક્કસ કરી શકે. શા માટે ન કરી શકે. પરંતુ આપણે જે દેવી-દેવતાઓની પૂજા કરીએ છીએ તે તમામ વિગ્રહો કે ઇષ્ટદેવતાઓના ધ્યાન-શ્લોક હોય છે. તમારા ઇષ્ટ મંત્રની સાથે તમારે તે ધ્યાનમંત્ર પ્રમાણે તમારા ઈષ્ટનું ધ્યાન કરવું જોઈએ. ધ્યાનની સાથે સાથે જે-તે ધ્યાનશ્લોકનો અર્થ અને તેમાં રહેલા ભાવને પણ આપણા વ્યક્તિગત જીવનમાં આત્મસાત્ કરવાનો પ્રયત્ન કરવો જોઈએ.

ઉદાહરણ માટે માનો કે તમો ભગવાન વિષ્ણુનું ધ્યાન કરો છો. તો સુપ્રસિદ્ધ શ્લોક શું છે ?

*શાંતાકારં ભુજગશયનં પદ્મનાભં સુરેશં*
*વિશ્વાધારં ગગનસદશં મેઘવર્ણ શુભાંગમ્ ।*
*લક્ષ્મીકાંતં કમલનયનં યોગીભિર્ધ્યાનગમ્યં*
*વંદે વિષ્ણું ભવભયહરં સર્વલોકૈકનાથમ્ ॥*

કેટલી સુંદર વાત કહી. તેઓ શાંત આકારના છે. હવે જ્યોત્સ્નાબહેન ! તમો તમારી જાતને પૂછો...હું શાંત છું ? બહુ જ સરળ છે, સમજો ક્યારે શાંત છે ? ભુજગ શયનં...સર્પની પથારી ઉપર સૂઈને પણ શાંત છે. અર્થાત્ જીવનની કડવી વાટેઘાટે, ખાટે-મીઠે તમામ પ્રસંગોપાત્ત કે ગમે તેટલા ચઢાવ-ઉતાર વચ્ચે પણ તેઓ શાંત રહી શકે છે. શ્રીમદ્ ભાગવતજીમાં લખ્યું છે કે ભૃગુ ઋષિ, બ્રહ્મા, વિષ્ણુ, મહેશની પરીક્ષા કરવા ગયેલા. શ્રેષ્ઠ કોણ ? હવે આ ક્ષીરસાગરમાં પોઢેલા અનંતશયન શ્રી વિષ્ણુની છાતીમાં આ ઋષિએ લાત મારેલી. ત્યારે પ્રભુ શું બોલ્યા ? 'અરે આપને લાગ્યું નથી ને પ્રભો ? અમો ક્ષત્રિય. આપશ્રી બ્રાહ્મણ. અમારી છાતી તો વજ્ર જેવી. આપનાં ચરણ તો કોમળ કમળ સમાન. આવો બાપ !' એટલું કહીને ભૃગુઋષિનો પગ પોતાના ખોળામાં–શ્રીઅંકમાં લઈને દબાવવા લાગેલા. હવે માની લો કે આ બધું કથાવાર્તા છે. છતાં આમાંના 'મોરલ' શું ? આપણે શ્રીવિષ્ણુનું ધ્યાન કરતા હોઈએ તો તેમના જેટલા સહનશીલ થવું.

પ્રભુની નાભિમાંથી કમળ પ્રગટ્યું છે.

કમળના જેટલી પવિત્રતા આપણા હૃદયમાંથી પણ ઊપજવી જોઈએ. કમળ ગંદા પાણીમાં થાય પણ પાણીથી દૂર. આપણે ગમે તેવા સમાજમાં રહીએ, પરંતુ આપણે આપણી પવિત્રતા જાળવી રાખવી.

આ કમળમાં બ્રહ્મા જન્મ્યા. આ બ્રહ્માને ચાર મોઢાં છે. તે ચતુર્મુખ છે. આ ચતુર્મુખ એટલે મૈત્રી, કરુણા, મુદિતા અને ઉપેક્ષા.

સમગ્ર વિશ્વ પ્રત્યે મૈત્રીભાવ રાખવો. મૈત્રીભાવનું પવિત્ર ઝરણું મુઝ હૈયામાં વહ્યા કરે...નું સાતત્ય રાખવું. સદા સર્વદા પૂર્વ, પશ્ચિમ, ઉત્તર, દક્ષિણ, પહાડ, સમુદ્ર, વન, જંગલ, સર્વત્ર સૌના કલ્યાણની, સૌના મંગલની, જનજનનાં હિતની પ્રાર્થના કરવી. કરુણા એટલે હાર્દિક પ્રેમ, દયા કે અંતરની આત્મીયતા. મુદિતા અને ઉપેક્ષા એટલે યોગ્ય પ્રતિ સદ્ભાવ અને અયોગ્યની ઉપેક્ષા કરવી. પરંતુ આ બંનેમાંથી એકના પ્રત્યે પણ રાગ કે દ્વેષ ન રાખવા.

આ મહાવિષ્ણુના ચરણોમાં લક્ષ્મી બેસેલાં છે. પ્રભુનાં ચરણોની સેવા કરે છે અને પ્રભુની પૂજા માટે પત્રં પુષ્પં ફલં તોયં યો મે ભક્ત્યા પ્રયચ્છતિ...રુક્મિણીજીએ એક તુળશીના પાંદડે પ્રભુને તોળ્યા એવું કહેવાય છે. એનો અર્થ શું થયો ? લક્ષ્મીની રેલમછેલ હોય તોપણ નાનામાં નાના માણસ પ્રત્યે પ્રેમ-સદ્ભાવ રાખવો. આખી પૂજા અને અર્ચનાનો ભાવ એમ થયો કે પ્રભુ આપણા ભવ ભયહારી કેવી રીતે બની શકે ? ગમે તેવી પરિસ્થિતિમાં મનમાં જીવનમાં સમત્વ રાખવું. મન સંતુલિત રાખવું. જીવન નિર્મળ રાખવું. વિશ્વના જીવમાત્ર માટે પ્રેમ અને સદ્ભાવ રાખવો. લક્ષ્મીમાં આસક્તિ ન રાખવી. ઉદાર બનવું. આવું સમજાય. જીવનના આચરણમાં ઢળાય તો દેવતાનું ધ્યાન સાર્થક.

આવું જ શિવના ધ્યાનમાં. તેઓ પણ નાગને આભૂષણ તરીકે રાખે છે. નીલકંઠ કહેવાય છે. ચંદ્રચૂડ છે વગેરે વગેરે. શિવ એટલે શુભ, પવિત્ર, મંગલ, મૃત્યુથી નિર્ભય. વિશ્વના કલ્યાણ માટે હું ઝેર પી જઈશ. મસ્તક શીતળ રાખીશ. કોઈ પણ માન-અપમાનથી પૃથક રહીશ.

શ્રી રામના ભક્તો માટે ત્યાગમાં આનંદ સ્પષ્ટ સમજાય તેવો છે. રાજ્યને બદલે વનગમનનું દુઃખ નથી. પ્રજા તેમની સાથે હતી છતાં તેમણે બળવો કર્યો નથી. અને ભરત ! ધન્ય છે ! મોટાભાઈને રાજ્ય આપીને તે જંગલમાં રહેવા તૈયાર છે. પાછો આવ્યો તોપણ નંદીગ્રામમાં શહેરની બહાર રહ્યો. ભ્રાતૃભાવ, પિતૃપ્રેમ, પારિવારિક ઐક્ય, પ્રજા પ્રત્યે સદ્ભાવ, અયોગ્યને દૂર કરવા તત્પર. આ બધા સદ્ગુણો શ્રીરામદર્શનમાં મળી રહે છે.

શ્રીકૃષ્ણે તો ભક્તની વ્યાખ્યા જ પોતે કરી છે. અદ્વેષ્ટા સર્વ ભૂતાનાં...જીવ માત્ર પ્રત્યે પ્રેમ, કોઈ પ્રત્યે પણ દ્વેષ નહીં. સૌ પ્રત્યે કરુણા.

**સમસ્યા અને સમાધાન-૧... ❖ ૧૫૧**

નિર્મોહત્વ, અહંકાર શૂન્યતા, દુઃખ-સુખમાં સમાન ભાવ, સતોષ અને સતત યોગભાવ હોય. જેનો દઢ સંકલ્પ હોય. હું-તું તારું-મારું બધાથી પર પૃથક્. પરંતુ આપણે શ્રીકૃષ્ણને સમજ્યા જ નહીં.

અરે ! ઈસુ ખ્રિસ્તને જ જુઓ. ગળામાં ક્રોસ લટકાવીને દિવસમાં દસ વખત બંને ખભે અને માથે અને છાતી ઉપર હાથ મૂકવાથી શું થાય ભાઈ ? ઈસા મસીહને ક્રોસ ઉપર ચઢાવ્યા. તેમના માથે, હાથે, પગે, છાતીમાં ખીલા ઠોક્યા તોપણ તેમણે સમતા ધારણ કરી. શું બોલ્યા ? "હે પ્રભુ ! આ લોકો શું કરે છે તેની તેમને ખબર નથી. તેઓ અબુધ છે. તેમને ક્ષમા કરજે વિભો !" What a great man !

માટે જ્યારે પણ દેવ-દેવીઓની મૂર્તિઓની સામે બેસીને ધ્યાન, સાધના કે ઉપાસના કરીએ ત્યારે તેમના જીવન પ્રત્યે થોડું ઊંડાણથી મનન, ચિંતન અને નિદિધ્યાસન વિચાર કરવો. સારી સૌષ્ઠવવાળી વાતો વાગોળવી અને તેનું જીવનમાં પ્રામાણિકપણે પાલન કરવા માટે તત્પરતા દાખવવી. ધરમ રતન મળશે જ.

❍ પેન્સિનવીલીયાથી માર્ગારેટ ડી'સોજા પૂછે છે કે ધ્યાનના સમયે પયગંબર મદદ કેવી રીતે કરે ?

પયગંબર સતત આવા ધ્યાન કરનારાઓની મદદ માટે જાગૃત જ રહે છે. પયગંબરને એક શરીર નથી. ગગન સદશં...તે આકાશ જેટલા વિશાળ છે. સર્વત્ર, સર્વશક્તિમાન, સર્વાન્તર્યામી છે.

મોહમ્મદ સાહેબનો એક પ્રમુખ શિષ્ય તેમની સાથે ક્લેશ કરીને ચાલ્યો ગયો. ગયો તો ખરો. પરંતુ સર્વત્ર મોહમ્મદ સાહેબની નિંદા કરતો ફરે. જેટલું ઊતરતું બોલાય તેટલું બોલે. હવે તેમના એક શુભેચ્છક મોહમ્મદ સાહેબને મળ્યા. બોલ્યા, "પ્રભો ! પેલો છેલ્લી પાયરીએ બેઠો છે. આવોને, સમાધાન કરીએ. સુલેહ કરીએ. ધર્મની રક્ષા થશે.' હવે મોહમ્મદ સાહેબ તો ઓલિયા પુરુષ હતા. સંત હતા. ગયા. પરંતુ જે સજ્જન સાથે ગયેલા તેમણે મોહમ્મદ સાહેબને કંઈ બોલવા દીધા જ નહીં. તેમણે જ બોલવાનું આરંભ કર્યું. હવે આરંભ કરે તેટલું જ હોત તો વાંધો ન હતો. પરંતુ પછી તો તું-તું મેં-મેં થઈ પડી. હાથાપાઈ પર આવી ગયા. આ જોઈને મોહમ્મદ સાહેબ દૂર ચાલ્યા ગયા. પેલો માણસ દોડી આવ્યો. બોલ્યો, "પ્રભુ ! તમે મને એકલો છોડીને ચાલ્યા આવ્યા ?" મોહમ્મદ સાહેબ કહે, "અરે જ્યાં તું લડતો હતો ત્યાંના

આકાશમાંથી ફિરસ્તાઓ પણ આઘાપાછા થઈ ગયેલા !! ત્યાં સેતાન જ માત્ર એકલો રહેલો.''

આપણે ધ્યાન કરીએ તો દેવતાઓ પણ સહાય કરશે. ધ્યાનની નિયમિત ટેવ પાડવી. ત્યાંનું વાતાવરણ શુદ્ધ થશે. વિશ્વનાં તમામ પરિબળો આવીને ત્યાં સહાયભૂત થશે. ધ્યાનના અંતે વિશ્વબંધુત્વની પ્રાર્થના કરવી. વિશ્વકલ્યાણની પ્રાર્થના કરવી. વિશ્વપ્રેમ માટે હૃદયપૂર્વક કરુણાસભર પ્રાર્થના કરવી. સમગ્ર વિશ્વના શુભ, મંગલ, શાંતિ અને કરુણાનાં આંદોલનો તમારું મંગલ કરશે...મને પણ તમારી પ્રેયરમાં યાદ કરશો ને ? God Bless You ! ૐ શાંતિ.

# ૨૧. સમસ્યા અને સમાધાન-૨

**પ્રશ્ન :** હું બંગાળી છોકરીને પરણ્યો છું. મૂળથી જ મને કંઈ પણ પૂજાપાઠ કે ધર્મ-કર્મની વાતોમાં બહુ રસ નથી, પરંતુ આપના લેખમાં આપે વિષ્ણુ, રામ, શિવ, કૃષ્ણ અને Even જીસસ માટે પણ જે રીતે વિચાર રજૂ કર્યો માટે Hats Off સ્વામીજી ! પરંતુ આ મારી પત્ની કાલી માતાની પૂજક છે. મને કદીયે સમજાશે નહીં કે આ આપણી આવી માતા કેવી કે જે પોતાના જેવા જ બીજા દેવતા ઉપર પગ મૂકીને ઊભી રહે. Even practically બંને almost nude જ છે ! What a shame ? મહારાજ ! આ બંગાળી લોકોને મન કાલીમાતા એટલે સર્વસ્વ. તે મારી પત્ની પૂજા કરે અને ધૂપદીવા બાળે...It's O.K. But આ બધાનો કંઈ અર્થ કંઈ સમજણ ખરી ?

**- સુરેન પટેલ, ન્યૂયોર્ક**

**ઉત્તર :** પ્રિયભાઈ સુરેન ! સાધારણ રીતે જ કાલીમાતાનું ચિત્ર જોઈને કોઈને પણ જે ભાવ ઉત્પન્ન થાય તેવો ભાવ તમને થયો છે. તેથી કંઈ ખોટું થયું હોય તેવો ભાવ ઉત્પન્ન કરવાની આવશ્યકતા નથી. આપણા દેશમાં દેવીના પૂજકો શાક્ત સમ્પ્રદાયના લોકો છે. શ્રીકૃષ્ણના પૂજકો વૈષ્ણવ સંપ્રદાયના કહેવાય. શિવના ભક્તો શૈવ સંપ્રદાયના કહેવાય. બંગાળ શાક્ત, વૈષ્ણવ અને શૈવ તથા તંત્ર પરંપરાના ભક્તિ તત્ત્વથી ભરપૂર છે. પરંતુ તેમાં પ્રમુખપણે શાક્ત સંપ્રદાયનું પ્રભુત્વ વધારે છે. તેથી જ બંગાળમાં વસંતપંચમીના દિવસે સરસ્વતી પૂજા, ચૈત્ર મહિનામાં વસંત નવરાત્રીમાં અન્નપૂર્ણા પૂજા, આસો મહિનામાં શારદીય નવરાત્રીમાં દુર્ગાપૂજા, શરદપૂર્ણિમા-કોનીગરી પૂર્ણિમાની રાત્રે લક્ષ્મીપૂજા અને દિવાળીની રાત્રે કાલીપૂજાની પરંપરા છે.

હવે કાલિકાનું જે ચિત્ર આપણે જોઈએ છીએ તે આપણને ઘણુંબધું જ્ઞાન આપે છે. સૌથી પહેલાં ક્રોધ ન કરવો તેવું કાલિકા સૂચવે છે. જે સ્ત્રીને જે માતાને માટે સર્વ મંગલ માંગલ્યે...એવું કહેવાય તે આ અમંગલ સૂચક, અભદ્ર કાર્યની પ્રણતિનું દર્શન કાલિકા કરાવે છે કે મને જોઈને નિર્ણય કરો. ક્રોધ ન કરવો. ક્રોધમાં હું ચંડિકા સ્વરૂપ ધારણ કરું છું. દુર્ગા દુર્ગતિ નાશીનીમાંથી કાલી-ચંડી બને છે. તેને આપણે રણચંડી પણ કહીએ છીએ. તેને જોઈ શકીએ છીએ કે ક્રોધમાં તે શિવની ઉપર ઊભી થઈ ગઈ છે. શિવને કચડી નાખ્યા છે. શિવ એટલે શુભ. શિવ એટલે સત્ય. શિવ એટલે સુંદર. જ્યારે ક્રોધ આવે ત્યારે આપણે આપણા સત્ય, શુભ અને મંગલની હાનિ કરીએ છીએ. પોતાના પતિને પગતળે કચડી નાખવા જેટલું અશુભ ઉત્પન્ન કરતી માતા કાલી કહે છે...સાવધાન ! ક્રોધ ન કરશો.

હવે આ જ કાલિકાની જીભ પણ ભયંકર રીતે બહાર આવી ગઈ છે. જ્યારે દેવ-દાનવોના યુદ્ધમાં શુંભ, નિશંભ, ચંડ, મુંડ, રક્તબીજ અને મહિષાસુર આ રાક્ષસો રણે ચઢેલા ત્યારે તેમના વિનાશ માટે દેવતાઓએ એકત્ર થઈને પોતપોતાની શક્તિ એકત્રિત કરીને આદિશક્તિ માતા જગદંબાનું આહ્વાહન કરેલું. આ જ અંબા દુર્ગા થયાં અને કાલિકા પણ થયાં. કારણ રક્તબીજ નામનો જે રાક્ષસ હતો તેનો વધ કરતાં તેના રક્તમાંથી જેટલાં રક્તબિંદુ ભૂમિનો સ્પર્શ કરતાં તે પ્રત્યેક બિંદુમાંથી એક એક રક્તબીજ ઉત્પન્ન થતો. હવે આટલા બધા રક્તબીજોનો સંહાર કર્યા બાદ તેમના પ્રત્યેકના રક્તમાંથી ફરીથી અગણિત રક્તબીજો જન્મતા હતા. તેવા સંજોગોમાં દરેક રક્તબીજને મારતી વખતે એટલું જરૂરી હતું કે તેનું રક્ત જમીનને અડકે જ નહીં. જમીન પર પડે જ નહીં. જમીન ઉપર તે લોહીનો સ્પર્શ થાય જ નહીં. તેથી દુર્ગાએ પોતાનું કાલિકા સ્વરૂપ ઉત્પન્ન કર્યું. આ મહાકાલીએ પોતાની જીભ લાંબી કરીને રક્તબીજોના રક્તને હવામાં જ ચાટી લેવા માંડ્યું. આમ રક્તબીજોનો સંહાર થયો.

સુરેનભાઈ ! આ બધાં કથાનકને માર્કંડેય પુરાણના દુર્ગા સપ્તશતી પ્રકરણોમાં વર્ણવવામાં આવેલ છે. આનો અર્થ એ થયો કે આપણા પ્રત્યેકના વ્યક્તિગત જીવનમાં દેવ અને અસુર બંને છે. કરુણા, ક્ષમા,

દયા, સત્ય, નિષ્કપટ પ્રેમ, સ્થૈર્ય, ધૈર્ય, વીર્ય, ઔદાર્ય, પવિત્રતા આ બધું દૈવી તત્ત્વ છે. જ્યારે કામ, ક્રોધ, લોભ, મોહ, છળ, કપટ, હિંસા, ઘૃણા, તૃષ્ણા વગેરે આસુરી વૃત્તિઓ છે.

આપણા મનમાં એક આસુરી વાસના ઉત્પન્ન થાય તેની પૂર્તિ કરો એટલે બીજી દશ વાસનાઓ ભડકી ઊઠે છે. પરંતુ મનમાં વાસના, કામના કે અસત્ વૃત્તિઓનો વિચાર આવે અને વિચાર ઉપર આપણે ધ્યાન આપીએ જ નહીં, તે વિચારને આચરણની ભૂમિનો સ્પર્શ થવા જ ન દઈએ તો તેમાંથી નવી વાસના ઊપજવાનો કોઈ પ્રશ્ન જ નથી સંભવતો. જે અશુભ કે અયોગ્ય ટેવ એકાદ-બે પ્રસંગો દ્વારા આચરણમાં આવે તેનું પુનરાવર્તન થતાં તે ટેવ ઘર કરી જતી હોય છે. માટે જ આપણે ત્યાં કહેવાય છે કે પહેલાં આપણે ટેવ પાડીએ છીએ પછી ટેવ આપણને પાડે છે.

પરંતુ આ બધાંનો સાર કાલિકા મંગલસૂચક દેવી છે. તમે જોયું હશે કે શિવ નગ્ન દશામાં ભૂમિસ્થ છે. અર્થાત્ શુભ જ્યારે પણ અશુભ થાય તેને દબાવી દો. કુસંસ્કારને જન્મવા જ ન દો. પવિત્રં ચરિત્રં યસ્ય...જેનું જીવન મંગલ છે, જે મંગલકારિણી છે, જે દુરિત હારિણી છે, જે જગતના જીવોનું હિત કરનારી છે તે જ માતા કાલી છે. અસ્તુ.

**પ્રશ્ન :** સ્વામિનારાયણ સંપ્રદાયના સંતો દર મહિને ભારતમાં બે-ત્રણ બે-ત્રણ મંદિરોના ઉદ્‌ઘાટન અને પ્રતિષ્ઠા કરી રહ્યા છે તે કેટલી હદે ઉચિત છે ? શું ભારતમાં મંદિરો ઓછાં છે ? મંદિરો માટે પહેલાં પણ આપણે ત્યાં અકારણે કર્કશતા અને વિનાશ થયેલા જ છે. ત્યાં ફરીથી આ બધાં નવા મંદિરોની કંઈ આવશ્યકતા ખરી ? નિષ્પક્ષ જવાબ આપવા વિનંતી.

**- કંદર્ભ ઓઝા, ડલાસ**

**ઉત્તર :** પ્રિયભાઈ કંદર્પ ! તમારી સ્ટ્રીટમાં, તમારા શહેરમાં દર મહિને બે-ચાર-છ વાઇનશોપ ખૂલતી હશે તેનું તમને ઓબજેક્શન કેમ નથી દોસ્ત ? હજામની દુકાનો, પીઝ્ઝાહટ, વાઇનશોપ અને જુગાર રમવાની ક્લબો દરરોજ નિતનવે સ્થળે ખૂલે છે. ઘડિયાળ ફોડીને, શેમ્પેઇન ઉડાડીને આપણે તેમના ઉદ્‌ઘાટન સમારોહને ધામધૂમથી આવકારીએ છીએ, જેમાંથી મોટા ભાગનાં તત્ત્વોની સમાજના સમ્યક્ અસ્તિત્વ માટે કોઈ

આવશ્યકતા નથી.
જ્યારે મંદિરોની આવશ્યકતા છે ભાઈ ! તે સમાજનું હૃદય છે. સમાજને એકસૂત્રે બાંધવાનું, સમાજને સ્થિર મન આપનારું, મન સ્થિર કરનારું ધામ મંદિર છે. જે ચૂના, સિમેન્ટ, લાકડાં, સળિયાથી તમો સિનેમા હાઉસ, દારૂનાં પીઠાં કે પબ બનાવો છો અથવા તો પબ્લિક યુટિલિટીના રેસ્ટરૂમ્સ બનાવો છો તે જ ચૂના, સિમેન્ટ અને લાકડાં-સળિયામાંથી મંદિર બને છે. પરંતુ પબમાં બેસીને ભાગ્યે જ કોઈ પરોપકાર, ક્ષમા, ઉદારતા કે પવિત્રતાનું ચિંતન કરે છે. જ્યારે નિરાશ થયેલો માણસ, હતાશ થયેલો માણસ પબમાં જઈને દારૂ ઢીંચીને આવે ત્યારે પૈસા, સ્વાસ્થ્ય અને પારિવારિક તથા સામાજિક શાંતિનો વિનાશ કરે છે. જ્યારે તે જ નાસીપાસ થયેલો માણસ મંદિરમાં થોડી પળો પણ પ્રભુના શ્રીવિગ્રહ સમક્ષ બેસીને આવે ત્યારે હળવો ફૂલ જેવો થઈને જીવનયાપનની નવી આશા, ઉષ્મા, ઉમંગ, ચેતના અને આત્મશાંતિ લઈને પ્રફુલ્લ થઈને આવે છે. એક પૈસાનો ખર્ચ નથી. જીવનપાથેયની પ્રાપ્તિ-ઉપલબ્ધિ થઈ તે વધારામાં.
મંદિરોની મૂર્તિ શીખવે છે જો અમે પથરા હતા. ઘડાયા તેથી પૂજાયા. ઘડતર સમયે દિવસો સુધી અમને છોલવામાં આવ્યા. ટીચવામાં આવ્યા. છીણા-હથોડીથી આકાર આપવામાં આવ્યો. જે માણસ તેના કાર્યક્ષેત્રે મહેનત કરે, ઘડાય, ટીચાય, સહન કરે તે સમાજમાં અવશ્ય પૂજનીય બનશે. બાકી જે પથ્થર-છીણી-હથોડાના એક જ ઘામાં તૂટી જાય તે પગથિયે જડાય. ઠોકરો ખાય. માટે સહનશીલતા, કર્મઠતા અને જીવનસંઘર્ષનો પદાર્થપાઠ શીખવે છે આ મંદિરો. આશા છે કે જે કોઈ પણ સંપ્રદાય મંદિરોનું નિર્માણ કરતો હોય તેમાં આપણે રસ લેવો. તન, મન અને ધનથી સેવા કરવી અને જો કંઈ પણ ન બને તો કમ સે કમ આ મંદિર What is this ! તેવી ટીકા તો ન જ કરવી.
તમે જુઓને ? સમગ્ર અમેરિકા અને ઇંગ્લેન્ડ તથા બીજા અન્ય અનેક દેશોમાં ચર્ચો વેચાયાં અને ત્યાં મંદિરો ઊભાં થયાં છે. સત્ય જ ટકી શકે. સત્ય શાશ્વત છે. સત્ય ચિરંતન છે. માટે સત્યનું જીવનમાં પાલન કરવું. સત્યનો જીવનમાં વ્યવહાર કરવો. સત્યનો જીવનમાં આશ્રય

લેવો. ભારતમાં બદરીનાથ, કેદારનાથ, ગંગોત્રી, યમનોત્રી, જગન્નાથપુરી, શ્રી દ્વારકાધીશ, રામેશ્વર અને કાશી વગેરે યાત્રાધામો હજારો વર્ષોથી અગણિત લોકોને હજુ આજના દિવસે પણ આકર્ષે છે તે શું છે એમાં એવું ? સ્વિટ્ઝરલેન્ડ કે નાયગ્રાથી વિશેષ બાહ્ય ભૌગોલિક પરિસીમા ધરાવતાં આ સ્થળો નથી. હા, પહાડ છે, બરફ પડેલો છે, નદી છે, જંગલ છે. પરંતુ તે બધાંથી વિશેષ આ મંદિરોમાં અસંખ્ય સંખ્યામાં પ્રભુનામનું જે ઉચ્ચારણ થયું છે તેનાં સ્પંદનો છે. આધ્યાત્મિક આઉરા(તેજ)થી સભર આ મંદિરો આપણી સંસ્કૃતિ, સંસ્કાર અને ગૌરવનું હૃદય છે અને તમારો પ્રશ્ન છે આટલાં બધાં મંદિરો ? તો ભાઈ, આપણો દેશ પણ આટલો મોટો છે. પ્રજા ખૂબ જ વિશાળ માત્રામાં છે અને દરેક ગામડે ગામડે મંદિર બંધાય તો તેમાં ખોટું શું ? આ કેસીનો તો નથી જ ! આ બરબાદીનું ઘર નહીં ભઈલા ! આબાદીનું કેન્દ્રબિંદુ છે. સમાજની સંતુલનાનું સંકુલ છે. માનવના જીવનના ચઢાવ અને ઉતારનું સાક્ષી અને એકાકી જીવનમાં જીવનરસ હીન ન થઈ જાય, જાગ્રત રહે, ધબકતું રહે, પ્રાણવાન રહે તેનું પ્રેરણાધામ છે, પ્રભુ ! મંદિરો ભારતીય સત્ય, પ્રામાણિકતા અને સુચારુતાના યુગની કીર્તિપતાકા છે. સંસ્થા કે સમાજનો સવર્ણકાળ હોય તો જ મંદિરોનું નિર્માણ સંભવી શકે. સમાજ ત્રસ્ત હોય ત્યારે મંદિરોનું નિર્માણ અસંભવ છે. માટે આપણા સુરમ્ય ઇતિહાસની ગૌરવપ્રદ ગાથા છે આપણા આ મંદિરો. માનવને દેવતુલ્ય બનાવનારી પ્રયોગશાળા છે આ મંદિરો. તેને આવકારો ભાઈ !

**પ્રશ્ન :** આપણા આ મંદિરોમાં આપણે જે કંઈ પૂજાવિધિ કરીએ છીએ તેનો કંઈ અર્થ ખરો.

 કુ. સુરેખાબેન ભાવસાર-કનેટીકટ

**જવાબ :** જી હા, આ મંદિરોમાં પ્રભુની પૂજાર્થે તમો જળ ચઢાવો છો, ધૂપદીપ કરો છો, શંખ વગાડો છો, ઘંટ વગાડો છો, પ્રભુને પુષ્પ ચઢાવો છો તે બધું આપણું આત્મસમર્પણ હોય તેવી ભાવના છે. વેદોમાં, ઉપનિષદોમાં સૃષ્ટિ ઉત્પત્તિનું આ પ્રમાણે વર્ણન છે :

'આત્મનઃ સકાશાત્ આકાશઃ સંભૂતઃ। આકાશાદ્ વાયુઃ વાયોરગ્નિરગ્નેરા-પોઽદ્ભ્યઃ પૃથ્વી। (છાંદોગ્ય ઉપનિષદ) એટલે

આત્મામાંથી જ આકાશ, આકાશમાંથી વાયુ, વાયુથી અગ્નિ, અગ્નિથી જળ અને જળથી પૃથ્વી ઉત્પન્ન થયાં.' એટલે આપણે જે પૂજા કરીએ છીએ તે આપણામાં રહેલાં પંચતત્ત્વો પૃથ્વી, જળ, તેજ, વાયુ અને આકાશને પ્રભુચરણે સમર્પિત કરવાનો ભાવ છે. સ્વકીય અહંકાર, શૂન્યતા અને પ્રભુની કે ઈશ્વરની સર્વોપરિતાનો ભાવ આ પૂજામાં રહેલો હોય છે. પુષ્પ પૃથ્વી તત્ત્વ, દીવો અગ્નિ તત્ત્વ, શંખ વાયુ તત્ત્વ, અભિષેક જળ તત્ત્વ અને વસ્ત્રો આકાશ તત્ત્વનાં પ્રતીક છે. શિખા જાગૃતિ માટે, સૂત્ર બંધન માટે, યજ્ઞ કર્મોમાં સતર્કતા માટે, સત્સંગ સદ્‌વિચાર અને સામાજિક ઉત્થાન તથા ઐક્ય માટે. પર્વો આપણી સંસ્કૃતિ અને સંસ્કાર તથા સદ્‌વિચારનાં પુનર્જાગરણ માટે, યાત્રા રાષ્ટ્રીય એકતા અને અખંડતા માટે આયોજવામાં આવેલ. હિન્દુ ધર્મ એટલે તિલક માત્ર નથી. તિલક એટલે જ્ઞાનની પૂજા. બંને ભ્રૂકુટીની વચ્ચે પીચ્યુટરી ગ્લાન્ડની ઉપર તિલક કરીએ છીએને ? આમ દરેક કાર્યની પાછળ તેનો હેતુ, તેનું વિજ્ઞાન અને જીવનની સાચી સમજણ છે, સુરેખાબહેન !

**પ્રશ્ન :** અમારાં બાળકો અમારું કહ્યું નથી માનતાં. શું કરીએ ?

**વડગામા દંપતી, બોસ્ટન**

**જવાબ :** બાળકોને પ્રેમ આપો. તેમને સમજતાં શીખો. તેઓને તમારામાં વિશ્વાસ જાગે તેવું કરો. તેમની સાથે બેસવાની ટેવ પાડો. સાથે ભોજન કરો. બાળકોમાં રહેલા સદ્‌ગુણોને જાહેરમાં બિરદાવો. દુર્ગુણો સંબંધી કદીયે જાહેરમાં તેમને ટપારશો નહીં. એકાંતમાં, પ્રેમથી, સહાનુભૂતિથી તે સમજી શકે તેવી સરળ, કરુણાભરી પ્રેમપૂર્ણ વાણીમાં સમજાવો. તેઓ માનશે જ. દરરોજ રાત્રે ઘરસભા કરો. પ્રાર્થના સાભા કરો. સદ્‌વાચન તેમની પાસે વંચાવો. તમારો પરિવાર દિવ્ય જીવનને પ્રાપ્ત થશે જ. ૐ શાંતિ.

❐

## ૨૨. સમસ્યા અને સમાધાન-૩...

**પ્રશ્ન :** કનેડીકટથી શ્રી પ્રહ્લાદ પટેલ પૂછે છે કે આ પવનમુક્તાસનના પ્રકારો કેટલા છે અને તેનો ઉપયોગ શું ?

**જવાબ :** આપણે આ લેખમાળાના આરંભમાં ફ્લેક્સિબિલિટીસની કસરતોનું વિગતવાર વર્ણન કર્યું છે. તેને શિથિલીકરણ અથવા તો સૂક્ષ્મ વ્યાયામના નામથી પણ અલગ અલગ યોગાચાર્યો ઓળખાવે છે તે બધાંને તેઓ પવનમુક્તાસનની ક્રિયાઓના નામે ઓળખાવે છે. જયપુરમાં (રાજસ્થાન) રાજસ્થાન સ્વાસ્થ્ય રક્ષા પરિષદના મહાસચિવ શ્રી જશવંત સાંધીજીએ આ નામાભિધાન કરેલું તે પૂર્વે સ્વ. ધીરેન્દ્ર બ્રહ્મચારીજીએ તેને સૂક્ષ્મ વ્યાયામ તરીકે ઓળખાવેલ, પરંતુ સૌથી પહેલાં આજથી ૪૦ વર્ષ પૂર્વે ઓસ્ટ્રેલિયાના એક આર્કિટેક્ટ કે જે પાછળથી બ્રહ્મલીન શ્રી સ્વામી શિવાનંદજી – હૃષીકેશના શિષ્ય તરીકે ઓળખાયા અને સંન્યસ્ત ધારણ કરીને સુપ્રસિદ્ધ હઠયોગી તરીકે જીવ્યા તે સ્વામી કરુણાનંદજીએ આ ફ્લેક્સિબિલિટીનું સંશોધન કરેલું. બાકી ખરેખર તો આપણે જમીન ઉપર ચત્તા સૂઈને એક પગ વાળીને તેનું સાથળ પેટ ઉપર રહે, ઘૂંટણ માથા સુધી આવે, બંને હાથથી ઘૂંટણને પકડીને છાતી પર દબાવવું અને શ્વાસ છોડીને માથું ઊંચું કરીને ઘૂંટણમાં લાવવું તેને અર્ધપવનમુક્તાસન કહેવાય. જમણા પગથી કરીએ તો દક્ષિણ પવનમુક્તાસન અને ડાબા પગથી કરીએ તો વામ પવનમુક્તાસન કહેવાય. બંને પગ એકસાથે વાળીને કરીએ તો તેને પવનમુક્તાસન કહેવાય. આ આસનો ખાલી પેટે કરવાં જોઈએ. પવન એટલે ગૅસ, મુક્ત એટલે મોકળું થવું તે. જેને પેટમાં

ગૅસ બહુ રહેતો હોય, પાચન ક્રિયા સારી ન હોય તે લોકોને આ પવનમુક્તાસનનો અભ્યાસ ખૂબ જ મદદરૂપ થાય છે. કોઈ પણ નાની કે મોટી ઉંમરના લોકો નિર્ભય થઈને આ આસન આરંભમાં ૩૦ સેકંડથી વધારીને પથી ૧૦ મિનિટ સુધી કરી શકે છે. પહેલાં જમણા કે ડાબા પગથી અને પછી બંને પગથી આ આસનનો અભ્યાસ કરવો.

**પ્રશ્ન :** એટલાન્ટાના શ્રીમતી કૌમુદિનીબહેન ભાવસારનો પ્રશ્ન છે કે તેઓ દવાઓથી થાકી ગયાં છે અને યોગથી કંઈ ખરેખર ફાયદો થતો હોય તો ઘૂંટણ અને કમરના દુઃખાવાનો કંઈક ઉપાય સૂચવવો.

**જવાબ :** માતૃસ્વરૂપ કૌમુદિનીબહેન ! પ્રણામ. આપની સમસ્યા તે માત્ર આપની જ સમસ્યા નથી. જો આપશ્રીએ આપણી આ લેખમાળા આરંભથી જ વાંચી હોય તો આ પ્રશ્ન પૂછવાને સ્થાન રહેત નહીં કારણ કે બહેનોની સમસ્યા સંબંધી આપણે વિગતવાર વિચાર કરી ચૂક્યા છીએ. પરંતુ હા ! (૧) કમર અને ઢીંચણના દુઃખાવાનાં અનેક કારણો હોઈ શકે. છતાં પ્રમુખ કારણ એ કે જ્યારે શરીરનું વજન વધે ત્યારે કમર અને ઘૂંટણ બંને આ ભાર ઝીલી ન શકે તેથી તેમનાં હાડકાં ત્રાસ આપે. આ સિવાય (૨) જો માસિક ધર્મ અનિયમિત હોય, ધોવાણ આવતું હોય તોપણ કમર અને ઘૂંટણ બંને દુઃખે.

આ બંને પરિસ્થિતિમાં તમારે ઑર્થોપેડિક અને ગાયનેકોલોજીસ્ટ તબીબો પાસે તપાસ કરાવવી પડે. પછી નીવડે વખાણ.

પરંતુ જો તમારા ભોજનમાં વેજીટેબલ સલાડ-કાચાં શાકભાજી ન હોય તો ચોક્કસ ખાઓ. મોટી ઉંમર થઈ હોય તો ખમણીને ખાવાં જેથી ચાવવું ઓછું પડે. બધી લીલોતરી, તાજાં શાકભાજી ખાવાં. સવાર-સાંજ દૂધ (સ્કીમ મિલ્ક-ઝીરો ફેટ) એક-એક ગ્લાસ પીવું. બપોરના ભોજનમાં દહીં ચોક્કસ લેવું. ફ્લેક્સિબિલિટીસ-સૂક્ષ્મ વ્યાયામ અવશ્ય કરવો. કશું ન થાય તોપણ ખુરશીમાં બેસીને પણ થોડા દીર્ઘ ૐકાર કરવા. પેટમાં અપચો વધે તેથી ગૅસ થાય. આ અપચામાંથી થયેલો ગૅસ કબજિયાત કરે અને આ કબજિયાત કોઠે પડી જાય તેમાંથી ક્રોનીક કોલાઇટીસ થાય. ત્યારે ઝાડો અનિયમિત આવે. ઝાડામાં મ્યુકસ ખૂબ જ આવે. માસિક અનિયમિત અથવા તો ખૂબ જ દુઃખદાયક બને. ધોવાણ આવે તેને લુકોરિયા કહેવાય. અને તેમાંથી

જ ઘૂંટણ અને કમર (કેડ) દુઃખે માટે આ બધી સમજણ સાથે યોગ દ્વારા રોગનો ઉપચાર કરશો તો ચોક્કસ લાભ થશે જ.

**પ્રશ્ન :** શિકાગોથી શ્રીમતિ કુસુમબહેન જોષી પૂછે છે કે મારી આંખો નીચે ખૂબ જ કાળાશ વધી ગઈ છે. યોગ દ્વારા રાહત મળે ? શું કરવું ?

**જવાબ :** અપૂરતી ઊંઘને કારણે આવી કાળાશ સાધારણ રીતે થતી હોય છે. માટે શવાસન અને યોગનિદ્રાનો અભ્યાસ ભ્રમરી પ્રાણાયામ પછી કરવો. વધારે પડતા માનસિક તનાવથી પણ આ કાળાશનાં કૂંડાળાં ચહેરા ઉપર આટાપાટા રમતાં થાય છે. તો તેને માટે પણ ભ્રમરી પ્રાણાયામનો અભ્યાસ કર્યા પછી શવાસન, યોગનિદ્રા, ૐકારનું દીર્ઘ ઉચ્ચારણ, ધ્યાન વગેરે તપ, શીતલી પ્રાણાયામનો અભ્યાસ તમોને ખૂબ જ મદદરૂપ થશે.

**પ્રશ્ન :** લોસ એન્જલસના ડૉ. રાજુ રાણાનો પ્રશ્ન છે કે યોગમાર્ગ દ્વારા બીમારી કે રોગ ઉપચાર કરવા માટે કઈ વાતો ધ્યાનમાં રાખવી ?

**જવાબ :** રાજુભાઈ યોગમાર્ગ દ્વારા રોગ ઉપચાર માટે (૧) યોગ્ય ખોરાક (૨) યોગ્ય અને આવશ્યક યૌગિક વ્યાયામ અને (૩) ઉચિત તબીબી સહાય જ રાહત આપી શકે.

**પ્રશ્ન :** દરેક આસનો પછી કેટલી વાર આરામ કરવો જોઈએ ?

**શ્રીમતી કૃષ્ણાબહેન કેજરીવાલ, કોલંબિયા**

**જવાબ :** દરેક આસન જેટલા સમય સુધી કરીએ તેનાથી અડધો અડધો સમય સુધી તો આરામ એટલે કે શવાસન કરવું જ જોઈએ. દા.ત. આસન બે મિનિટ કરીએ તો શવાસન એક મિનિટ માટે કરવું.

**પ્રશ્ન :** શું દરેક આસન પછી શવાસન જરૂરી છે ? (કે.કે.કો.)

**જવાબ :** જી હા ! દરેક આસન પછી શવાસન કરવું જ જોઈએ કે જેથી રક્તપરિભ્રમણની ગતિમાં નિયમન આવે. બધાં જ આસનોનો અભ્યાસ પૂરો થયા પછી પણ થોડું પાંચેક મિનિટ માટે શવાસન અવશ્ય કરવું જોઈએ.

**પ્રશ્ન :** અમે આસનો કરીએ ત્યારે ટી.વી. કે વૉકમેનનો ઉપયોગ કરી શકીએ ?

**બંટી અને પીંકી, ઓરલાન્ડો, ફ્લોરિડા**

**જવાબ :** જી ના ! આસનો કરતી વખતે ટી.વી. કે વૉકમેનમાં ધ્યાન આપવાનું ઉચિત નથી. હવે જો તમો ટી.વી.માં જોઈને હેલ્થ પ્રોગ્રામ પ્રમાણે

આસન કરતા હો તો કરો. પરંતુ તે સિવાય જો કોઈ સંગીત, નૃત્ય, ડ્રામા કે ફીચર ફિલ્મ વગેરેના કાર્યક્રમો હોય તો તે જોતાં કે સાંભળતાં આસનો કે પ્રાણાયામ કરવાનું લેશ માત્રેય ઉચિત નથી.

આસનો અને પ્રાણાયામ કરતી વખતે આનંદપૂર્ણ પણ ગંભીર રહેવું જોઈએ. હસાહસ કે ખીખિયાટોળી ન કરવાં જોઈએ. આપણી અંદર આવતા અને જતા બંને પ્રકારના શ્વાસ પ્રત્યે જાગૃતપણે સભાનતા સેવવી જોઈએ. જે શ્વાસ અંદર આવે છે અને જે શ્વાસ બહાર જાય છે તે આપણી જાણ વગર અંદર જાય કે બહાર આવે તે યોગ્ય નથી. બીજી અગત્યની વાત એ કે આસન એ કંઈ રમત-ગમત નથી. સરકસનો ખેલ કે ગોડ બજાણિયાનો તમાસો નથી. દરેક આસનનું એક વિશિષ્ટ લક્ષ્ય અને હેતુ છે.. જે આસન જે-તે ગ્રંથિ સાથે સંકળાયેલું હોય તે ગ્રંથિ કે તેની સાથે સંકળાયેલ રોગના વિકાર અથવા તો તેનાથી થતા ફાયદાઓ ઉપર કે તે સંબંધી તથ્યમાં ધ્યાન આપવું જોઈએ. ડીયર બંટી અને બ્લેસેડ પીંકી દીકરા ! તમે કેટલી ઉંમરના છો તે મને ખબર નથી, પરંતુ જો તમો બાર વર્ષથી નાની ઉંમરનાં હો તો યુ મે કેરી ઓન વીથ ટી.વી. એન્ડ વૉકમેન એન્ડ ફોરટાઇમ બીઇંગ ફરગેટ ધીસ આસન ચેપ્ટર. બાય બાય !

**પ્રશ્ન :** સાંભળ્યું છે કે પંડિત નહેરુ શીર્ષાસન કરતા હતા એટલે તેમને બ્રેઇન હેમરેજ થયું. એ વાત સાચી છે ? આ જો સાચું હોય તો શીર્ષાસન કોણે કરવું ? કેટલી ઉંમરે ? વગેરે જણાવી શકો ?

**કિશનસિંહ જાડેજા-ન્યુ જરસી**

**જવાબ :** પ્રિયભાઈ કિશન ! આ પ્રશ્ન સંબંધી ચર્ચા વિશ્વમાં અત્યાર સુધી લાખો વાર થઈ હશે. મને કહો કે જે લોકો કદી કોઈ આસન કરતા જ ન હોય તેમને બ્રેઇન હેમરેજ કેવી રીતે થાય ? આસન અને બ્રેઈન હેમરેજને સાધારણ રીતે કોઈ સંબંધ નથી. પંડિત જવાહરલાલ નહેરુજીને બાળપણથી જ આસનોનો અભ્યાસ અને મહાવરો હતો. તેઓ ખાસ્સું લાંબું ૭૩ વર્ષ સુધીનું સુખ સ્વાસ્થ્યભર્યું તાજું જીવન જીવ્યા છે. ખૂબ મહેનતુ અને ખડતલ શરીર હતું તેમનું. પરંતુ શરીરમાં કંઈ પણ ફેરફાર આકસ્મિક થતો નથી, તેમ નથી ચાલતા ફરતા-હરતા યુવાન માણસને પણ બ્લડ ક્લોટીંગ થઈ શકે અને આવું

ક્લોટીંગ બ્લડ સરક્યુલેશન સાથે બ્રેઇનમાં જાય તો હેમરેજ થવાની પૂરી સંભાવના છે. માટે શીર્ષાસનથી જ ચાચા નહેરુને બ્રેઇન હેમરેજ થયું તેમ વિચારવાને કોઈ સ્થાન નથી.

શીર્ષાસન બાર વર્ષથી નાનાં બાળકો ન કરે.

શીર્ષાસન જેને સર્વાઈકલ સ્પોન્ડીલોસીસ અથવા તો જેના કાનમાંથી પરુ વહેતું હોય, જેની આંખોમાં હાઈમાયોપીયાઆ કે ડીટેચમેન્ટ ઓફ રેટીના હોય કે જેમનો મોતિયો પાકેલો હોય તેઓ ન કરે.

શીર્ષાસન અસ્થિર મગજના, માંદા, થાકેલા, માનસિક દુઃખી કે ત્રસ્ત લોકો ન કરે.

શીર્ષાસન જેનું બ્લડપ્રેશર હાઈ રહેતું હોય તે ન કરે. પરંતુ જો આ હાઈબ્લડપ્રેશર દવાઓ દ્વારા નિયંત્રણમાં રહેતું હોય તો ચોક્કસ કરે.

જેને વાળ ખરતા હોય તેઓ શીર્ષાસન ચોક્કસ કરે. ત્વચાનું સૌન્દર્ય, આંખોની રોશની, મેધાશક્તિનો વિકાસ, શ્રવણ સંજ્ઞાનું ચૈતન્ય, બ્રહ્મચર્યની રક્ષા, વીર્યની મહાસ્થંભવન પ્રક્રિયામાં સાફલ્ય, સ્મરણશક્તિમાં અદ્દભુત પ્રભાવ આ બધું જ શીર્ષાસનથી સંભવી શકે.

શીર્ષાસનનો અભ્યાસ ૨૦ સેકંડથી આરંભ કરીને ધીરે ધીરે ૧૫ મિનિટ સુધી નિર્ભયપણે વધારવો.

શીર્ષાસન ખાલી પેટે કરવું.

શીર્ષાસન માટે જમીન ઉપર સરકી ન જાય તેવી શેતરંજી ઉપર ચોવડો કરેલો સળ વગરનો ધાબળો પાથરવો. ધીરે ધીરે પ્રયત્ન કરીને શીર્ષાસન કરવું. આરંભમાં દીવાલના આધારે કરી શકાય. ક્રમશઃ આધાર વગર શીર્ષાસન કરવાની ટેવ પાડવી શીર્ષાસન કરવાને માટે કોઈ પણ પ્રકારની ઉપરની ઉંમરનો બાધ નથી. જો નાનપણથી જ શીર્ષાસનના અભ્યાસની ટેવ હોય તો ગમે તેટલી મોટી ઉંમર સુધી નિર્ભય રહીને આ આસન કરી શકાય છે. ઑસ્ટ્રેલિયાના સ્વામી શિવાનંદ યોગ કેન્દ્રનાં ૯૭ વર્ષના સ્વામી રામાનંદ માતાજી હૃષીકેશ શિવાનંદ આશ્રમ આવેલા ત્યારે તેમણે અને તેમની શિષ્ય મંડળીએ આસનોનો અદ્દભુત પ્રયોગ કરી દેખાડેલો. આ પૂર્વેના લેખોમાં આપણે ડૉ. હેલનહૉ, પ્રેસિડેન્ટ ઑલ ચાઈના યોગ ફેડરેશનની વાત કરી

# શીર્ષાસન

(આકૃતિ - ૪૫i)

(આકૃતિ - ૪૫ii)

(આકૃતિ - ૪૫iii)

(આકૃતિ - ૪૫iv)

(આકૃતિ - ૪૫v)

(આકૃતિ - ૪૫vi)

← (આકૃતિ - ૪૫vii)  (આકૃતિ - ૪૫viii) →

ચૂક્યા છીએ. તેઓ પણ આંતરરાષ્ટ્રીય યોગ પરિષદમાં આવ્યા ત્યારે ૯૩ વર્ષ વિતાવી ચૂક્યા હતા અને ખૂબ જ આનંદપૂર્વક યોગપ્રદર્શન મંડળીમાં જોડાયાં હતાં.

માટે નિર્ભય બનો. પરંતુ એક વાત યાદ રાખવી. અતિ સર્વત્ર વર્જયેત્. શીર્ષાસન કરવાથી સ્વાસ્થ્ય લાભ થાય છે એમ સમજીને બધો લાભ એક જ દિવસમાં એક જ કોળિયે લઈ લેવાનો લાડવો ખાવા જઈએ તો દુઃખી થવાય બાપુ ! માટે શીર્ષાસનનો અભ્યાસ ચોક્કસ કરવો. ધીરે ધીરે સમય વધારવો. આરંભમાં પડવા જેવું લાગે તો જ્યાંથી પગ ઊંચક્યા તે તરફ જ પગ પાછા લાવવા. ધુડુમ કરીને પડવું નહીં. ગુલાંટ મારવી નહીં અને વ્યવસ્થિત શીર્ષાસન કરેલું હોય તોપણ નીચે આવ્યા પછી પહેલાં જમીન ઉપર જ શશાંક આસનમાં અને પછી શવાસનમાં વિશ્રાન્તિ કર્યા પછી બીજા કાર્યમાં જોડાવું જોઈએ.

જમીને તરત કોઈ પણ આસન ન કરાય. શીર્ષાસન તો કોઈ પણ સંજોગોમાં નહીં. માટે જમ્યા પછી ત્રણ કલાક પછી શીર્ષાસન કરવું. આસન કર્યા પછી પંદરેક મિનિટની વિશ્રાન્તિ પછી અવશ્ય જમી શકાય. જે લોકો પંદર મિનિટ સુધી દરરોજ શીર્ષાસન કરતા હોય તેમણે સવારસાંજ દૂધ અવશ્ય પીવું અને ભોજનમાં ઘી-માખણ ચોક્કસ ખાવાં.

**પ્રશ્ન :** કેરોલીનાનાં દમયંતીબહેન શાહ પૂછે છે કે બહેનોથી બધાં આસન થાય ?

**જવાબ :** જી હા. બહેનોથી બધાં જ આસન થાય. અમો પહેલાં સિદ્ધાસન અને પાદાંગુષ્ઠાસન બહેનોને માટે નિષેધ કહેતા હતા. હજુ પણ ભારતમાં યોગાચાર્યો આ આસનો બહેનો માટે નિષેધ જ માને છે કારણ તેના અભ્યાસથી બહેનોની યોનિને છેડે સમગ્ર શરીરનું વજન આવવાથી બહેનોના કોમાર્યનું ખંડન થવાની સંભાવના ખરી. પરંતુ સચ્ચિદાનંદ આશ્રમ વર્જિનિયાના અમારા જ કાકા ગુરુ યોગીરાજ શ્રીમદ્ સ્વામી સચ્ચિદાનંદજી આ આસનો નિર્ભયતાથી બધાંને બહેનો કે ભાઈઓ એક જ સરખા ભાવથી શીખવે છે.

**પ્રશ્ન :** લંબ્રોસેક્લ પેઇન વારંવાર થાય છે. માટે યોગનાં કયાં આસનો કરવાં ?

આવો પ્રશ્ન બોસ્ટોનથી કુ. હિતૈષા પરિજ્ઞાન પૂછે છે.

**જવાબ :** જુઓ બહેન ! નાની ઉંમરમાં આ પ્રકારનો દુ:ખાવો થવો જ ન જોઈએ. છતાં થાય તો

(૧) હાડકાંના ડૉક્ટરની સલાહ પહેલાં લેવી.

(૨) દૂધ અવશ્ય પીવું.

(૩) તાત્કાલિક આગળ ઝૂકીને કંઈ કામ કરવું નહીં.

(૪) ભારે વજન ઉપાડવું નહીં.

(૫) દાદરાનાં પગથિયાં એક પછી એક એટલે બંને પગ એક પગથિયે આવે પછી જ એક પછી એક બંને પગ બીજે પગથિયે મુકવા.

(૬) ડનલોપની પથારી કે સોફાનો વપરાશ કરવો નહીં.

(૭) માસિક અનિયમિત આવતું હોય તોપણ લંબોસેક્રલ રીજિયનમાં દુ:ખાવો થાય, માટે ગાયનેકોલોજીસ્ટની સલાહ લેવી.

(૮) ત્રિકોણાસન, ભુજંગાસન, ઉષ્ટ્રાસન, સેતુબંધ આસન, ભ્રમરી પ્રાણાયામ તથા શવાસનનો અભ્યાસ તાત્કાલિક રાહત આપશે, પરંતુ મેડિકલ ચેકઅપ અવશ્ય કરાવવું.

**ત્રિકોણાસન (આકૃતિ - ૪૬)**

ત્રિકોણાસન કરવા માટે સીધાં ઊભાં રહો. હવે બંને પગ પહોળા કરો. બંને પગ વચ્ચે બેથી અઢી ફૂટનું અંતર રાખો. હવે બંને હાથ બંને ખભાની લાઇનમાં જમીનથી સમાતંર રહે તે પ્રમાણે ઊંચા કરો. હવે જમણા હાથને જમીનને કાટખૂણે રહે તેમ માથા પાસે ઊંચો કરો. હવે ડાબા પગને ડાબી તરફ કાટખૂણે ફેરવો. ત્યાર બાદ કમરમાંથી ડાબી તરફ ઝૂકો. હવે ડાબો હાથ ડાબા પગની ઘૂંટી પાસે રહેશે. જમણો હાથ જમીનને સમાંતર અને ડાબા હાથને કાટખૂણે રહેશે. બંને ઘૂંટણ સીધાં. માથું સામેની તરફ ચહેરો રહે તેમ અને શરીર આગળની તરફ ઝૂકેલું નહીં. શ્વાસ

સાધારણ. આ સ્થિતિમાં પ્રારંભમાં શારીરિક સંતુલન રાખીને શ્વાસ સાધારણ લેવો. પછી પાછા મૂળ પરિસ્થિતિમાં આવીને આ જ આસનનો પ્રયોગ બીજી બાજુ પણ કરવો. આ ત્રિકોણ આસન થયું. આરંભમાં તેને ૨૦ થી ૩૦ સેકંડ કરવું. ધીરે ધીરે તેનો સમય વધારવો. ૫ થી ૧૦ મિનિટ સુધી નિર્ભયપણે તેનો અભ્યાસ કરી શકાય.

આ ત્રિકોણાસનના અનેક પ્રકાર છે.

પાર્શ્વ કોણાસન-૧ (આકૃતિ - ૪૭)

પાર્શ્વ કોણાસન-૨ (આકૃતિ - ૪૮)

હાથ-પગની પરિસ્થિતિમાં થોડો ફેરફાર કરી ખાસ કરીને યોગાચાર્ય શ્રી બી.કે.એસ. આયંગર (પૂના)એ આનાં અનેક વૈવિધ્ય ઊભાં કર્યાં છે. દા.ત. કોણાસન, પાર્શ્વત્રિકોણાસન, પાર્શ્વ વિપરીત ત્રિકોણાસન

વિપરિત પાર્શ્વ કોણાસન-૧ (આકૃતિ - ૪૯)

વગેરે. પરંતુ અંતે તો આ બધાનો એક જ હેતુ છે કે કરોડસ્તંભની સ્થિતિસ્થાપકતા. કમરના મણકાઓની કાર્યક્ષમતાની વિશિષ્ટ યોગ્યતા. પગની પિંડી અને સાથળના સ્નાયુઓનું મજબૂતીકરણ અને શરીરના સંતુલન સાથે માનસિક સંતુલન.

**પ્રશ્ન :** આસન પછી નહાવું કે પહેલાં ?

**અબ્દુલભાઈ ગફાર (ન્યુજર્સી)**

**જવાબ :** વહાલા અબ્દુલબાઈ ! રોજા મુબારક ! અસ્સલામો અલયકુમ આ આસનોને અને નહાવાને તથા ધર્મને ખરેખર કંઈ સંબંધ જ નથી. હા ! નહાઈને આસન કરીએ તો શરીરમાં હાઇડ્રોલીક મસાજને કારણે લોહીનું પરિભ્રમણ વધે, તેથી આપણે ખૂબ તાજગીનો અનુભવ કરીએ. અને આસનોનો અભ્યાસ વધુ સ્ફૂર્તિ સાથે કરી શકીએ. પણ જો નાહ્યા વગર કરીએ તો આળસ રહે અને આસનો કરતાં થોડી સરળતા ઓછી અનુભવાય.

હવે બીજી વાત. જો ઉનાળો હોય તો આસનો કર્યા પહેલાં નાહ્યા હોઈએ અને આસનો દરમિયાનં બાફને કારણે પરસેવો થાય તો આસનોના અભ્યાસ પછી પંદરેક મિનિટ પછી નાહી લેવાનું ખોટું નથી જ . ખુદાહાફીઝ.

❐

# ૨૩. સમસ્યા અને સમાધાન-૪...

**પ્રશ્ન :** સૂર્યનમસ્કાર સમયે મંત્રો બોલવા જરૂરી ખરા ? જો જવાબ હા હોય તો આ મંત્રો કયા છે તે જણાવશો.

**શ્રી પીનાકીન ઠાકોર - એટલાન્ટા**

**જવાબ :** સૂર્યનમસ્કાર એ માત્ર આસન જ નથી કેવળ યોગપ્રક્રિયા જ નથી, તે સાધના પણ છે. ભક્તિપથના મુમુક્ષુઓ અનેક પ્રકારની સાધના કરતા હોય છે. જેઓ શ્રીવિષ્ણુની ઉપાસના કરે અથવા શ્રીવિષ્ણુના અવતાર શ્રીકૃષ્ણની ઉપાસના કરે તેઓ વૈષ્ણવ કહેવાય. શક્તિની ઉપાસના કરનારાઓ શાક્ત, ગણપતિની ઉપાસના કરનારાઓ ગાણપત્ય, શ્રીરામના ઉપાસકો રામાનંદી અને સૂર્યના ઉપાસકો સૌર્યાત્ય કહેવાય છે.

અત્યારે જેવી માહિતી ઉપલબ્ધ છે તે પ્રમાણે સૂર્યનમસ્કારનો આવિષ્કાર તાંજોરના મહારાજા સરફરોઝે આજથી છસ્સો વર્ષ પૂર્વે કર્યો હતો. મૈસોર (કર્ણાટક)નાં મહારાણીએ આ સદીમાં તેનો પ્રચાર કર્યો. યોગવિદ્યા આર્ષવિદ્યા છે, પરંતુ તેના પ્રારંભ માટે, તેના પ્રશિક્ષણ માટે અનેક પ્રકારનાં આવિષ્કારો, સંશોધનો અને ફેરફાર આવશ્યકતા પ્રમાણે કરવામાં આવેલ છે.

સૂર્યઉપાસના તો વૈદિક ઉપાસના છે. સૂર્યને અર્ઘ્ય અને પ્રણામ કરવાની પ્રણાલિકા તો વૈદિક યુગથી ચાલી આવે છે. તેથી તેના પ્રયોગ સમયે બોલાતા મંત્રો અર્વાચીન નથી. મંત્રો પ્રાચીન છે. ગીતા પ્રેસ, ગોરખપુર દ્વારા પ્રકાશિત સૂર્યોપાસના વિશેષાંકમાં આ વિષયને વિસ્તારથી વર્ણવવામાં આવેલ છે. સૂર્ય પ્રત્યક્ષ દેવતા છે. જ્ઞાન, પ્રકાશ, વિકાસ અને પ્રજ્ઞાના પ્રદાયક છે. સૂર્ય છે તો જીવન છે. સૂર્યથી જ

જીવન છે. સૂર્ય વગર પૂર્વે અંધારું અને ત્યાર બાદ મૃત્યુ જ કલ્પી શકાય. માટે જો સૂર્યનમસ્કાર કરતાં પહેલાં આ સૂર્યોપાસનાના મંત્રો બોલવામાં આવે, તેની સાથે તેનો ભાવ સમજાય, તેવી ભાવનાને એકરૂપ થઈ શકાય તો જીવન વસ્તુતઃ સાર્થક થાય. આ મંત્રોમાં સૌથી પહેલાં જે મંત્ર બોલવામાં આવે છે તે આ છે :

ૐ સૂર્યં સુંદરલોકનાથમમૃતં વેદાન્તસારં શિવં
જ્ઞાનં બ્રહ્મમયં સુરેશમમલં લોકૈકચિત્તસ્વયમ્ ।
ઇન્દ્રાદિત્યનરાધિપં સુરગુરું ત્રૈલોક્યચુડામણિં
બ્રહ્માવિષ્ણુ શિવસ્વરૂપહૃદયં વંદે સદા ભાસ્કરમ્ ॥

અર્થ : સૂર્યને નમસ્કાર. તે સમગ્ર વિશ્વના સન્માનનીય દેવતા છે. વેદાન્તના સાર સમાન અતિ સુંદર છે. તે વિશ્વકલ્યાણના કર્તા, મેધાશક્તિથી પરિપૂર્ણ, દેવોના દેવ, સદૈવ પવિત્ર અને સમગ્ર લોકોના હૃદય સમાન છે. તેનો ઇન્દ્રના અધિપતિ, સુર-નરના રક્ષક, ત્રણેય લોકના મુગુટમણિ અને બ્રહ્મા, વિષ્ણુ તથા શિવના અંતઃસ્વરૂપ સમાન સદા પ્રકાશમાન છે.

આ મંત્રના ઉચ્ચારણ પછી સૂર્યનમસ્કારના દરેક અંગ સાથે એક એક મંત્ર બોલવામાં આવે છે અથવા તો હવે પછીનો એક મંત્ર બોલીને સૂર્યનમસ્કાર કરી એક પછી એક એમ બાર નમસ્કાર કરવામાં આવે છે. આ મંત્રો સાથે સૂર્ય ઉપાસકો હ્રી હ્રીં હું એ બીજ મંત્રો પણ બોલે છે, પરંતુ સાધારણ રીતે સ્વાસ્થ્યપરક અભિગમ ધરાવનારા યોગ અભ્યાસુઓ માટે આ બીજમંત્ર સાથે સૂર્યમંત્ર બોલવાની આવશ્યકતા નથી. દરેક મંત્રોનો પોતાનો એક અલગ અર્થ છે. આ અર્થને સમજીને તે પ્રમાણે ભાવ રાખવાથી આપણી વિચારશુદ્ધિ, વ્યવહારશુદ્ધિ અને આચારશુદ્ધિ થાય જ છે. સૂર્યની કૃપાથી જીવનમાં ઓજસ, તેજસ અને પ્રજ્ઞા વધે છે.

આ મંત્રો નીચે પ્રમાણે છે.

૧. ૐ હ્રાઁ મિત્રાય નમઃ (સમગ્ર વિશ્વના મિત્રને નમસ્કાર)
૨. ૐ હ્રીં રવયે નમઃ (વિશ્વપરિવર્તનના નિયમના કર્તાને નમસ્કાર)
૩. ૐ હું સૂર્યાય નમઃ (શક્તિ પ્રદાતાને નમસ્કાર)
૪. ૐ હ્રીં ભાનવે નમઃ (પ્રકાશકર્તાને નમસ્કાર)

૫. ॐ હ્રૈં ખગાય નમઃ (આકાશમાં વિચરણ કરનારને નમસ્કાર)
૬. ॐ હ્રાઁ પૂષ્ણે નમઃ (શરીરનો વિકાસ કરનારને નમસ્કાર)
૭. ॐ હ્રાઁ હિરણ્યગર્ભાય નમઃ (જેના પેટાળમાં સુવર્ણ છે તેમને નમસ્કાર)
૮. ॐ હ્રીં મરીચયે નમઃ (કિરણોથી પરિપૂર્ણ જે છે તેમને નમસ્કાર)
૯. ॐ હ્રૂં આદિત્યાય નમઃ (અદિતિના પુત્રને નમસ્કાર)
૧૦. ॐ હ્રીં સવિત્રે નમઃ (જે સર્વસ્વના પુરસ્કર્તા છે તેમને નમસ્કાર)
૧૧. ॐ હ્રૂં અર્કાય નમઃ (જે સમગ્ર વિશ્વનો સાર છે તેમને નમસ્કાર)
૧૨. ॐ હ્રાઁ ભાસ્કરાય નમઃ (જે જ્યોતિર્મય છે તે અંતરનાં અજવાળનારને નમસ્કાર)

સૂર્ય પ્રત્યક્ષ દેવતા છે. કોઈ પણ જાતિ, પાતિ પૂર્વ, પશ્ચિમ કે કાળાંધોળાં સૌનો જીવનદાતા છે. તેનાથી આપણે ઊજળા છીએ. સૂર્યથી આપણે રક્ષાયેલા છીએ. સૂર્ય માનવજીવન જ નહીં પરંતુ સમગ્ર સૃષ્ટિનો પ્રાણ છે. સૂર્યની સત્તાથી આપણે સૌ શુદ્ધ હવા, પાણી અને અન્ન મેળવવાને સક્ષમ થઈએ છીએ. સૂર્યની મંત્રો સાથેની સૂર્યનમસ્કારની ઉપાસના જીવનની ધન્યતા છે.

**પ્રશ્ન :** અર્ધમત્સ્યેન્દ્રાસન અને અર્ધવક્રાસન વચ્ચે ફરક શું ? બંનેમાંથી એકનો જ અભ્યાસ કરીએ તો ચાલે ? આ બંનેને કરવાની રીત સમજાવશોજી.

**યામીની દવે-ઓહાયો**

**જવાબ :** અર્ધમત્સ્યેન્દ્રાસન નામ સાંભળી કે વાંચીને જ સમજી શકાય છે કે તે અડધું આસન છે. તો પછી તે આખું પણ હોઈ શકે અને ૧/૪ (પા) પણ હોઈ શકે. આ અર્ધમત્સ્યેન્દ્રાસનનું પરિપૂર્ણ આસન તે પૂર્ણમત્સ્યેન્દ્રાસન અને અર્ધમત્સ્યેન્દ્રાસનનું અડધું એટલે કે ૧/૪ કે પા આસન તે અર્ધવક્રાસન કહેવાય ?

જી ના ! બંનેના ફાયદાઓ ક્રમશઃ એક કરતાં વધારે છે, માટે આરંભ અર્ધવક્રાસનથી કરવો અને ત્યાર બાદ અર્ધમત્સ્યેન્દ્રાસન કરવું.

આ અર્ધવક્રાસન તે અર્ધમત્સ્યેન્દ્રાસનની પૂર્વ તૈયારી જ છે. (૧) તેના અભ્યાસ માટે સમતલ જમીન ઉપર ચોવડો લાંબો ધાબળો પાથરીને લાંબા પગ કરીને બેસો. (૨) જમણા પગને ઘૂંટણમાંથી વાળીને ડાબા પગના ઘૂંટણની બાજુમાં લઈ આવો. (૩) હવે જમણા પગને ઉપાડીને ડાબા પગના ઘૂંટણની બીજી બાજુ રાખો. (૪) ડાબા હાથને જમણા

ઘૂંટણની જમણી બાજુથી લઈ ડાબા પગની ઘૂંટણ પકડો. (૫) જમણો હાથ જમણી બાજુએથી કમરમાં વીંટાળીને ડાબા સાથળ સુધી લાવવાની કોશિશ કરો. જમણી તરફથી કરોડસ્તંભને પાછળની તરફ વાળીને પાછળ જુઓ.

આ જ પ્રક્રિયાને બીજી તરફથી પણ કરી શકાય. આ અર્ધવક્રાસન થયું. હવે જો ઉપર પ્રમાણે ક્રિયા કર્યા પછી લાંબો રાખેલો ડાબો પગ જમણા નિતંબની નીચે લાવી શકાય અને તેનાથી વિપરીત બીજી વખત જમણા પગને ડાબા નિતંબની નીચે લાવીએ તો તે અર્ધમત્સ્યેન્દ્રાસન થશે. જો પગ નિતંબની નીચે લાવવાને બદલે સાથળ ઉપર રાખી શકાય તો તે પૂર્ણ મત્સ્યેન્દ્રાસન થાય. અંગ્રેજીમાં આ આસનને લેટરલ સ્પાઈનલ ટ્વીસ્ટ કહેવામાં આવે છે. કપડાંને જેમ નીચોવીએ તેમ કરોડસ્તંભને મરોડવાથી કરોડસ્તંભની સ્થિતિસ્થાપકતા વધે છે. કમર, ખભા કે વાંસાના વાથી મુક્ત થવાય. સૌથી મોટો ફાયદો તો આ આસનથી જે થાય છે તે છે પેન્ક્રિયાઝનો મસાજ. તેનાથી પેન્ક્રિયાઝની કાર્યક્ષમતા વધતાં શરીરમાં લોહીને મળતો ગ્લુકોઝ નિયંત્રિત રહે છે. તેથી મધુમેહ અને ડાયાબિટીસના રોગીઓ માટે આ અર્ધવક્રાસન, અર્ધમત્સ્યેન્દ્રાસન અને પૂર્ણ મત્સ્યેન્દ્રાસનનો અભ્યાસ એક મહાન વરદાન સિદ્ધ થયો છે. મેરુ વક્રાસન પણ આ જ પરિવારનું એક પ્રારંભિક અંગ છે.

**અર્ધમત્સ્યેન્દ્રાસન (આકૃતિ - ૫૦)**

**પ્રશ્ન :** મારી ઉંમર ૪૮ વર્ષની છે. હું બધા આસન સારી રીતે કરી શકું છું. શીર્ષાસન પણ કરું છું. પરંતુ આ મયૂરાસન કરવાનો મેં કદી પ્રયત્ન કર્યો નથી. ડર નથી. પરંતુ આરંભ કેમ ક્યાંથી કરવો ?

**જનાર્દન ઉપાધ્યાય, ન્યુજર્સી**

**જવાબ :** તમો બધાં જ આસન કરી શકો છો અને શીર્ષાસન પણ કરો છો તો પછી મયૂરાસનનો આરંભ આ જવાબ વાંચતાંની સાથે જ કરો. શીર્ષાસન અને મયૂરાસન એ બંને આસનોનો અભ્યાસ બધાં જ આસનોથી વધુ સરળ છે. મને પોતાને પદ્માસન વાળતાં છ અઠવાડિયાં થયેલાં, પરંતુ શીર્ષાસન અને મયૂરાસન પહેલી જ ઘડીએ 'ઈસી મિનિટે' કરેલાં. કારણ બીજાં બધાં આસનો માટે શરીર ફ્લેક્સિબલ હોવું જરૂરી છે. જેને લચીલું કરતાં સમય લાગે, તે એકાદ દિવસના અભ્યાસથી સંભવ ન બને. વારંવાર કરવામાં આવેલો પ્રયત્ન જ તેને સંભવ બનાવી શકે. જ્યારે શીર્ષ અને મયૂર એ બંને આસનો માટે આસન કરવામાં સમજણ અને ગણતરીની આવશ્યકતા છે.

મયૂર આસનના અભ્યાસ માટે સૌથી પહેલાં વજ્રાસનમાં બેસવું. ત્યાર બાદ બંને હાથ ઘૂંટણની સામે આંગળાંઓ ઘૂંટણ તરફ રહે તે પ્રમાણે રાખવા. હથેળી જમીન પર રાખવી. હાથનાં કાંડાંથી કોણી સુધીના હાથ સીધા બંને કોણીઓ પેટમાં આવે તે પ્રમાણે પેટ નીચે રાખવા.

**મયુરાસન (આકૃતિ - ૫૧)**

હવે કોણીના આધારે શરીર રહે તેમ ઘૂંટણ ઊંચાં કરીને આખાયે શરીરને બંને હાથ અને પગના પંજા ઉપર જમીનથી ૩૦°ને ખૂણે રાખવું. ત્યારબાદ જેવી રીતે બારણામાં આગળીઓ આગળ સરકે તેમ બંને હાથના આધાર ઉપર શરીરને ધીરે ધીરે આગળ સરકાવવું. આમ કરવાથી કોણીથી બગલ સુધીના બંને હાથ છાતીને સમાંતર આવી જશે. આગળ સરકતા જતાં એક પોઇન્ટ એવું આવશે કે બંને પગ સાથે જ ઊંચકાઈ જાય અને શરીરનું સંતુલન બંને હાથોના

આધાર ઉપર જમીનથી સમાંતર રૂપે થઈ જશે.

અહીં અમુક યોગાસન પ્રદર્શનકારો બંને પગને જમીનથી ખૂબ ઊંચા અને માથું છેક જમીન સુધી લઈ જતા હોય છે. તેવી સ્થિતિ જોવામાં તો ખૂબ જ સારી લાગે છે પરંતુ તુલનાત્મક રીતે જોતાં સમાંતર અવસ્થા કરતાં આ સ્થિતિમાં ફાયદો ઓછો થાય છે.

મયૂરાસનના અભ્યાસથી કાંડા, બાવડાં અને ખભાના જોડાણોનું જોર વધે છે, કાર્યક્ષમતા વધે છે. ખાસ કરીને ટેનિસ રમનારાઓ (લૉન ટેનિસ, ટેબલ ટેનિસ, બેડમિન્ટન) માટે મયૂરાસનનો અભ્યાસ ઘણો જ લાભપ્રદ છે. મયૂરાસનના અભ્યાસથી પેટની ચરબી ઓછી થાય છે. પેન્ક્રિયાઝની કાર્યક્ષમતા વધુ સુચારતા ગ્રહણ કરતાં ડાયાબિટીસના રોગીઓ માટે વિશેષ લાભદાયક છે.

જેવી રીતે પેનિસિલીનનો ફુલ ડોઝ આપતાં પહેલાં ડૉક્ટરો એક ટેસ્ટ ડોઝ આપતા હોય છે. તેવું મયૂરાસનના અભ્યાસપૂર્વે કાકાસન, બકાસન, પદ્મબક વગેરેનો અભ્યાસ મયૂરાસન કરવામાં ખૂબ જ સહાયપ્રદ સિદ્ધ થશે. ઉતાવળ કરવી નહીં. નાક અને ચશ્માં સંભાળવાં જરૂરી.

**પ્રશ્ન :** ગર્ભ ધારણ કર્યા પછી કેટલા મહિના સુધી આસનો કરાય ? કયાં આસનો કરાય ? પીડા વગર પ્રસૂતિ સંભવ છે ? કેવી રીતે ? જણાવવા કૃપા કરશોજી.

**શ્રીમતી પ્રિયંવદા કાપડિયા-બોસ્ટોન**

**જવાબ :** મા ! ગર્ભધારણ કર્યા પછી સાધારણ રીતે કોઈ પણ આસન કરવાનું યોગ્ય નથી, માટે ન કરવાં. હા ! વજ્રાસનમાં બેસી શકાય. સુખપૂર્વક પ્રાણાયામ અને ધ્યાન કરાય. શવાસનનો અભ્યાસ કરાય, પરંતુ આ બધામાં અર્લી પ્રેગ્નન્સીમાં માર્જાર ક્રિયા કે જેને માર્જારી આસન પણ કહેવામાં આવે છે તેનો અભ્યાસ પહેલા ત્રણ મહિના સુધી અવશ્ય કરી શકાય. (૧) માર્જારી આસન માટે વજ્રાસનમાં બેસો. (૨) નિતંબને ઊંચા કરી ઘૂંટણ ઉપર ઊભા થાઓ. (૩) હવે શરીરની સામે ઘૂંટણથી એકથી દોઢ ફૂટ દૂર જમીન ઉપર હાથનાં આંગળાં સામેની દિશામાં રહે તે પ્રમાણે રાખવાં. આમ થવાથી શરીરનો આકાર ચાર પગ કે પાયાવાળાં ટેબલ જેવો થઈ જશે. તેને ચોપગાં પશુ જેવો આકાર પણ

કહી શકાય. (૪) હવે ઊંડો શ્વાસ લો. કમરને નીચેની તરફ દબાવો. માથું ઊંચું કરો. (૫) હવે માથાને બંને હાથની વચ્ચેથી નીચેની તરફ લટકાવો અને કરોડસ્તંભને ગોળાકારમાં ઊંચી કરો. (૬) ફરીથી કરોડસ્તંભને નીચે અને માથાને ઉપર કરો. (૭) આ બધી પ્રક્રિયા કરતી વખતે ઘૂંટણથી સાથળ સુધીના પગ અને કાંડાંથી બાવડાં સુધીના બંને હાથ સીધા જ રાખવા જોઈએ. (૮) આ પ્રક્રિયા ૮ થી ૧૦ વખત કરો.

માર્જારી ક્રિયાના અભ્યાસથી ગળાના સ્નાયુઓને, ખભાને તથા કરોડસ્તંભને ફ્લેક્સિબિલિટી મળે છે. મહિલાઓની જાતિ સમસ્યાનું સમાધાન કરે છે અને પ્રજનન તંત્રને વધુ સક્ષમ કરે છે. ગર્ભધારણ કર્યાના પહેલા ત્રણ મહિના સુધી આ કસરત તેમને માટે ખૂબ જ લાભદાયક છે. માસિક ધર્મની અનિયમિતતા અને ધોવાણ આવતું હોય તો તેવી અવસ્થામાં પણ સુખદ સ્વાસ્થ્ય માટે સહાયપ્રદ છે. જો ક્રેમ્પ્સ આવતા હોય તો માસિક આવતું હોય તે દરમિયાન પણ માર્જારી ક્રિયાનો અભ્યાસ કરી શકાય છે. આ આસનની વધુ સારી અસર કે ફાયદો મેળવવા માટે માર્જારી ક્રિયા કરતી વખતે જો પેટને અંદરની તરફ ખેંચવામાં આવે તો વધુ ફાયદો મેળવી શકાય છે. આ સિવાય સુખપ્રસવ માટે ગર્ભધારણ કર્યા પછી બેઠાડું જીવન ન જીવતાં ઘરનું તમામ નાનું-મોટું કામ જાતે કરવાની ટેવ રાખવી જોઈએ. આપને ત્યાં અમેરિકામાં આપણા દેશની જેમ ઝાડું-પોતાં કરવાનું હોતું નથી. છતાં પગથિયાંની ચડઊતર, પોતાની લોન્ડ્રી અને પાસ્સી તથા ડિશ-વૉશરમાં વાસણો જાતે મૂકવાં-કાઢવાં વગેરે કામથી પણ ગર્ભને બહાર આવતાં સરળતા રહેશે.

છતાં જેવી રીતે કાગડો ચાલે તેમ ઉભડક પગે બેસીને થોડું ચાલવાની ટેવ છઠ્ઠા મહિનાથી પ્રસવ સુધી રાખવામાં આવે તો બાળકને પ્રસવ સમયે બહાર આવતાં ઓછી તકલીફ પડે છે અને તેનો પ્રસવ થઈ ગયો તેની પીડા માતાએ ભાગ્યે જ સહન કરવી પડે છે.

તે સિવાય અશ્વિનીમુદ્રાનો અભ્યાસ પણ સુખપ્રસવ માટે ખૂબ જ લાભપ્રદ છે. મળદ્વારનું સંકોચન કરો. જેટલી વાર સુધી તે સ્થિતિમાં રહી શકો રહો. પછી ધીરેથી સંકોચન મુક્ત કરીને ફરીથી સંકોચન

કરો. આમ કરવાથી મહિલાઓની યોનિના મસલ્સ પણ સંકોચિત થતા રહે છે અને તેમને મળેલી ફ્લેક્સિબિલિટીને કારણે પ્રસવ સમયે પીડા ઓછી થાય છે.

આ દરમિયાન આનંદમાં રહેવું. શ્રી હનુમાન ચાલીસાનો નિયમિત પાઠ ઓછામાં ઓછું એક વાર કરવો. આ બધું માતા અને પ્રસવ પ્રાપ્ત કરનાર બાળક બંનેના જીવન માટે વધુ લાભદાયક અને હિતકારી છે.

**પ્રશ્ન :** અમારા રમજાન મહિનામાં અમારું ભોજન (શેરી) સવારે ૩.૩૦ વાગ્યે અને સાંજે રોજા ઇફ્તાર ૬.૦૮ કલાકે થાય. આખોયે દિવસ અમો કંઈ ખાતા-પીતા નથી. આવી અવસ્થામાં આસનો અને પ્રાણાયામનો અભ્યાસ ક્યારે કરવો ? જેમ સવારે કરતા હતા તેમ કરાય ? સાંજે તો વધુ મુશ્કેલ દેખાય છે. સમજાવવા મહેરબાની.

**નાસીરખાન ધ્રોલિયા - ન્યૂયોર્ક**

**જવાબ :** ભાઈ નાસીરખાન ! અસ્સલામો અલયકુમ. રોજા મુબારક. અલ્લામિયાં કી દુવા ખૈરિયત કરે. આમીન !

રમજાનમાં રોજાદાર બે વખત નમાજ અચૂક પઢે છે. આ નમાજ પોતે જ યોગ-અભ્યાસ છે. તમો આ નમાજમાં વજ્રાસન, ઉદર શિથિલકરણાસન અને તે સિવાય ગળાની કસરત પણ કરી જ લો છો. માટે રોજાદારને આસનો સવારે અને સાંજે ન થાય તો ચિંતા કરવી નહીં. પોતાની ફજરની અને સાંજની રોજા ઇફ્તાર પછીની નમાજ છોડવી નહીં. ખુદા હાફીઝ. અલ્લાહ સલામત રખે. આમીન.

**પ્રશ્ન :** સ્વામીજી ! આ મેરુ સંકર્ષણાસન શું છે ? શા માટે ઉપયોગી થાય ?

**પ્રફુલ્લ પટેલ - એટલાન્ટા**

**જવાબ :** કમરના નીચેના ભાગમાં અને કરોડસ્તંભના છેડા સુધી થતો દુઃખાવો તાત્કાલિક દૂર કરવા માટે આ આસન ખૂબ જ ઉપયોગી છે. (૧) કમરની ઊંચાઈ સુધીના ટેબલ પાસે કમર અને વાંસો ટેબલ તરફ રહે તેમ ઊભા રહો. (૨) ટેબલથી શરીર એક ફૂટ દૂર રહે તેમ ઊભા રહો. (૩) ઊંડો શ્વાસ લો. કમર, વાંસો, ખભા અને માથાનો પાછળનો ભાગ ટેબલને અડકે તેમ રાખો. પગના અંગૂઠા જમીનને અડકેલા રહેશે, પરંતુ શરીરનું વજન અંગૂઠા ઉપર નહીં રાખતાં ટેબલ પર

રહે તે જોવું આવશ્યક છે. આ ટેબલની ધારથી જ કમર ઉપર દબાણ આવતાં કમરની નીચે અને કરોડસ્તંભના છેડાનો મસાજ થાય છે. બન્ને હાથ શરીરની તરફ સમાંતર રાખવા. શ્વાસ રોકવાનો પ્રયત્ન કરવો. આ આસનમાં આરંભમાં ૨૦થી ૩૦ સેકંડ રહેવું. ક્રમશઃ સમય ૫ મિનિટ સુધી વધારી શકાય. ૐ શાંતિ.

❐ ❐ ❐

# પરિશિષ્ટ

## આસનો માટેની વિગત (કુલ આસનો ૬૧)

| પ્રકરણ | શીર્ષક | આસન | આકૃતિ | પૃષ્ઠ |
|---|---|---|---|---|
| ૧. | તનાવ | ત્રાટક | ૧ | ૧૦ |
| ૨. | તન-દુરસ્તી | વિપરિતકરણી મુદ્રા | ૨ | ૧૮ |
| | | શિવાનંદ પ્રાણાયામ | ૩ | ૧૯ |
| ૩. | આપણી આંખો | આંખોની કસરત | ૪A, ૪B, ૪C | ૨૬/૨૭ |
| | | શશાંક આસન | ૫ | ૨૭ |
| | | જલનેતી ક્રિયા | ૬ | ૨૮ |
| ૪. | માસિકપૂર્વેનો તનાવ | પશ્ચિમોત્તાનાસન | ૭ | ૩૫ |
| ૫. | માસિક ધર્મ | સર્વાંગાસન | ૮ | ૪૧ |
| | | અર્ધશલભ | ૯ | ૪૨ |
| | | શલભાસન | ૧૦ | ૪૫ |
| ૬. | અવાજમાં ભારેપણું | પદ્માસન | ૧૧ | ૫૧ |
| | | સિદ્ધાસન | ૧૨ | ૫૧ |
| | | સ્વસ્તિકાસન | ૧૩ | ૫૧ |
| | | સુખાસન | ૧૪ | ૫૧ |
| | | સિંહાસન | ૧૫ | ૫૨ |
| ૭. | કબજિયાત | તાડાસન | ૧૬(i) | ૫૯ |
| | | તીર્યક તાડાસન | ૧૬(ii) | ૫૯ |
| | | કટિચક્રાસન | ૧૬(iii) | ૫૯ |
| | | અશ્વસંચાલન મુદ્રા | ૧૬(iv) | ૫૯ |
| | | ઉદર આકર્ષણ ક્રિયા | ૧૬(v) | ૫૯ |
| | | વજ્રાસન | ૧૭(i) | ૬૦ |
| | | | ૧૭(ii) | ૬૦ |
| | | યોગમુદ્રા | ૧૮ | ૬૧ |
| ૮. | આંતરડાંનો ગેસ | પવનમુક્તાસન | ૧૯ | ૬૭ |
| | | કર્ણપીડાસન | ૨૦ | ૬૯ |
| | | હલાસન | ૨૧ | ૬૯ |
| ૯. | પ્રમાદ | ધનુરાસન | ૨૨ | ૭૭ |

❑